கிருஷ்ணதாசி

முதற்பதிப்பு: 2023

First Edition: 2023

Krishnadaasi

கிருஷ்ணதாசி

Indira Soundarajan

இந்திரா சௌந்தர்ராஜன்

ISBN: 978-93-5695-650-6

காப்புரிமை @ ஆசிரியர்

Pustaka Digital Media Pvt. Ltd.
#7-002, Mantri Residency,
Bannerghatta Main Road, Bengaluru - 560 076
Karnataka, India
+91 7418555884

கிருஷ்ணதாசி

இந்திரா செளந்தர்ராஜன்

முன்னுரை

இந்திரா சௌந்தர்ராஜன் பதினைந்து ஆண்டுகளில் படிப்படியாக வளர்ந்து முன்னணி எழுத்தாளர் வரிசையில் தனக்கென ஓர் இடம் பெற்றுவிட்டார்.

கற்பனை வளத்திலும், கதை சொல்லும்திறத்திலும் பாத்திரப் படைப்பிலும் தம் புதினங்களில் அவர் புதுப்பாதையை வகுத்துக் கொண்டுள்ளார் என்று சொல்லலாம்.

அவர்தம் விடாமுயற்சி அவருக்கு எழுத்துலகில் நல்லதொரு இடத்தைப் பெற்றுத் தந்துள்ளது.

'கிருஷ்ணதாசி' – புதினம் 'தமிழ் அரசி'யில் ஏறத்தாழ ஆறு மாதங்களுக்குத் தொடர்கதையாக வெளிவந்து.

தொடர்கதையைத் தொடங்குவதற்கு முன்பாக கிருஷ்ணதாசி தொடரைப் பற்றி என்னிடம் விவாதித்தார். கதைச் சுருக்கம் கூறினார்.

கதைச் சுருக்கத்திலிருந்தோ, அல்லது முழுக் கதையைச் சொல்வதிலிருந்தோ அந்தக் கதையின் சிறப்பை முடிவு செய்துவிட முடியாது.

கிருஷ்ணதாசி கதை நடைபெற்ற கால கட்டத்தைப் பற்றியே நான் அவருடன் விவாதித்தேன்.

பெண்களுக்கு இழைக்கப்பட்ட பல கொடுமைகளுள் அவர்களைப் போகப் பொருளாக ஆக்கியது. ஆண்களின் ஆசைக்கும் பசிக்கும் தீர்வு காணுவதற்காக சமுதாயத்தில் அப்படி ஒருவகை இனத்தை மனிதன் படைத்தான். இதில் கடவுளை வேறு சாட்சிக்கு அழைத்தான்.

சோழ மாமன்னார் இராசராசன் காலத்தில் திருக்கோயிலில் இறைவன் சந்நிதியில் நடனமாட, கோயில் திருப்பணிகளில் பங்கேற்க, கலை அறிவுமிக்க பெண்களைக் காளத்தியிலிருந்து

அழைத்து வந்து தஞ்சையில் குடியேற்றி அவர்கள் எந்தவிதத் தொல்லையும், துன்பமுமடையாமல் இருக்க சகலவித வசதிகளையும் செய்து கொடுத்தார். அவர்கள் பணி இறைத்தொண்டே, இறை நினைவே, 'பதியிலாதார்' என்ற சிறப்புமிக்க பெயரோடு அவர்கள் அழைக்கப்பட்டனர்.

சமூகம் சும்மாயிருக்குமா? கலைத் தொண்டாற்றும் இளம் பெண்களைக் கொஞ்சம் கொஞ்சமாகத் தங்கள் ஆசைக்கு உரியவர்களாக ஆக்கிக்கொள்ள வழிவகை செய்தனர்.

புராண காலத்திலும் விலைமாதர்கள், தாசிகள், அரசவை நாட்டியக் கணிகைகள் என்றெல்லாம் இருந்தனர். ஆனால் தேவதாசிகள் தேவர் அடியார்கள் 'தே***ள்'களாக இழிபொருளானது முன்னூறு ஆண்டுக்கால கட்டத்தில்தான்.

கங்கிரஸ் ஆட்சிக் காலத்தில், பல சமூக சேவகிகளின் இடையறாத போராட்டத்தினால் 'தேவதாசி' முறை ஒழிக்கப்பட்டது. பணவசதி படைத்த பெருந்தனக்காரர்களின் 'வைப்புகளாக' இருந்து, சமூகத்தில் அவப்பெயரைச் சுமந்து வந்தவர்களுக்கு விடுதலை கிடைத்தது. அந்த இழிதொழில் சட்ட விரோதமாக்கப்பட்டது.

கதாசிரியர் திரு. இந்திரா சௌந்தாராஜன் தேவதாசிகள் 'நடமாடிய' காலகட்டத்தில் நடைபெற்ற சம்பவத்தைத்தான் கதைக் கருவாக எடுத்துக் கொள்ள முடிவு செய்தார். சேற்றில் ஒரு செந்தாமரையைப் படைக்க முன்வந்தார். சிப்பிக்குள் முகத்தை ஒளிவிடச் செய்ய, கதைக் கருவை உருவாக்கினார்.

மேலகுடி ஆண்மகனையும், இழிதொழில் செய்யும் குலத்துதித்த பெண்ணையும் கதைப் பாத்திரமாக்கி எழுதப்போவதாக அவர் கூறியவுடன் கூர்மையான கத்திமுனையில் நடக்கப்போகிறாரே, வென்றுவிடுவாரா என்ற அச்சம் எனக்கிருந்தது. ஆனால், கதையில், கற்பனையில் எள்ளளவும் விரசமில்லாமல் கதையை நடத்திச் சென்றுவிட்டார்.

புராணக்கதை சொல்லும் தீட்சதர், அவர் மகன், வேணி, மீனாட்சி, சின்னையியா, மனோன்மணி, கோபாலன், ராஜம், ஜம்புலிங்கம் –

போன்ற பல்வேறு குணங்களையுடைய பாத்திரங்களைத் தன் பேனாத் தூரிகையால் ஓவியமாக்கி இந்தப் புதினத்திற்குத் தனிப் பெருமை சேர்த்துவிட்டார்.

கதையைச் சொல்லி வரும் முறை, பாத்திர வர்ணனை, திருப்பங்கள், முடிவு என்று – ஒரு சிறந்த புதினத்திற்குரிய அத்தனை தகுதிகளும் 'கிருஷ்ணதாசிக்' கதையில் இருக்கின்றன.

ஒவ்வொரு அத்தியாயத்தின் தலைப்பிலும் புதிய கவிதை ஒன்றைத் தேடி அளித்திருக்கும் ஆசிரியரின் ஆற்றலைப் புகழ வேண்டும் உதாரணமாக:

"உலகம் முழுவதும்
கடல் நீர்தான்!
முக்கால் பாகம் தான் – நம்
கண்களில் தெரிகிறது,
கால்பாகம் – நம்
கண்களில் வழிகிறது!
உலகம் முழுவதும்
கடல் நீர்தான்!"

"ஆதியிலே ஓர் ஆணும் பெண்ணும்
ஆடிய ஆட்டமிது!
அவன் அவளுக்குள்
ஒளிந்து கொண்டான் – அவள்
அவனுக்குள் ஒளிந்து கொண்டாள்!
அவனுக்கவளோ – அவளுக்கவனோ
அகப்படவே இல்லை!
ஆட்டம் இன்னும் தொடர்கிறது
அந்த ஆட்டம் முடியவில்லை...!"

இதுபோன்று அற்புதமான கவிதைகள்.

எளிய நடை, அளவான வர்ணனை, சிந்திக்க வைக்கும் சம்பவங்கள் இவற்றையெல்லாம் கொண்ட 'கிருஷ்ணதாசி' அந்தக் காலத்துப் பிரச்னையை இந்தத் தலைமுறைக்குத் தெரிவிக்கும் சிறந்த புதினம்.

– விக்கிரமன்

எளிய நடை, அளவான வர்ணனை, சிந்திக்க வைக்கும் சம்பவங்கள் இவற்றையெல்லாம் கொண்ட 'கிருஷ்ணதாசி' அந்தக் காலத்துப் பிரச்னையை இந்தத் தலைமுறைக்குத் தெரிவிக்கும் சிறந்த புதினம்.

அத்தியாயம்

1

'பஞ்சுப் பொதிகளைப் பத்திரப்படுத்திக் கொண்டிருக்கிறது அணில்.

கந்தல் துணிகளைக் கண்டால், விட மறுக்கிறது காகம். சணல் பிரிகளைத் தூக்கிவந்து ஒரு பந்தாக்கிவிட்டது சிட்டுக்குருவி.

இடம் தேடிக்கொண்டிருக்கிறது எங்கள் வீட்டுப் பூனை. (குட்டி போட).

ஆஸ்பத்திரி வாசலில் மட்டும் அபார்ஷனுக்காக வரிசையில் அன்பே உருவான அம்மாக்கள்!'

– 'மறுபடியும்' நூலில், பத்மாவதி தாயுமானவன்

ஆடி பதினெட்டு!

காவேரியில் புதிய வெள்ளம், ஒரு ராஜ புரவியைப் போல் பாய்ந்து வரும் வேகத்திற்கு, நாமக்கல் வேலூரின் அகண்ட மணல்வெளிகளால் கூட ஈடுகொடுக்க முடியவில்லை – கரையை மீறி, பக்கத்து வாழைத் தோட்டம் வரை விஸ்தரிப்படைந்து சுழன்று அது ஓடும் அழகை, ஊரே பாலத்தின்மேல் நின்று, பார்த்து ரசிக்கிறது!

நொப்பும் நுரையுமான நீர்த்தாரைகள்!

சமுத்தரத்துக்குக் கால் முளைத்து, அது ஊரைச் சுற்றிப் பார்க்க ஓடிவந்தால் எப்படி இருக்கும்? – அப்படி இருக்கிறது. ஏக நாட்களுக்குப் பிறது விஸ்வநாதபுரத்து ஜனங்களின் முகங்களில் சந்தோஷ வண்ணங்கள்.

பரஸ்பரத்தில் உற்சாகமான சிலாகிப்புகள்.

"இந்த தரக்க கரும்பு முப்போகம் தாண்டும்."

"ஏன், நெல்லு தாண்டாதோ? ஆத்தா பொன்னியை இப்படி அமக்களமா பார்த்து எத்தினி வருஷமாயிருச்சு? இந்த தரக்கையாச்சும் நாங்க ஏத்தி மிதக்க விடற மண்விளக்கு, அணையாம முக்கம்பு போய்ச் சேரணும் வெள்ளாமையும் வீடு வந்து சேரணும்."

"சர்க்கரைச் செட்டியார் ஆயிரம் விளக்கு போடப் பேறாராம்ல? ஆறே தீபஜோதியோட அசைஞ்சு ஓடப்போவது. காவேரி ஆத்தாளை இப்படி அலையும் தண்ணியுமா, எண்ணெயும் தீபமுமா பார்த்து எத்தினி வருஷமாச்சு...?"

"தீபக் கூட்டம் பார்க்க என் மாமன் மகன் மெட்ராஸ்ல இருந்து வந்திருக்கான். ஆறு மணிக்கே பாலத்துமேல நிக்கறதுக்குப் போய், இடத்தை ரிசர்வ் பண்ணாட்டி அவ்ளோதான்..."

"அக்கம் பக்கம் நாமக்கல், ஜெடர்பாளையம், கரூர், குழிலயம்பாறையிலிருந்து எல்லாம், இந்த தபா ஆடிக்கூட்டம் நெட்டிமுறிக்கத் தொடங்கிருச்சு."

"தங்கக் குடத்துக்குப் பொட்டு வெச்ச மாதிரி, நம்ம ஊர் ஜலபாணேஸ்வரர் கோயில்ல, தீட்சதர் சாமியோட கதாகாலட்சேபம் வேற. இந்த தபா சாமியோட அவர் மகன் சுந்தரேசனும், காலட்சேபம் செய்யப்போகுதாம்ல?"

வாஸ்தவம்தான்...!

காவிரியின் கரை மீறிய விளிம்பெல்லாம் ஜன நடமாட்டம் எங்கும் தலைமுழுக்கு போட்ட ஈர தேகங்கள்!

சாயங்காலச் சூரியன், அதோ காவிரி நீர்ப் படுகையைத் தங்கத் தகடாக்கியே தீருவது என்று ஆனமட்டும் போராடிக் கொண்டிருக்கிறான்.

கரையோர விஸ்வநாதபுரத்துத் தென்னந் தலைகளில், காற்றின் கோதல் விளையாட்டு வேறு.

ரசிக்கத் தெரிந்தவர்களுக்குத்தான் என்னமாய் ஒரு ரசமான காட்சி!

ஜலபாணேஸ்வரர் கோயில் மணி ஆமோதிப்பாய் இழைகிறது. ஏழுமணிவாக்கில் காவிரியில் சுமங்கலிப் பெண்கள் விடும் தீபத் தெப்பம்.

அதன்பிறகு, எட்டு எட்டரை வாக்கில் கோயிலில் 'உபன்யாச சக்கரவர்த்தி,' 'பிரவசன கேசரி' என்றெல்லாம் பட்டங்களைக் குவித்திருக்கும் கணபதி ராமதீட்சதரின் திகட்டாத உபன்யாசம் கூட. இன்று அவரது ஒரே மகன் சுந்தரேசனும் சேர்ந்து கொள்ளவிருக்கிறான். அதிசயமான ஒரு காட்சி.

தீட்சதர் இந்த ஆடி பதினெட்டாம் தேதி மட்டும் வேறு எங்கும் உபன்யாசத்திற்கு ஒப்புக் கொண்டதாக சரித்திரமில்லை.

பிறந்து வளர்ந்து விஸ்வநாதபுரத்து மண்ணில் தன் பிரவசனத்திற்காகவே அந்தத் தேதியை ஒதுக்கிவிட்டார்.

தெய்வ ஸ்வரூபியான தீட்சதருக்கு இந்தியா முழுக்க ரசிகர்கள், பக்தர்கள், தொண்டர்கள், சிஷ்யர்கள் என்று பலதரப்பட்டோர் உண்டு.

அவர்களில், விஸ்வநாதபுரத்துச் சுற்று வட்டாரங்களுக்கு மட்டும் ஆடி பதினெட்டுதான் ஒரு மறக்க முடியாத நாள்.

மாலை ஆறு மணிக்கே ஜலபாணேஸ்வரர் கோயிலுக்கு வந்துவிடும் தீட்சதரைக் குடும்பம் குடும்பமாக வந்து பார்த்து, குசலம் விசாரித்து விழுந்து சேவித்து ஆசி பெறுவதிலிருந்து, அந்யோன்யத்தை நிலை நிறுத்தி கொள்வது வரை எல்லாமே, அவர்களைப் பொறுத்து அப்பொழுதே நடக்கும்.

மற்ற நாட்களில் தீட்சதரை உள்ளூரில் பார்ப்பதே அபூர்வம், அத்தனை 'பிஸி'யான மனிதர். தீட்சதர் உபன்யாசம் என்றால், நீதிபதிகளே முன் வரிசையில் அமர்ந்து கேட்பது என்பது சாதாரண விஷயம்.

சரஸ்வதி தன் பத்மபீடத்தை தீட்சதர் நாவில் அமைத்துள்ளதாக, பல பத்திரிகைகள் பாராட்டியுள்ளதும் மிகையில்லாத உண்மை.

இதனால் எல்லாம், தீட்சதருக்கு இந்த தேசத்தில் ஒரு கௌரமான பெயரும் புகழும் இருப்பது ஈஸ்வரக்ருபை.

இதை தீட்சதர் அப்படித்தான் சொல்வார். அந்தக்ருபை அவருக்கு மட்டுமில்லாமல், அவரது ஒரே பிள்ளையான சுந்தரேசனுக்கும் இருப்பதுதான் ஆச்சரியம்!

இந்த மைக்கேல் ஜாக்சன் யுகத்திலும் இருபத்திநாலு வயசு சுந்தரேசன் திருப்புகழை அப்படியே ராகதாளத்தோடு பாடிச் சொல்வதை என்னென்று சொல்ல?

தீட்சதரின் ஐம்பது வயதுச் சாதனையை சுந்தரேசன் இருபத்தி ஐந்து வயதிலேயே முறியடித்து விடுவான் - என்று மக்கள் சொல்லத் தொடங்கிவிட்டனர்.

தீட்சதருக்கும் இதனால் மகாபெருமை. ஆனால் தன் மகன் சி.ஏ. எம்.பி.ஏ என்று படித்து, தனக்குச் சுட்டுப் போட்டாலும் வராத கணக்குப் படிப்பில், அவனைப் புலியாக்கிப் பார்க்க வேண்டும் என்று ஆசைப்படுகிறார்.

"படிக்கிற வயசுல உனக்கெதுக்கு இந்த உபன்யாச ஆசை? முதல்ல பட்டம். அப்புறம்தான் பிரவசனம்" என்று அவனைத் தன் அன்பு வட்டத்தில் அடைத்தும் வைத்திருக்கிறார்.

வரிசையாய்ப் பெண்கள். ஒருவரல்ல இருவரல்ல... ஆறு பேர்! - ஆறும் பெண்ணாகிப் போக, ஏழாவதாவது ஆணாக இருக்க வேண்டுமே என்று தீட்சதரும் அவரது சுகதர்மிணி ராஜமும் தவமிருந்து பெற்ற பிள்ளையாயிற்றே சுந்தரேசன்!

அவர்கள் எதிர்பார்ப்பைப் பொய்யாக்காமல் சுந்தரேசனும் எம்.காம் வரை படித்துவிட்டு, ஆடிட்டர் ஒருவரிடம் சி.ஏ. படிப்புக்காக பயிற்சியும் பெற்று வருகிறான்.

அந்தப் பயிற்சியோடு, உபன்யாசப் பயிற்சிக்கும் இன்று அவனுக்கொரு சந்தர்ப்பம்.

அதோ, சுந்தரேசன்...! பட்டு வேட்டியும் ஜிப்பாவும் தளதளக்க, படிய வாரிய தலையும் அழுந்தப் பூசிய திருநீறுமாக, பக்திப் பழமாகத் தெரிகிறான்! இரட்டைச் சுடர் தங்கக் குத்துவிளக்காக, முகத்தில் தேஜஸ்!

சம வயதுக்காரர்கள் கை குலுக்க, பெரியோர்கள் ஆசீர்வதிக்க, உபன்யாச நேரத்தை நோக்கி கடிகார முட்கள் வேகமாக அசைந்து கொண்டிருக்கின்றன.

அவனுக்கு அருகில் பெருமிதத்தோடு தெரிகிறார் கோபாலன் – சொந்தத் தாய் மாமன்!

ஆகாயத்தில் மிதக்கும் பாவனை அவரிடம். சுந்தரேசனைப் பார்த்துப் பார்த்து தீட்சதரை விட அதிகம் பூரிப்பவராக அவர் இருப்பதைக் கூட்டத்தில்கூட சிலர் ஆச்சரியமாக உணர்கின்றனர்.

"காலட்சேபம் தொடங்க நாழியாகுமோ?"

"காவேரிக் கூட்டம் தீபத் தெப்பத்தை முடிச்சிண்டு வர வேண்டாமா?"

கோபாலனின் கருத்துக்கு இசைவான சூழ்நிலையில் கோவிலை ஒட்டி வளைந்து திரும்பும் காவேரி.

படித்துறையைச் சுமங்கலிப் பெண்களின் கூட்டம் ஆக்கிரமித்துக்கொண்டு, ஏற்றிய தீபங்களைப் பக்குவமாகக் காவிரியில் நீந்த விட்டுக் கை கூப்பியிருந்தது.

அகண்ட தாமரை இலையில் எண்ணெய் தடவி, அதன்மேல ஆறு ஆறாய் அகல் விளக்கேற்றி இடுப்பளவு நீரில் நின்று, மெல்ல அந்தத் தீபக் கூட்டத்தை மிதக்க விட்டு வழி அனுப்ப –

அது ஆடி அசைந்து பாலத்தைக் கடப்பதைப் பார்க்க, பாலத்தின் மேல் கூட்டமான கூட்டம்.

"சுமங்கலிங்களோட தாலி நிலைக்கவும், கன்னிப் பெண்களுக்கு நல்ல இடத்தில் கல்யாணம் நடக்கவும், இந்த பதினெட்டாம் பெருக்குல தீபம் போட்டா, காவேரி ஆத்தா கருணையால எல்லாம் மங்களமா நடக்கும்…"

அறுபதைக் கடந்த ஒரு சுமங்கலிக் கிழவி தன் பேத்தியோடு வந்து தீபமேற்றி வழிபட்டுவிட்டு பேசிய பேச்சை, கூட்டம் உணர்ச்சியோடு கேட்டுக்கொண்டது. குலவை போட்டுக் கரையில் ஏற்றிய குத்து விளக்கைச் சுற்றி வந்து, கும்மியெல்லாம் கொட்டியது.

கும்மிப் பாட்டில் காவேரியின் பெருமை…

> "ஆடிப் பெருக்கெடுத்து ஓடி வரும் காவேரி…
> பாடிக் களிக்கும் எங்கள் பருவப் பெண்டுகளை
> நாடி வந்து காப்பாத்து – தாலிக்கொடி
> தந்த ராசாக்கள் உசுருக்கு
> கோடி நான் ஜீவிதத்தைக் குறையாம நீ வழங்கு…!"

பாட்டுக்கு ஏற்ற ஆட்டம் – ஆட்டத்திற்குகேற்ற பாடல் என்று கலகலத்துக் கிடக்கும் அந்த இடத்தில், திடீரென்று சலசலப்பு!

படித்துறையை ஒட்டிய தோப்புச் சாலைமேல், வில்வண்டி ஒன்று ஜல்ஜல் என்று சத்தம் தேய வந்து நிற்க, கூட்டத்தின் கவனம், வந்து நிற்கும் வில்வண்டியை நோக்கிச் செல்ல வண்டியிலிருந்து காவிப் புடவை தரித்த ஒரு பெண் தயங்கித் தயங்கி இறங்குகிறாள்…!

"அடே, வேகமா இறங்கும்மா. வீசற காத்து, பாயற தண்ணி, மேகம் மிதக்கிற இந்த ஆகாயமெல்லாம் எல்லார்க்கும் பொதுவான விஷயம்மா. இங்க வந்து போக இப்படித் தயங்கறியே?"

ஓர் இளவயதுப் பெண் அவளைப் பின்தொடர்ந்து இறங்கியபடி பேசும் பேச்சு எல்லோர் காதிலும் விழுகிறது. அவர்கள் முகத்தில் தீப்பிடித்தாற்போல் துளி திகைப்பு.

"ஆரூடி அது? விராலிமலைக்காரி கிருஷ்ணவேணியா, அவ?"

"அவளேதான். காவிப்புடவை கட்டுனாப்பல, தாசி, கற்புக்கரசியாயிடலாம்னு நெனைச்சிட்டா போல இருக்கு. இவளெல்லாம் எதுக்கு ஆடிப்பெருக்குக்கு ஆத்துக்கு வரா?"

"சத்தம் போட்டுப் பேசாதடி... இவகிட்ட வாயைக் கொடுத்த மீளவே முடியாது. அதுலையும் அவ மவ – மீனாட்சி இருக்காளே, வெடாசுக்காரி! அப்பம் பேரு தெரியாதப்பவே இவளுக்கு இந்த ராங்கி! சரி... சரி... நகரு, வந்துட்டா வந்துட்டா..."

கூட்டத்தின் விமர்சனத்தில் சிக்கிவிட்ட அந்த இரண்டு பேரும் கைவசம் தாமரை இலைத் தீபத்தட்டுடன் ஜில்லிடும் நீர்ப்பரப்பில் காலை வைத்து நின்றனர்.

மெள்ள காவிப் புடவையின் தலை மறைப்பைத் தளர்த்தி நிமிர்ந்து, ஆற்றைப் பார்க்கிறாள் – விராலி மலைக்காரி என்று கூட்டத்தால் வர்ணிக்கப்பட்ட கிருஷ்ணவேணி.

அடேயப்பா...!

எத்தனை வருடமாகி விட்டது இந்தக் கோலத்தில் காவிரியைப் பார்த்து?

அவளுக்குள் வருத்தக் கொப்பளிப்பு...

உள்ளூரிலேயே இருந்தாலும் சகஜமாக வந்து போக இடம் இல்லாத தன் நிலைக்காக வருந்துவதா? இல்லை. வெளியேயே போகக் கூடாது என்று வைராக்கியமாக இது நாள் வரை இருந்துவிட்ட முடிவுக்கு வருந்துவதா? அனைத்தையும் தகர்த்துவிட்டு 'நீ வந்துதான் தீரவேண்டும்' என்று தன்னை இழுத்து வந்த தன் மகளின் துணிவான முடிவுக்காக வருந்துவதா...?

அவளுக்குள் காவிரியின் பெருக்கைவிட, அதிகமான சலனப் பெருக்கு. மீன்கள் காலைக் கடிக்கத் தொடங்கிவிட்டன. வெளியில் மனித உதடுகள்.

"இவளோ தாசி...! எந்தப் புருஷனுக்குன்னு இவ தீபம் போடுவா?"

"அதுசரி, இவ மக எதுக்கு தீபம் போடறா...? என்னமோ ஜாதகம் பார்த்து, நாள் நட்சத்திரம் பார்த்து, குலம் கோத்திரமெல்லாம் பார்த்து, நல்ல மாப்பிள்ளையைப் பிடிச்சு தாலிகட்டிக்க போறவளாட்டம்ல தீபம் போடறா. ஆசை நாயகியா போகப் போறவளுக்கெல்லாம் தீபம் போட ஆசை வந்தால், அப்புறம் இந்தத் தீபத்துக்கெல்லாம் ஏதுடி மதிப்பு?"

உரக்கவே சிலர் பேசுவது அவர்கள் இருவரின் காதுகளிலும் விழுகிறது! இதனால் கிருஷ்ணவேணியின் கண்களில் நீர் கோத்தது. அதைப் பார்த்த அவர்கள் மகள் மீனாட்சியின் முகத்தில் கோபத்தின் வியாபிப்பு. பதிலுக்குக் கொட்டித் தீர்க்கும் ஆவேசம் நரம்புகளில் நர்த்தனமிடுகிறது.

ஆனாலும், வீட்டை விட்டுக் கிளம்பும்போதே யாரிடமும் சண்டை போடக்கூடாது என்று அம்மா வாங்கிய சத்தியம், அசுரத்தனமாக மறிக்கிறது. மளமளவென்று தீபத்தை மிதக்க விட்டவள், தாயின் கையைப் பிடித்து இழுத்தபடி கரை ஏறி, வில்வண்டியை நெருங்குகிறாள். வண்டிக்காரன் சின்னையா இருவரையும் வெறிக்கிறான்.

அங்கிருந்தபடியே ஓடும் காவிரியைப் பார்க்கிறாள் மீனாட்சி. மிதக்கும் தீபத் தெப்பங்களோடு, மெல்லிய இருளில் காவிரி ரம்மியமாகத் தெரிகிறாள்! ஜலபாணேஸ்வரர் ஆலயத்தில் தொடங்கிவிட்ட தீட்சதரின் உபன்யாசக் குரல் ஒலிபெருக்கி மூலமாகக் காதில் வந்து விழுகிறது.

தெய்வீகமான அந்தச் சூழ்நிலையை மீறி மனத்தில் குதர்க்கமான கோபச் சிந்தனைகள்.

"ஏம்மா... இந்தக் காவேரி ஒரு புண்ணிய நதி. இதுல குளிச்சா நம்ம பாவமெல்லாம் போயிடும்னு சாஸ்திரம் சொல்லுதே...? நாம பண்ணின பாவம் இந்தக் காவிரிக்கே கடுக்கா கொடுத்திடிச்சோ?"

"நீ இப்படியெல்லாம் பேசுவேன்னு தெரிஞ்சுதான், நான் இங்க வரமாட்டேன்னு சொன்னேன். நீ கேக்கலை..."

"வாஸ்தவம்தாம்மா... நான் இன்னும் அந்த முக்கியமான கேள்வியை உன்கிட்ட கேக்கலைதான்... " கோபம் குறையாமல் பேசத் தொடங்கிவிட்டாள் மீனாட்சி.

"மீனாட்சி, நீ என்ன சொல்றே?"

"என்னை ஏம்மா பெத்தே?"

"இதை கேக்கத்தானா என்னை இங்க கூட்டிகிட்டு வந்தே?" வேணியிடம் சலிப்பு.

"அதுக்கு மட்டும் இல்லைம்மா. வெளியே உன் பெண்ணுக்கு எவ்வளவு மரியாதை மதிப்பு இருக்குங்கறது தெரிய வேண்டாமா? அதுக்காகவும்தான்!"

"இதைவிட மோசமான அபவாதங்களைக் கேட்டவடி நான்! கவலைப்படாதே, காலம் நிச்சயம் மாறும்!"

"இப்ப இருக்கறதைவிட இன்னும் மோசமாவாம்மா?"

"நல்லா பேசறே மீனாட்சி. அதை நினைக்க சந்தோஷமா இருக்கு."

"பரவால்லியே...? சந்தோஷம்கற வார்த்தையை உன்னால சொல்லவாவது முடியுதே? என்னால நினைக்கக் கூட முடியலை. திரும்பவும் கேக்கறேன்! நீயோ தாசி உனக்கெதுக்கு நான்? நானும் தாசியாயிடுவேன்னு நம்பித்தான் பத்து மாசம் என்னைச் சுமந்தியா? எந்த நம்பிக்கையில் அகௌரவமான ஒரு பிறப்பா என்னைப் பெத்தே?"

"இந்த ஆண் சமூகத்துக்குக் கல்யாணம் பண்ணிக்க கோடிக்கணக்கான கௌரவமான பெண்கள் இந்தத் தேசத்துல இருக்காங்களே!"

"நடுவுல நீ எதுக்கு? நான் எதுக்கு? நாம எதுக்கும்மா...?"

அந்த ஆற்றங்கரை தோப்பு சாலைமேல், ஓர் இரவின் தொடக்கம், இப்படிச் சோக ஆவேசம் கொண்டதாக இருக்கும் என்று காவிரியே கூட எண்ணியிருக்கமாட்டாள்.

"அம்மா, போய்கிட்டே பேசலாமே...?" வில்வண்டி மேலேயிருந்து சின்னைய்யா கேட்கிறான்.

கிருஷ்ணவேணியிடம் கனத்த மௌனம்.

மீனாட்சியிடமோ கலையாத ஆவேசம்.

"நல்ல குடும்பப் பெண்களே சுமக்கறது பெண்ணுன்னு தெரிஞ்சா, கர்பத்துலேயே அந்தக் கருவைக் கலைச்சிக்கற இந்த நாள்ள, ஒரு தாசியான நீ, எதை நம்பி என்னைப் பெத்தே? உன் உடம்பு தளர்ந்த பிறகு... என் உடம்பை முதலாப் போட்டு வாழலாம்னா?"

மீனாட்சியின் அந்தக் கேள்வி கிருஷ்ணவேணியை நெருப்பில் பிடித்துத் தள்ளியது!

"மீனாட்சி, நீ இப்ப வாயை மூடப்போறியா, இல்லையா?" கத்தினாள்.

"ஏன் மூடணும், எதுக்கு மூடணும்? பதில் சொல்லு..."

"ஒரு தாசியைப் போல உன்னை நான் வளர்க்கவே இல்லை! காலேஜிக்கு அனுப்பினேன். ஏச்சுக்கும் பேச்சுக்கும் நடுவே எப்படியோ படிச்சே, பட்டம் வாங்கினே...! ஆசைப்பட்டா வேலைக்குப் போ, சம்பாதி, நல்லா இரு... உன்னை 'ஒரு தாசியைப் போல இருன்'னு நான் ஒருநாள்கூட சொன்னதில்லையே...? என்னைப் பார்த்து ஏன்டி இப்படிக் கேக்கறே...? உனக்கு எப்படி மனசு வந்தது?"

"அப்படின்னா, என்னோட அப்பா யார்?"

மீனாட்சியின் அந்தக் கேள்வியின் முன் கிருஷ்ணவேணி அநியாயத்துக்குத் திணறினாள் இறுகிப்போன ஒரு மௌனத்தைச் சுமந்து நின்றாள்.

"என்னோட அப்பா யாரும்மா?" சற்று உரக்கவே கேட்டாள்.

"தெரிஞ்சு, என்ன பண்ணப்போறே?"

"நீ மறைச்சு, என்ன பண்ணப்போறே?"

"சொல்ல முடியாத – சொல்லக் கூடாத நிலையில நான் இருக்கேன்...!"

"நமக்கு இது புதுசு இல்லையே?"

"அதுக்காக, காலம் பூரா நான் தாசி முத்திரையோட நரக வேதனையை அனுபவிக்கத் தயாரில்லை. என் அப்பகிட்ட நான் போயிட விரும்பறேன்..."

"இந்த ஜென்மத்துல அது நடக்காது. நானும் நல்லபேரோட மற்றப் பெண்கள் போல தலை நிமிர்ந்து வாழ்ந்தாகணும்."

"நாம ஆயிரம் நினைக்கலாம். ஆனா விதிப்படிதான் எல்லாம் நடக்கும்."

"எல்லாம் விதின்னா, எதுக்கு மதி?"

"வெல்ல முடியாத விதியை நினைச்சுக் கவலைப்படத்தான்..."

"அம்மா, ப்ளீஸ்... என் அப்பா யாரும்மா? சொல்லும்மா...?"

கிருஷ்ணவேணி அந்தக் கெஞ்சலைப் பொருட்படுத்தாமல் கண்கலங்கி அழத் தொடங்கினாள்.

கரையோரக் கூட்டம் கரைந்துபோயிருந்தது.

அணையாமல் சில தீபங்கள் இன்னும் மிதந்து எரிந்துகொண்டிருக்க, கண்ணுக்கு எட்டிய நீளம் வரை காவிரிமேல் தீப்புள்ளிகள் தெரிந்தன.

காதில் மறுபடியும் விழத் தொடங்கியது தீட்சதரின் உபன்யாசக் குரல்... இடையிடையே சுந்தரேசனின் குரலும் கேட்டது.

கண்ணை மூடிக்கொண்டு அதில் லயிக்கத் தொடங்கினாள்.

வண்டிக்கார சின்னையா பெருமூச்சோடு இருவரையும் பார்த்தான்.

"இப்படிக் கதை கேட்கப் போய்த்தானே தாயி, இது பொறந்து வந்து இன்னிக்கு இந்தப் பேச்சு பேசுது! இன்னுமா உனக்குக் கதை கேக்கற ஆசை போகலை...?"

சின்னையயாவின் அந்தப் பேச்சைக் கேட்டு நறுக்கென்று அவன் பக்கம் திரும்பினாள் மீனாட்சி.

நினைவு தெரிந்த நாளாய் தன் வீட்டில் இருப்பவன். வேலைக்காரன், வண்டி ஓட்டி, ஒரு கண்யமான ஆண் துணை என்று எல்லாமுமாக இருப்பவன். நிச்சயம் இவனுக்குத் தெரியாமல் எதுவுமே நடந்திருக்க முடியாது...!

"சின்னையா, நீயாவது சொல்லு என் அப்பா யாரு?"

"அதான் அம்மா கேட்டுச்சுல்ல... தெரிஞ்சு என்ன பண்ணப்போறே?"

"எனக்கு என் அப்பா வேணும் சின்னையா. எல்லாப் பெண்ணையும் போலத்தான் நான்னு நிரூபிச்சாகணும்..."

"திடீர்னு நீ ஏன் இப்படியெல்லாம் ஆசைப்பட ஆரம்பிச்சுட்டே? உன் பாட்டி மனோன்மணியோட ஏற்பாட்டுப்படி, வெள்ளியணை மிராசுதார் மகன் ராஜதுரைக்கு ஆசைநாயகியாயிரு. இந்த அப்பா – தாத்தா பேச்சையெல்லாம் விட்டுட்டு, ராஜதுரை மூலமா நாலு காசு சம்பதிக்கப் பாரு, மீனாட்சி..."

சின்னையாவின் அந்தப் பேச்சு மீனாட்சியை இரண்டாக வெட்டியே போட்டதுபோல் ஆக்கிவிட்டது.

எவ்வளவு பேசியும் துளியும் பலனில்லாமல் போன தனது விவாதங்களுக்காக நொந்துகொண்டவள், குமுறி குமுறி அழ ஆரம்பித்தாள்.

சின்னையயன் பயந்துபோனான்.

"தாயி, நான் எதார்த்தத்தைச் சொன்னேன். கற்புக்கரசியா இருந்தா, யாரும் உனக்குச் சிலை வைக்க போறதில்லை! தாசியா முந்தி விரிச்சா, வெட்டியும் போட்டுடப் போறதில்லை. உன் தாயையிட ஒரு உத்தமியை நான் பார்த்ததேயில்லை...! அவளையே இந்த ஊர் இன்னும் கேலி பேசுது. கடவுளும் வேடிக்கை பார்க்கறாரு! நீ எல்லாம் உன் தாய்க்கு உரை போடக்கூட காணமாட்டே கண்ணு! அதனாலத்தான் அப்படிச்

சொன்னேன். உயர உயரப் பறந்தாலும், குருவி குருவிதான் தாயி பருந்தாக முடியாது!"

சின்னைய்யாவின் விளக்கத்தை மீனாட்சியால் துளியும் ஜீரணிக்க முடியவில்லை. அதே சமயம், அந்த உண்மைக்கு ஈடும் இல்லை என்று தோன்றியது. மனத்தை உடனேயே சூன்யம் கவ்விப் பிடித்தது. வாழ்வதில் அர்த்தமேயில்லை என்று மின்னலாய் ஒரு நினைப்பு உள்ளுக்குள் வெட்டியது. அடுத்த விநாடியே, விறுவிறுவென்று ஓடும் ஆடிக்காவிரியில் இறங்கி மூழ்கத் தொடங்கினாள் மீனாட்சி...!

அத்தியாயம்

2

"பால்விட்டுத் தேன்தொட்டுப் பாடல் ஒன்றை
பைஞ்சிட்டுப் பெண்ணவள், தான்பாடப், பாட்டின்
பால்பட்ட பட்டமரக் கிளைகள், பச்சைப்
பசுந்தளிரைக் காணலுறும்! பலரைப் பார்வை
வேல்விட்டுப் புண்ணாக்கி விட்டோம் என்ன
வினைஉறுத்த, வஞ்சிமகள், பிராயச் சித்தம்
போல், மெட்டு பிசகாத கீதத் தாரை
பொழிந்தவரின் உளம்நீவி விட்டாள் போலும்!"

–'சாந்தை' – குறுங்காவியத்தில்
கவிஞர் கோ. மணிவண்ணன்.

இடமில்லை. கூட்டத்திடம்கூட சாங்கோபாங்கமான அமைதி. மேடையில் தீட்சதரின் காலட்சேபம் தற்காலிகமாக முடிவுக்கு வர, அப்பா விட்ட இடத்தைப் பிடித்து, சுந்தரேசன் தொடங்குகிறான் உணர்ச்சிகரமான இடம். பாரதத்தில் திரௌபதியை துச்சாதனன் துகிலுரியும் கட்டம்.

சுந்தரேசனின் விவரிப்பில், அந்தக் கட்டம் கூட்டத்தில் மனத்தில் காட்சியாகவே ஓடத் தொடங்கிவிட்டது.

"பாவத்துல, பெரிய பாவம், ஒரு பெண்ணை மானபங்கப் படுத்தற பாவம்தான். நாசத்துல பெரிய நாசமே, இந்த மாதிரிச் சந்தர்ப்பத்திலே, அந்தப் பெண் வயிறெரிஞ்சு விடுகிற சாபத்திலையோ, இல்லை சபதத்திலையோதான் இருக்கு."

"தர்மம் வாழணும்ம்னா, கெளரவர்கள் அழியணும், கெளரவர்கள் அழியணும்ம்னா, திரௌபதி சபதமிட்டாகணும். சக்தி ஸ்வரூபம் ஆவேசிச்சாதான், சிவஸ்வரூபத்துக்கு வேகம் வரும்.

ஆகையால் திரௌபதி சபதமிடணுங்கறதுக்காகவே, மாயை, துச்சாதனன் ஆட்டுவிக்க அவனும் மானபங்கம்கற அந்தப் பாவத்தைச் செய்ய, 'கிருஷ்ணா, கிருஷ்ணா'ன்னு மார்பைக் கையால் மூடிண்டு, திரௌபதி கத்தறா. அந்தப் பரம்பொருள் எட்டிப் பார்க்கலை! காரணம், முழு சரணாகதி திரௌபதிகிட்ட வரலை! இரண்டு கையையும் உயர்த்தி, 'கிருஷ்ணா, காப்பாத்து'ன்னு அவ கதறினப்போ, அந்த மாயக்கிருஷ்ணன் வேடிக்கை பார்ப்பானா என்ன? வந்துட்டான். அபயம்னு வந்தா, அடைக்கலம் தருகிறவனாச்சே அந்த மூர்த்தி! மடுவுல முதலைகிட்ட மாட்டிண்ட கஜேந்திர யானை, உயிர்க்குரல் கொடுத்தப்போ ஓடி வந்தவன் அல்லவா? ஒரு யானைக்கே ஓடிவந்தவன், சக்தி வடிவமான ஒரு பெண்ணின் மானங்காக்கத்தானா, வராமல் போயிடுவான்...?"

"எதுக்கு வேடிக்கை பார்த்தாலும் பெண்களோட அபயக் குரலுக்கு மட்டும், வேடிக்கை பார்க்கவே கூடாதுங்கறதுதான் இந்தச் சம்பவத்துல ஒளிஞ்சிண்டிருக்கிற சாரம்...!"

சுந்தரேசன் தன் பேச்சின் போக்கில், சற்று இடைவெளி விட்ட தருணம், அந்தக் கோவில் வளாகத்தில் கிருஷ்ணவேணியின் கூக்குரல், உக்ரமாகவே அவன் காதுக்கும் கேட்கத் தொடங்கியது.

"ஐயோ...! யாராவது வந்து என் பெண்ணைக் காப்பாத்துங்களேன்... ஆடி வெள்ளத்துல அவசரப்பட்டு சாக இறங்கிவிட்டவளை யாராவது வந்து காப்பாத்துங்களேன்...!"

"என்னைத் தவிக்க விட்டுட்டுத் தண்ணியோட போறாளே? காப்பாத்துங்களேன் காப்பாத்துங்களேன்..."

சுந்தரேசன் அந்தக் குரலைக் கேட்டு அதிர்ச்சியோடு எழுந்தான்!

தீட்சதர் அதைக் கண்டு சற்றுப் பதற்றப்பட்டார்.

"உக்காருப்பா... நீ எதுக்கு எழுந்திருக்கறே?"

"அப்பா, யாரோ ஆத்துல குதிச்சிட்டாப்பல இருக்கே... ஒரு பொண்ணு கத்தறது உங்காதுலை விழலை?"

"நன்னாவே விழறது. கூட்டத்துல யாராவது போய் காப்பாத்திடுவா... நீ உக்காருடா... நீ எழுந்துட்டதைப் பார்த்து கூட்டம் கலைஞ்சுடப் போறது..."

வேணியோ கதறி வழியத் தொடங்கினாள்.

அவளது அவஸ்தையை நுட்பமாகப் புரிந்து, ஆற்றை நோக்கி யாரும் ஓடாமல் அவளை வேடிக்கை பார்த்து கேள்வி கேட்கத்தான் பிரயாசைப்பட்டனர்.

"ஏம்மா இந்த பதினெட்டாம் பெருக்குல குதிச்சா மீள முடியுமா? உன் பொண்ணுக்கு அறிவில்லையா?"

"இந்த ராத்திரியில எங்கேன்னு ஆத்துல விழுந்து தேட..."

விநாடிகள் நிமிடங்களை நெருங்க, சுந்தரேசனுக்கு என்ன தோன்றியதோ, வேஷ்டியை மடித்துக் கட்டிக்கொண்டு, அங்கிருந்து ஓடத் தொடங்கினான்.

கரையோரமாய் சின்னைய்யா ஓடிக்கொண்டிருந்தான். பூர்ண சந்திரனின் ஒளியில், அலை பரளும் ஆற்றின் மேனியில் ஒரு கறுப்புத் துண்டமாய், மீனாட்சி தத்தளித்து இழுத்துச் செல்லப்படுவது, அதிஷ்டவசமாய் நன்றாகவே தெரிந்தது.

"மீனாட்சி... மீனாட்சி..." என்று கத்தியபடி கிருஷ்ணவேணி, ஓடுவதை சமீபித்துவிட்ட சுந்தரேசனால் பார்க்க முடிந்தது.

"எங்கே அந்தப் பொண்ணு?" ஓடியபடியே சுந்தரேசன் கேட்க, "அதோடு நடு ஆத்துக்கு போயிடுச்சு பாருங்க" என்று பதில் வந்தது.

"தெய்வமே, இது என்ன சோதனை?" என்று அவள் கைகாட்டிய திசையில், அடுத்த விநாடியே ஆற்றில் பாய்ந்துவிட்டான் சுந்தரேசன்.

அவனைத் தொடர்ந்து ஓடிவந்தவர்களும் திடுதிடுவென்று ஆற்றுக்குள் பாய...!

சுந்தரேசனின் வீடே, அமளிதுமளி பட்டுக் கொண்டிருந்தது. முற்றத்து ஊஞ்சலில் இன்னமும் கலையாத அதிர்ச்சியுடனும், கோபத்துடனும் தீட்சதர்...

'கீச்ச வீச்சு' என்று எலித்தனமாய் அதன் இரும்புச் சங்கிலி இசை படிக்க சுற்றிலும் அவரது ஆசைப் பெண்கள்.

தீட்சதரின் சகதாமிணி 'ராஜம்' தன் நடுத்தலைமேல் உலக்கை விழுந்துவிட்ட மாதிரி கலக்கத்துடன் தெரிகிறாள்.

கோபாலன் என்னும், சுந்தரேசனின் தாய்மாமன் முகமோ, கரி பூசின மாதிரி இருண்டே போய்விட்டது.

"என்னடா, இப்படிப் பண்ணிட்டே, யாரோ ஒருத்தி, 'காப்பாத்து காப்பாத்து'ன்னு கத்தினா இப்படியா ஓடிப்போவே? ஏதோ காவேரிக்கு உன்பேர்ல கருணை இருக்கறதால, பிழைச்சு வந்தே...! இல்லேன்னா எங்க நிலையை நினைச்சுப்பாத்தியா?"

அக்காக்களில் பெரியவளாக அன்னபூரணி இளைப்பெடுக்கக் கேட்ட கேள்விக்கு, உட்கார்ந்து தலையைத் துவட்டிக்கொண்டிருந்த சுந்தரேசன், பதிலுக்கு மெள்ள நிமிர்ந்து பார்த்துச் சிரிக்கிறான்.

"சிரிக்காதே சுந்தரேசா...! நாங்க வயத்தல நெருப்பைக் கட்டிண்டு நின்னது எங்களுக்குத்தான் தெரியும்! ஆடி வெள்ளம்னா சும்மாவா என்ன? எத்தனை பேரை இந்தக் காவேரி, விழுங்கியிருக்காங்கறது உனக்கும் தெரியும் தானே?"

இது அடுத்தவளான அம்புஜம். நடுவே ராஜத்தின் விசும்பலும், அதோடு கலந்து வரும் அழுகையும் சுந்தரேசனை விதிர்க்கச் செய்கின்றன.

"அம்மா நீ ஏம்மா அழறே?"

"நீ என்னோட பேசாதே... என்ன துணிச்சல் இருந்தா நீ ஓடிப்போய் ஆத்துல இறங்கியிருப்பே? ஊரே திரண்டிருந்ததே... யாராவது போய் காப்பாத்துங்கன்னு ஒரு வார்த்தை சொல்லியிருந்தா, ஆயிரம் பேர் ஓடியிருப்பாடா நீ எதுக்குடா ஓடினே? சுழல்ல சிக்கிண்டிருந்தியானா, உன் உடம்பை நாங்க பார்க்க முடியாமப் போயிருக்குமே...!"

பாசத்தின் நிமித்தம் ராஜம் பேசும் பேச்சைக் கேட்டு சிரிக்கத்தான் தோன்றுகிறது, சுந்தரேசனுக்கு. சிரித்தால் கோபிப்பாளே என்று அடக்கிக் கொள்கிறான். ஆளாளுக்குப் பேசி முடிக்க, அப்பாவையும் மாமாவையும் பார்க்கிறான்.

இவர்கள் மட்டும் ஏன் மௌனமாயிருக்கிறார்கள் அவன் வினாவை உடைக்கிறார் தீட்சதர்.

"ஒரு வேசிக்காக நீ இத்தனை பிரயாசைப்பட்டிருக்கத் தேவையில்லை. அவ உயிரோடு இருந்து எத்தனை பேர் குடியைக் கெடுக்கப் போறாளோ...?"

தீட்சதரின் பேச்சு சுந்தரேசனைச் சங்கடப்படுத்துகிறது. மாமா கோபாலன் முகமோ அஷ்ட கோணலாகிறது.

"மாமா நீங்க எதுவும் சொல்லலையா?" கேட்கிறான்.

கோபாலனிடம் திணறல். மெல்ல இதழ் பிரிக்கிறார்.

"நான் சொல்ல என்ன இருக்கிறது சுந்தரேசா... உனக்குத் தெரியாதா? நீ பண்ணியிருக்கிறது ஒரு நல்ல காரியம். ஒரு பெண்ணோட உசுரைக் காப்பாத்தியிருக்கே.. 'அம்பாளோட க்ருபை' உனக்கு எப்பவும் இருக்கு. ஆனா, அதுக்காக இப்படி அடிக்கடி ஆத்துல பாஞ்சு எங்களை அவஸ்தைப் படுத்திடாதே...!"

"அட என்ன மாமா நீங்க... இந்தக் காவேரி எனக்குப் புதுசா? மூணு வயசிலேருந்து இவ மடியிலே நான் அடிக்காத நீச்சலா, போடாத கும்மாளமா? காவேரி என்னோட தாய், மாமா... என்னை அவ ஒண்ணும் பண்ணமாட்டா!"

"அதுக்காக, உபன்யாசத்தை இப்படியா பாதிலே நிறுத்திட்டு ஓடுவே...?"

"மத்தவா ஓடியிருந்தா, நான் ஏன் ஓடப்போறேன்? ஒரு பெண்ணோட மானத்தைப் பத்தியும், அயயத்தைப் பத்தியும், நான் பேசிண்டிருக்கறச்சே, எனக்கே சோதனையா அந்தக் குரல் என் காதிலே விழுந்துடுத்து... ஊர் பார்த்துக்கும்னு நான் வேடிக்கை பார்த்தா, ஊருக்குக் கதை சொல்ல எனக்கு யோக்யதை உண்டா மாமா?"

"சொல்லுக்கும்   செயலுக்கும்   தொடர்பிருந்தாதானே அவன் உத்தமன்? இல்லேன்னா, மத்திமன்கூடக் கிடையாதே அதமனாச்சே...!"

"எங்ககிட்டையே,   நீ   உபன்யாசம்   பண்றியா?" தீட்சதர் திருப்பிக் கேட்டார்.

"இல்லப்பா. மனசுல பட்டதைச் சொன்னேன் நீங்கள்ளாம் என்மேல இருக்கிற பாசத்துல, இப்படி பேசறேள். கொஞ்சம் அந்தப் பொண்ணோட தாயையும் நினைச்சப் பாருங்கோ... அந்த நிமிஷத்துல அவ மனசு என்ன பாடு பட்டிருக்கும்...?"

"அவளைப் பத்தி உனக்கென்டா தெரியும்? பெரிசா பொண்ணு தாய்னு பேசறியே? அவ ஒரு வேசி உழைச்சுப் பொழைக்க கையும் காலும் இருந்தும், உடம்பை முதலாப் போட்டுப் பிழைக்கறவடா அவ. நமக்கெல்லாம் மானம்கறது உசுருக்குச் சமானம்..."

"பண்ற உபகாரத்தைப் பொருத்தமா ஒரு அர்த்தத்தோட பண்ணினாத்தான் அது உபகாரம்! இல்லேன்னா, அது அபசாரம்! நீ பண்ணியிருக்கறது அபசாரம்...!"

தீட்சதர் சீறி விழுந்தார். அதற்குமேல் அவர் எதிரே நின்று பேசும் தைரியம், சுந்தரேசனுக்கு இல்லை. மெல்ல நழுவி மொட்டை மாடிக்குச் சென்றான்.

நிலவொளியில் ஜலபாணேஸ்வரர் ஆலய கோபுரம் தெரிகிறது. பின்னாலேயே வளைந்து ஓடும் காவிரி... எப்படியோ

மீனாட்சியை அதிலிருந்து மீட்டுக் கரையில் கிடத்திய காட்சி, அவன் மனக்கண்ணில் அலை பாய்கிறது. நிர்மலமான முகம்! வாழ்க்கையில் தொலைக்கக் கூடாததைத் தொலைத்துவிட்ட சோகத்தை, அந்த முகம் முழுக்க அவள் பூசிக்கொண்டிருப்பதை, அவனால் உணரமுடிகிறது.

முதலுதவிக்குப் பின், மயக்கம் தெளிந்து தனது ஸ்பரிசம் பட்டுவிட்டதற்காக அவள் கூசிப்போனது, மனக் கண்ணில் அழியாமல் மின்னுகிறது.

ஒரு தாசிக்கு இத்தனை கூச்சமிருக்குமா என்ன? நன்றியோடு கண்ணீர் மல்கக் கைகளைக் கூப்பிய வேணியைப் பற்றியும், நினைவுக்குள் நெளிசல். ஜலாணேஸ்வரர் கோயிலின் தீர்த்தநாயகி அம்மனுக்கு, தியானத்தின்போது அவன் என்ன வடிவம் கொடுப்பானோ, அதே வடிவம்தான் வேணியிடமும்!

இவர்களா தாசிகள்?

மாய்ந்து போகிறது அவன் மனம்.

'அந்தப் பெண் எதனால் ஆற்றில் பாய்ந்திருப்பாள்?' மனித சுபாவத்திற்குரிய இயல்பில், ஆவல் விடையைத் தேட விழையும் சமயம், கோபாலன் அங்கு வந்தார்.

"என்ன யோசனை சுந்தரேசா...?"

"மாமா அந்தப் பொண்ணும் அவ அம்மாவும் அவ்வளவு மோசமா என்ன?" எடுத்த எடுப்பிலேயே அவர்களைப்பற்றி அவன் பேசியதில் அவரிடம் திகைப்பு.

"என்னடா கேட்டே...?"

"உங்களுக்குத் தெரியாத விஷயம்கூட, இந்த ஊர்ல உண்டா மாமா? நான் கூட படிப்பு படிப்புன்ன இவ்வளவு நாளா வெளியூர்லையும், ஹாஸ்டல்லையும் கழிச்சிட்டேன். நீங்களோ இந்த ஊரைவிட்டு அந்தண்டை இந்தண்டை நகராதவர் ஆச்சே?"

"வாஸ்தவம்தான் சுந்தரேசா... நீ இப்ப கேக்கற கேள்வி – அந்தப் பெண்ணைக் காப்பாத்தின சம்பவம்னு எதுவுமே மனுஷை

எத்தனம் மட்டும் இல்ல... எல்லாம் தெய்வ சங்கல்பம். விதி ரொம்ப வலுவானதுங்கறது எனக்கு இப்ப நன்னாப் புரியறது...!"

"மாமா, நான் ஒண்ணு கேட்டா நீங்க ஒண்ணு சொல்றேளே...?"

"இந்த நாஸ்திகனுக்கும், கடவுள் நம்பிக்கை வர ஆரம்பிச்சுடுத்து சுந்தரேசா..."

"பாத்தேளா... திரும்பவும் எனக்கு புரியாத மாதிரி பேசினா எப்படி...?"

"புரியும்பா... போகப் போகப் புரியும்...!"

"போகட்டும் அந்த தாசிகளைப்பத்திக் கேட்டேனே அதுகள் ரொம்ப கெட்டதுகளோ...?"

"இந்த ஊர்லயே எனக்குத் தெரிஞ்சு, அந்த வேணிதாம்பா நல்லவ... இதுக்கு மேல எங்கிட்ட எதையும் கேட்காதே..."

ஆரஞ்சுப் பழச் சாற்றுடன், சோர்வாக படுத்துகிடக்கும் மீனாட்சியின் கால்மாட்டில், சோகமாக தென்பட்டாள் மனோன்மணிக் கிழவி.

படிய வாரிக் கொண்டை போட்டு, அதில் வயதுக்கு பொருத்தமில்லாதபடி கனகாம்பரம் சூடியிருந்தாள்.

நெற்றியில் பைசா அகலப் பொட்டு!

மூக்கிலும் காதிலும், பதினாலு கல் பேசரி. கழுத்தில்கூட தாம்புக் கயிற்றை போட்டிக்கழைக்கும் தடிமனான தங்கச்சங்கிலி. இறுக்கமான ரவிக்கை. உள்ளே அவசியமேயில்லாத நாயுடு ஹால். பூப்போட்ட பூனம் புடவை என்று செயற்கையான அலங்காரத் தோற்றத்தில் சற்று, விசாரம் காட்டினாள்.

சதா வெற்றிலையைக் குதப்பும் உதட்டில், கருஞ்சிவப்பு நிறத்தின் திண்மை. அவள் கடுமையாகவும் சோகமாகவும் இருக்கும் தருணங்களில், கழித்துக்கொண்டுவிடும் அந்த உறுப்பின்மேல், ஒரு மச்சம் வேறு.

"இந்த மச்சத்துக்காகவே என் பின்னால சுத்துனார் வாங்கல் மிராசுதார்" என்று அவள் பெருமை பீற்றத் தொடங்கினால் கேட்பவர் காது, சீழ்பிடிக்கும் வரை அது நீளும்.

இப்போதோ கொதித்துக் கொண்டிருக்கிறது அவள் மனது. பக்கத்தில் சலனமின்றி சுந்தரகாண்டம் படிக்கத் தொடங்கிவிட்ட வேணியை, அடிக்கொரு தடவை பார்த்து, முறைக்கிறது அவளது பெரிய விழிகள். உதட்டிலும் உக்ரமான முணுமுணுப்பு.

"சொல்லச் சொல்லக் கேட்காம பள்ளிக்கூடம் காலேஜின்னு அனுப்புனே! அதான் நாலபேரைப் பார்த்து மானம், ரோஷம்னு பேசக் கத்துக்கிட்டா. இப்படி ஆத்துல விழுந்தாலும், நான் செஞ்ச புண்ணியத்தாலதாண்டி பொழைச்சி வந்து கிடக்கறா!"

"உன்னாலதான் எனக்கு ஒரு பிரயோஜனமும் இல்ல. இவளையாவது வெச்சு நாலு காசு பாக்கலாம்னு இருந்தா, நீ தேவலைன்னு இவ பண்ணிடுவா போல இருக்கே...?"

"உன் விஷயத்தல ஏமாந்தமாதிரி, இவ விஷயத்துல ஏமாறமாட்டேன்டி. வெள்ளியணை தியேட்டர்காரர், இன்னிக்குக்கூட ஆளனுப்பி விசாரிச்சிருக்காரு. மொதல்ல அவருக்குச் சேதி அனுப்பறேன். அவரு கைபட்டுச் சுகப்பட்டுட்டா இவளுக்குச் சாகத்தான் மனசு வருமா?"

அவள் கேட்ட கேள்வியில் பறந்த உஷ்ணமும், விஷயமும் மீனாட்சியைக் கண் திறக்க விட்டன. 'இன்னமும் உடம்பில் உயிர் இருப்பதால்தானே இந்தமாதிரி பேச்செல்லாம் காதில் விழுகிறது', என்பதுபோல் பாட்டியைப் பார்த்தாள்.

மனோன்மணியிடமோ கலையாத கோபமான கோபம்.

"புத்தி கெட்டவளே, எதுக்குடி ஆத்துல பாய்ஞ்சே? உன்னை நம்பி ஆயிரமாயிரமா வாங்கியிருக்கேனே – வாங்கின கைக்கு நான் என்னடி பதிலைச் சொல்ல...?" அவள் மேலும் பாய்கிறது அந்தக் கோபம்.

கிருஷ்ணவேணி நிமிர்ந்து, மனோன்மணியைப் பார்க்கிறாள்.

"அம்மா நீ இப்ப வாயை மூடமாட்டே..." கத்துகிறாள்.

"ஆ ஊன்னா என் வாயை மூடப்பாரு. பாக்கறேன் இன்னும் எத்தனை நாளைக்கு இந்தக் கூத்துன்னு..." பேசிவிட்டு ஆரஞ்சு

பழச்சாற்றின் தம்ளரை, அழுத்தமாக பக்கத்தில் வைத்துவிட்டு நகர்ந்துகொண்டாள்.

அவள் அப்பால் நகரவும் சின்னையா வந்து பக்கத்தில் நின்றான்.

"இப்படிக்கூட அவசரப்படுவியா தாயி..." கேவத் தொடங்கினான்.

"நீ ஆம்பளை, உனக்குச் சொன்னா புரியாது... பெண்ணா பிறந்து என் நிலையில் இருந்து ஏச்சையும் பேச்சையும் கேட்டுப் பாரு, அப்பத் தெரியும்!" அவளிடம் அழுத்தமான பதில்.

"செத்துட்டா எல்லாம் சரியாயிடுமா? உங்கம்மாவோட நிலை, அப்புறமா என்ன ஆகும்னு யோசிச்சியா?"

"ஒரு பெண் தனக்குப் பிறந்தா அவ நிலை எப்படி இருக்கும்னு என் தாய் யோசிச்சதாய்த் தெரியலையே..."

"அவ யோசிக்காத யோசனையையா நீ யோசிச்சுடப்போறே?"

"யோசிக்கறவளா இருந்தா யாரோ ஒருத்தனுக்கு என்னைப் பெத்திருப்பாளா?"

மீனாட்சியின் அந்தக் கேள்விக்கு, எதையோ சொல்ல வந்து, வாயை வலுக்கட்டாயமாக மூடிக்கொண்டான் சின்னைய்யா.

"என்னைக் காப்பாத்தி திரும்பவும் இந்த நரகமான சூழ்நிலைக்கு இழுத்துட்டியே... ஏ, சின்னைய்யா! உனக்கு ஒரு மகள் இருந்தா நீ இப்படியெல்லாம், இல்லாத நியாயம் பேசி, வேடிக்கை பாப்பியா?"

சின்னைய்யாவிடம், திணறல் அதிகமானது.

"அம்மா என்னைச் சித்ரவதை பண்ணாதே தாயி. நான் இருக்கறவரை உன்னை யாரும் தீண்ட முடியாது. நான் பார்த்துக்கறேன். கவலைப்படாதே...!" என்றான்.

"எத்தனை நாளைக்கு நீ இந்தக் கிழவிகிட்ட இருந்து என்னைக் காப்பாத்திட முடியும்? எனக்கு நிரந்தரமான பாதுகாப்பு வேணும் சின்னைய்யா" என்று அவள் அழுது சிலிர்த்த போது,

வேணியும் நிமிர்ந்து பார்த்துவிட்டு பாரமாகி, திரும்பத் தலை குனிந்துகொண்டாள்.

"ஓங்கம்மா ஒரு துறவி தாயி. அது பண்ற பூஜையும், தியானமும் வீண் போயிடாது. உனக்காகத்தான் அது உசுரோடவே, இந்த ஊர்லேயே இருக்கு. இல்லேன்னா எப்பவோ அரளி விதையை அரைச்சு விழுங்கிட்டுச் செத்திருக்கும். உனக்காக இல்லாட்டியும் அதோட நல்ல மனசுக்காவது, உனக்குன்னு ஒருத்தன் வருவான். நினைக்கறதுக்கு மேல ஒரு ஒசந்த வாழ்க்கை, உனக்கு கிடைக்கும். நம்பிக்கை வை தாயி..."

சின்னைய்யாவின் பேச்சுக்கு சொல்லிவைத்த மாதிரி ஜலபாணேஸ்வரர் கோயில் மணி சப்தத்தின் ஆமோதிப்பு. "பாத்தியா, மணி அடிக்குது... நான் சொல்றது நிச்சயம் நடக்கப்போகுது" என்று கன்னத்தில் போட்டுக்கொண்டான் சின்னைய்யா.

அப்பொழுது பார்த்து துளியும் சலனமின்றி, வாசல் பக்கம் புன்னகையோடு வேட்டியின் ஒரு நுனியைக் கையில் பிடித்தபடி சிவப்பழமாய் சுந்தரேசன்!

அத்தியாயம்

3

> "உலகம் முழுதும்
> கடல்நீர்தான்!
> முக்கால் பாகம்தான் – நம்
> கண்களில் தெரிகிறது கால் பாகம் – நம்
> கண்களில் வழிகிறது!
> உலகம் முழுதும்
> கடல்நீர்தான்!"
>
> – ஆறறிவு மரங்கள் நூலில் கவிஞர் தமிழ்மகன்

சுந்தரகாண்டத்திலிருந்து யதார்த்தமாகத் தலையை உயர்த்திய வேணியின் பார்வையில், வாசலில் சுந்தரேசன் நிற்பது பளிச்சென்று தெரிகிறது.

நெஞ்சுக்குள் பந்து விழுந்து அடைத்துக் கொண்ட மாதிரி ஆகிறது. சின்னையாவும் பார்க்கிறான். வேணியைப் போல் திகைக்காமல், பரவசப்படுகிறான்.

வேணியோ கத்தத் தொடங்குகிறாள்.

"சின்னையா, அவனை உள்ளே வர வேண்டாம்னு சொல். இந்த வீட்டுக்குள்ள அவன் கால் பட வேண்டாம். போகச் சொல் சின்னையா..." எழுந்து கொண்டு படபடக்கிறாள்.

ஆனால் அது, சுந்தரேசன் காதில் விழுந்ததா இல்லையா என்றே தெரியவில்லை. மடமடவென்று வீட்டிற்குள் நுழைந்துவிட்டான்.

"வாங்க தம்பி வாங்க..." வாய் நிறைய வரவேற்றான் சின்னையயா.

"எப்படி இருக்கு அவங்க உடம்பு...?" – கேள்வியோடு மீனாட்சி படுத்திருக்கும் படுக்கைவரை வந்துவிட்டவனைப் பார்த்து, விருட்டென்று நிமிர்ந்துகொண்டாள். மீனாட்சி மளமளவென்று சேலைத்தலைப்பால் கழுத்து வரை மூடிக்கொண்டு, ஒருவகைத் தவிப்போடு தலையை குனிந்துகொண்டாள்.

"இப்ப தேவலை தம்பி. உங்க செயலை இப்ப நினைச்சாலும் எனக்குப் புல்லரிக்குது. எங்க பொண்ணு நல்லா வாழணும்னு இருக்கு. அதான் அந்த ஈஸ்வரன் உங்களை அனுப்பி இதைக் காப்பாத்திட்டான். நாங்க உங்களுக்கு ரொம்ப நன்றிக்கடன் பட்டிருக்கோம்...!"

சுந்தரேசன் அந்தப் பேச்சை மெல்லிய புன்னகையோடு ஒதுக்கித் தள்ளினான். "ஹலோ! என்ன இப்படி பண்ணிட்டீங்க. எவ்வளவு கஷ்டம் வந்தாலும், தாங்கிக்கணும். இப்படியா ஆத்துல விழுந்து எங்களை சோதிப்பீங்க. கொலையைவிட தற்கொலை பெரிய பாவங்க..."

சரேலென்று தலையை நிமிர்ந்தினாள் மீனாட்சி.

"இவங்களுக்குப் பெண்ணா பிறந்துட்ட பாவத்தை விடவா சார்?" என்றாள் விநாடியும் தாமதிக்காமல் சுந்தரேசன் திணறிப்போனான். வேணியோ பக்கத்தில் நெருப்பின் மேல் நிற்கிற மாதிரி தெரிகிறாள்.

"தம்பி நீ எதுக்குப்பா இங்க வந்தே. இங்கெல்லாம் வரலாமா?" படபடக்கக் கேட்கிறாள்.

"ஏன் வந்தா என்ன? நான் காப்பாத்தி கரை சேர்த்த உங்க பொண்ணு, எப்படி இருக்காங்கன்னு பார்க்க வந்தேன். அடுத்து இந்தமாதிரி, அவங்க அபத்தமா எதுவும் செய்துக்கக்கூடாது

இல்லியா? அதுக்காக எனக்குத் தெரிஞ்ச அட்வைசை பண்ணலாம்னு வந்தேன். இதெல்லாம் தப்பா என்ன?"

"நீ எதுக்குப்பா எங்களுக்காகக் கவலைப்படறே... கோபுரக் கலசம் குப்பைமேட்டுக்கு வரலாமா? போய்டுப்பா, போய்டு... இப்பவே யாராவது பார்த்திருந்தா அது உன்னை ரொம்ப பாதிக்கும். நீ இங்க இருக்கற ஒவ்வொரு நிமிஷமும் உன் கௌரவத்துக்கு ஆபத்து..."

வேணியின் பதட்டத்தைக் கண்டு நிதானமாகச் சிரிக்கிறான் சுந்தரேசன். சின்னைய்யாவுக்குக்கூட அதனால் பலத்த ஆச்சரியம்.

"என்ன தம்பி சிரிக்கிறீங்க. இங்க வர உங்களுக்குத் தயக்கமா இல்லியா?" கேட்கிறான்.

"உங்ககிட்டதான் தயக்கம் நிறைய இருக்கு. பரஸ்பரம் மனுஷருக்கு மனுஷர் பார்த்துக்கறது, பேசிக்கிறது, நலன் விசாரிக்கிறதுங்கறது ஒரு நல்ல பண்பாட்டைச் சேர்ந்த விஷயம்! இதைச் செய்ய எதுக்குத் தயங்கணும்?"

"அதுக்கில்ல தம்பி... நீங்க நலன் விசாரிக்கத்தான் வந்திருக்கீங்கன்னு ஊருக்கு எப்படித் தெரியும்?"

"ஊருக்கு எதுக்குத் தெரியணும்?"

"தம்பி நீங்க புரிஞ்சு பேசறீங்களா, புரியாமப் பேசறீங்களா? இது தாசியோட வீடு. இங்க வர்றவங்களை ஊர், உலகம் தப்பாத்தான் பேசும். இது தெரியாதா உங்களுக்கு?"

"ஒரு தாசி வீட்டுக்கு வர்றவன், அவகூட உறவு வெச்சுக்கத்தான் வரணும்னு ஏதாவது சட்டமா? வேற காரணமே இருக்கக்கூடாதா?"

"அது என்னன்னு தெரியாதவரை, ஊர் தப்பாத்தான் பேசும்."

"அதுசரி... என் நலன்ல இவ்வளவு அக்கறையோட பேசறீங்களே, இந்த தாசித்தனங்கள் தப்புன்னு உங்களுக்குத் தெரியாதா? சட்டவிரோதமான இந்தக் காரியத்தை எப்படி போலீசை ஏமாத்தி செய்துகிட்டு..."

அவன் அப்படிக் கேட்கவும் மீனாட்சி, குமுறிக் குமுறி அழ ஆரம்பித்துவிட்டாள். வேணிக்கோ வெட்டிப்போட்டது போல் ஒரு உணர்வு. சின்னையயாகூட சற்றுப் பதறிப் போனான். உருக்கமாகப் பேச ஆரம்பித்தான்.

"ஒரு பொண்ணு ஒரு தடவை பாதை தவறிப்போய் தப்புப் பண்ணினா அது, தலைமுறைகளைப் பாதிக்கும்கறது எவ்வளவு பெரிய உண்மைங்கறதை நாங்க ஒவ்வொரு நாளும் உணர்றோம் தம்பி. எல்லாம் இந்த மனோன்மணிக் கிழவியால வந்த வினை!"

"அந்தக் காலத்துல பகட்டுக்கு ஆசைப்பட்டு, எவன் கூடவோ ஓடிப்போனா. அவனும் கைவிட்டு, மனோன்மணியை வேசித்தனம் பண்ணவிட்டான். அப்பவே மானத்தோட தற்கொலை பண்ணிக்காம, கிருஷ்ணவேணியைப் பெத்துப் போட்டா... கிருஷ்ணவேணிக்கு அப்பா யாருன்னு அந்தக் கிழவிக்கே கூடத் தெரியாது..."

"அதுக்கப்புறம் 'முழுக்க நனைஞ்சாச்சு... முக்காடு எதுக்கு'ன்னு மகளையும் இதுல இழுக்கப் பார்த்தா... இது அதுக்கு இசைஞ்சு கொடுக்கலே. இந்த கிழவிகிட்ட ஒரு வேசி முத்திரையோட ஒரு நல்ல பொண்ணா வாழ இது பட்டுகிட்டு இருக்கிற பாடு, அந்த ஆண்டவனுக்குத்தான் தெரியும்... இன்னிக்கு இந்த மீனாட்சியும், அம்மாவுக்கு சரியா போராடிக்கிட்டு இருக்கு தம்பி. மத்தபடி இது வேசித்தனம் நடக்கிற வீடு கிடையாது."

அவன் அப்படிச் சொல்லவும் சுந்தரேசனின் பெரு மூச்சில், ஒரு இனம் புரியாத குளுமை.

"என்னை மன்னிச்சுடுங்க... நானும் தப்பா பேசிட்டேன்..." அழுத்தமாக மன்னிப்பு கேட்டான். கூடவே, ஒரு மெல்லிய சந்தேகம், தசாங்கப் புகையாய் மனதில் பரவியது.

"தப்பா எடுத்துக்கலென்னா நான் ஒரு விஷயத்தைப் பத்தித் தெரிஞ்சுக்கலாமா?" அவன் இப்படிக் கேட்கவும் சின்னையா அவனை ஊன்றிப் பார்த்து, "அது என்னன்னு நானே சொல்லட்டுமா?" என்றான்.

"என்ன?"

"வேசித்தனம் நடக்காத இந்த வீட்டுல, இந்த கிருஷ்ணவேணிக்கு இந்த மீனாட்சி எப்படி வந்து பிறந்தாங்கறதுதானே?"

சுந்தரேசன் அப்படியே விக்கித்துப் போனான். பார்வையிலேயே ஆமோதித்தான். விழிகளில் ஒரு ஆச்சரியப் பளபளப்பு.

"தம்பி... இது முறையாகப் பிறந்த பெண்தான். அதுல உங்களுக்குச் சந்தேகம் வேண்டாம். அதுக்கு மேல இந்த விஷயம் பத்திப் பேச, எனக்கு இஷ்டமில்லை..." என்றான்.

"எனக்கே என் அப்பா யாருன்னு தெரியாது. உங்ககிட்டதானா சொல்லப் போறங்க?" மீனாட்சி இடை வெட்டினாள், குமுறினாள், விம்மினாள். அதைப் பார்க்கவும் சுந்தரேசனுக்கு தான் அதிகம் பேசிவிட்டோமோ என்பது போல் துளி நிரடல் கூட இருந்தாலும், வந்த விஷயத்தைப் பேசவில்லை என்பதாகத் தோன்றியது. சற்று அக்கறை பொங்கக் கேட்டான்.

"இந்த முத்திரையில் இருந்து தப்பிக்க எவ்வளவோ வழிகள் இருக்கு. எங்காவது வேலைக்குப் போகலாம் பத்துப் பாத்திரம் தேய்ச்சுக்கூடப் பிழைக்கலாமே! நல்லபடி வாழவா வழியில்லை?" பதிலுக்குப் பதில் என்று ஒரு ஈடுபாட்டோடு சுந்தரேசன் பேசுவதை மீனாட்சியும், வேணியும் வைத்த கண் வாங்காமல் பார்த்தபடி கேட்டுக்கொண்டிருந்தார்கள்.

தங்கள் வாழ்நாளில் விஷமமாகப் பார்த்துச் சிரித்த ஆண்களை அவர்கள் பார்த்திருக்கிறார்கள். 'வர்றியா?' என்று நெருடலே இல்லாமல், உரிமையோடு அழைத்தவனைப் பார்த்திருக்கிறார்கள்.

'ரூட்டுங்க போவுது டோய்...' என்று மனங்கொத்தும் மனிதர்களைப் பார்த்திருக்கிறார்கள். பார்வையாலேயே கற்பழிக்கும் சில அற்பங்களைச் சந்தித்திருக்கிறார்கள்.

"இவர்களைப் பார்ப்பதே பாவம்!" என்று நினைத்து நுட்பமாய் ஒதுங்கி ஓடுபவர்களையும் பார்த்திருக்கிறார்கள்.

ஆனால் இப்பொழுதுதான் முதல் தடவையாக, வீடு தேடி வந்து தங்களுக்காகக் கவலைப்பட்டு பேசும் ஒருவனைப் பார்ப்பதால், இருவரிடமும் பேச்சு மூச்சற்ற ஸ்தம்பிப்பு.

வந்திருப்பவன் என்ன சாமானியப்பட்ட ஆளா?

தீட்சதர் புதல்வன் என்றால் எட்டுப் பட்டியும் கைகூப்புமே! கலெக்டரே புருவம் வளைப்பாரே.

"ஆமா நான் கேட்ட கேள்விக்குப் பதிலே சொல்லலையே..."

சுந்தரேசன், திகைத்துவிட்ட அவர்களின் பிரக்ஞையைக் கலைத்தான்.

"ஆங் என்ன சொன்னேப்பா..." இப்பொழுது வேணியே கேட்டாள்.

"பத்துப் பாத்திரம் தேய்ச்சுப் பிழைக்கலாமே. மனசு இருந்தா மார்க்கமா இல்லை?"

"ஓ... பிழைக்கலாமே... உன் வீட்டுல முதல்ல, அதுக்கு ஏற்பாடு பண்ணேன். எப்போருந்து நான் பாத்திரம் தேய்க்க வரட்டும்?" வேணியின் கேள்வியின் முன் சுந்தரேசன், விக்கித்துப் போய்விட்டான். சிறிது தயக்கத்துக்குப் பின் வாய் திறந்தான்.

"நிச்சயம் என் வீட்டுக்குத் தேவைப்பட்டா, உங்களை நான் அழைச்சுப்பேன்! ஆனா எனக்கு ஆறு அக்கா இருக்கா. அவள்ளாம் இருக்கும்போது பத்துப் பாத்திரம் தேய்க்கறதுக்குன்னு தனியா ஆள் தேவையா என்னா? ஏன் இந்த ஊர்ல வேற வீடுகள் இல்லையா?"

"அப்ப இந்த ஊர்ல, நல்லவங்களே இல்லைங்கறது உங்க அபிப்ராயமா?"

"ரொம்பவும் சிக்கலான கேள்வி தம்பி இது. நல்லவங்களெல்லாம் இல்லாமலா மழையெல்லாம் பெய்யுது? ஆனா அவங்க, எங்க இருக்காங்கன்னு எங்களுக்குத் தெரியலை. மீறி உங்களைப் போல கண்ணுக்குத் தெரிஞ்சாலும் பிரயோஜனம் இல்லை. இதுதான் எங்க நிலை..."

"உங்க பதில் எனக்கு ஆச்சரியமா இருக்கு. இந்த சின்ன ஊர்ல, நீங்க இருக்கறதாலதான் இந்த சிக்கல். பேசாம சேலம், கோயமுத்தூர், மெட்ராஸ்னு போயிடுங்களேன். பரந்த அந்த ஜன சமுத்திரத்துல, உங்க பின்பலத்தைப் பத்தி யாரால தெரிஞ்சுகிட்டு சீண்ட முடியும்?"

அவனுடைய அந்தக் கருத்தைத் தொடர்ந்து, மீனாட்சி ஆவேசத்துடன் தாயைப் பார்க்கிறாள்.

"வாம்மா ஓடிப் போயிடலாம், கண்காணாத இடத்துக்குப் போய் பிச்சை எடுத்தாவது கௌரவமாக வாழலாம்னு நான் லட்சம் தடவை அம்மாவைக் கூப்பிட்டிருப்பேன். இந்த இடத்தை விட்டு வரவே முடியாதுன்னு அழிச்சாட்டியமா மறுக்கறாங்க. ஏனே தெரியலை... என்னை சாகவும் விடமாட்டேங்கறாங்க, வாழவும் விடமாட்டேங்கறாங்க."

"பெரிசா பி.காம். வரை, படிக்க வெச்சுட்டா போதுமா படிச்சு முடிக்கறதுக்குள்ள நான் பட்டப்பாடு எனக்குதான் தெரியும். காலேஜ் பியூன்ல இருந்து, பஸ்ல டிக்கட் கொடுக்கற கண்டக்டர் வரை என்னைப் பார்த்த பார்வையோட அர்த்தம், எனக்கு மட்டும்தானே தெரியும்...?"

அனல் பறக்கப் பேசியபடி, பொங்கிப் பொங்கி அழ ஆரம்பித்தாள் மீனாட்சி. ஆறுதல் சொல்ல வந்த இடத்தில் பேச்சின் வீச்சுக்கள், பல கோணத்தில் சென்றுவிட்டதை சுந்தரேசன் உணர்ந்து நிஜமாலுமே வருந்தினான்.

"லுக் மீனாட்சி... அழாதீங்க! அவங்க அப்படி இருக்காங்கன்னா அதுல நிச்சயம் ஒரு அர்த்தம் இருக்கும் ஐ ஆம் வெரி சாரி. நான் நல்ல நோக்கத்துல பேச ஆரம்பிச்சது, உங்களை அழவெச்சுப் பார்க்க இல்லை. உங்களுக்குத் தன்னம்பிக்கை வரணும்கறதுக்காக. உங்க நிலையைத் தெரிஞ்சுக்கறதுக்காக..."

"தெரிஞ்சு என்ன தம்பி உங்களால பண்ணிட முடியும்?" இவளைத் தொட்டு காப்பாத்தினதுக்கே, நல்லா வாங்கி கட்டிக்கிட்டு

இருப்பீங்க. பத்தாததுக்கு வீடு தேடி வேற வந்துட்டீங்க... இனி இந்த ஊரைப் பத்தி நீங்களே நல்லா தெரிஞ்சுப்பீங்க!

"உங்களால எங்க நிலைக்கு, வருத்தப்படத்தான் முடியும். அதுக்கு மேல வேற எதுவுமே செய்ய முடியாது, செய்ய நினைச்சாலும் முடியாது. ஆனா அதனால பரவால்ல தம்பி. ஏதோ, இந்த மட்டும் எங்கள மதிச்சு ஆறுதலா மதிச்சு பேசினீங்களே, அதுவே போதும்..."

சின்னைய்யா முத்தாய்ப்பாக கை கூப்பின சமயம், வாசல்பக்கம் கார் ஒன்று வந்து நிற்கும் சப்தம். எட்டிப் பார்த்தால் வெள்ளியணை தியேட்டர்காரர் ஜம்புலிங்கம்! ஆறடி உயரம், அடர்த்தியான மீசை, விரல் கொள்ளாத மோதிரம். மைனர் செயின், தும்பை வெளுப்பில், வேட்டி சட்டை.

உள்ளே நுழையும்போதே அசுர தோரணை. கூடவே "வாங்க வாங்க..." என்று வாய்கொள்ளாத அழைப்புடன் மனோன்மணி.

"என்ன மணி... எப்படி இருக்கே? ஆளனுப்பியிருந்தேனே, வந்தானா?"

"ஆஹா... வந்தானே! சங்கதியும் சொன்னான். முள்ளங்கிபத்தையா ஆயிரம் ரூபாயையும் நீட்டினான். ஏதோ, உங்க தயவால நாங்க மூணு வேளை, ராஜ சாப்பாடு சாப்பிடறோம். உக்காருங்க இப்படி..."

கூடத்தில் மடக்கி விட்டிருந்த ஊஞ்சல் சங்கிலியை நிமிர்த்திவிட்டு அந்த தேக்குப் பலகையை அவனுக்கு ஆசனமாக்க, அவனும் அதில் அமர்ந்து காலைத் தரையில் ஊன்றி, ஒரு எத்து எத்தினான். அப்படியே பார்வையைச் சுழல விட்டான். தலையைக் குனிந்தபடி நடுங்கி நிற்கும் மீனாட்சி, கண்களில் கண்ணீருடன் கிருஷ்ணவேணி. கசப்பாக முகத்தைத் தூக்கிய நிலையில் சின்னைய்யா பக்கத்திலேயே தீர்க்கமான பார்வையுடன் சுந்தரேசன்!

சுந்தரேசனைப் பார்த்த மாத்திரத்தில், ஊஞ்சலை எத்துவதை நிறுத்திவிட்டு திடுக்கிட்டுத்தான் போனான் அவன்.

"யாரு தீட்சதர் மகனா இங்க நிக்கறது?" உதட்டில் ஆச்சிரியம் பூசிய கேள்வி வேறு. மௌனமான பார்வை சுந்தரேசனிடம்.

"அட ஆமா..." மோவாயில் விரலை வைத்து மனோன்மணியும், அவனை அப்பொழுதுதான் பார்க்கிறாள்.

"இவளுகளோட தினமும் ரௌசு. அதான் வாசப் பக்கமா, அப்படியே கண்ணசந்துட்டேன். கார் சப்தம் கேட்டு எழுந்திருச்சா மகராசன் நீங்க. உள்ள இந்தப் பிள்ளை வந்ததே தெரியலையே எனக்கு... ஏம்பா வழி தெரியாம யார் வீடோன்னு நினைச்சு வந்தியா இல்லை – உனக்கு மீனாட்சி மேல, ஆசை வந்திருச்சா?"

அந்தக் கேள்வி அவன் முகத்தில் குத்தின மாதிரி இருந்து. அந்தக் கேள்வி ஒன்றிலேயே அவன் பாத்திரமும் புரிபட்டு போனது. மனோன்மணியை உடனேயே சுட்டு விடுவது போல் பார்க்கத் தொடங்கினான் சுந்தரேசன்.

"இந்தக் காலத்துல யாரு எப்ப, எப்படி நடந்துப்பாங்கன்னே சொல்ல முடியாது மணி. சரிசரி, என்ன எதுன்னு விசாரிச்சு, ஆளை அனுப்பிட்டு வா. இன்னிக்காச்சும் மீனாட்சியோட எனக்கு உறவு திகையுதான்னு பாக்கறேன்."

ஐம்புலிங்கத்தின் பேச்சால் பாம்பு கடிப்பட்ட மாதிரி நிமிர்ந்தாள் மீனாட்சி. சுந்தரேசன் பக்கமும், சின்னைய்யா பக்கமும் மாறி மாறித் திரும்பினாள்.

"எப்படியாவது இந்த அபாயத்தில் இருந்து என்னைக் காப்பாற்றுங்களேன்" என்று அவள் பார்வை கெஞ்சுவது, நன்றாகவே சுந்தரேசனுக்குப் புரிந்தது.

"மிஸ்டர்! நீங்கதான் இடம் தெரியாம வந்திருக்கீங்க. நான் சரியாகத்தான் வந்திருக்கேன். நீங்க இடத்தைக் காலி பண்றீங்களா?" சுந்தரேசன் துணிச்சலாகவே ஐம்புலிங்கம் எதிரே, மார்பை நிமிர்த்தி விட்டான்.

மனோன்மணி அரண்டு போனாள்.

"எலேய்... போடா வெளிய! யார் வீட்ல வந்து யாரைப் பாத்து இடத்தைக் காலி பண்ணச் சொல்றே? இந்த வீடு, வாசல், நாங்க உடுத்திட்டிருக்கிற உடுப்பு சாப்பிடற சாப்பாடு எல்லாமே இந்த மகராசன் கொடுத்ததுடா."

"நேத்துப் பார்த்து இப்ப வந்த நீ இவரை வெளிய போகச் சொல்றியா? கௌரவமான குடும்பத்துப் பையனாச்சேன்னு பாக்கறேன். இல்லை கழுத்தை பிடிச்சு, வெளியே தள்ளிடுவேன். நீயா போறியா இல்லை..."

சுந்தரேசன் இடி விழுந்த மாதிரிக் கலங்கி, அங்கிருந்து நடக்க ஆரம்பித்தான்.

"அவனை உள்ளே வரச் சொல்லாதேன்னு நான் ஆரம்பத்துலயே தடுத்தேன். கேட்டியா சின்னையா..." என்று வேணி அழுதுகொண்டே சின்னையாவைப் பார்க்க, மீனாட்சி அலறி அடித்துக் கொண்டு, மாடிப்படி ஏறி தன் அறைக்குள் ஓடினாள்.

"என்ன மணி, இந்தப் பொண்ணு இப்படி முரண்டு பிடிக்குது... என் பொறுமை எல்லை மீறிப் போச்சு தெரியுமா? இவ வயசுக்கு வந்த நாள்ல இருந்து, உனக்கு நான் படியளந்துக்கிட்டிருக்கேன். நீயும் வாங்கித்தின்னுப்புட்டு டபாய்ச்சுக்கிட்டே வரே..."

"இந்த வீட்டு மேல கடன் இருக்குன்னே, அடைச்சேன் பேத்தி படிக்க ஆசைபடறான்னே, சரின்னு படிக்கக் காசு கொடுத்தேன். மாசமானா நெல்லு மூட்டை அனுப்பலையா? மளிகை சாமான்தான் வாங்கிப் போடலியா? எல்லாம் பண்ணிக்கிட்டு, இப்படி எட மொடக்கு பண்ணுனா எப்படி?" ஜம்புலிங்கத்தின் பேச்சைத் தொடர்ந்து கிருஷ்ணவேணி, மனோன்மணியை நெருப்புக் கண்ணோடு பார்த்தாள்.

"வீட்டு மேல கடன் வாங்கி, செலவழிச்சுக்கிட்டு வர்றதால்லே சொன்னே... இவ்வளவு நாள், இந்த ஆள் பணத்துலயா சாப்பிட்டோம்? என் வீட்டுக்காரர் கொடுத்த பணம், என்னம்மா ஆச்சு?"

"ஏதோ அதிக காசுக்கும் வசதிக்கும் ஆசைப்பட்டுதான், இவனை நீ பிடிச்சுகிட்டிருக்கேன்னு நான் நினைச்சுக்கிட்டிருந்தேனே. உள்ளே இவ்வளவு பெரிய வேலையெல்லாம் நீ பார்த்து வெச்சிருக்கியா?"

வெப்பம் தகிக்க வேணி பேசுவதை, மனோன்மணி பொருட்படுத்தவேயில்லை. ஆனால், பதிலுக்குப் பயங்கரமாய் சீறினாள்.

"அடி போடி போக்கத்தவளே... எந்த வழியில் காசு வந்தா உனக்கென்னடி? நாய்வித்த காசு குரைக்கவா செய்யும்? நீ ஒதுங்கி ஓரமா நில்லு. என் பேத்தியோட எதிர்காலம் என் கைல, அதைத் தீர்மானிக்கிற உரிமை உனக்குக் கிடையாது. அதை மறந்தடாதே... ஒரு பொட்டையை நீ பெத்து போடுவேன்னுதாண்டி, நான் அன்னிக்கு உன் கர்ப்பத்துக்கே சம்மதிச்சு காவல் இருந்தேன். நீ புருஷன்னு நெனைச்சு சொன்னியே, அவனைப்பத்தி இதுநாள் வரை வாய் திறக்காம இருக்கேன். அவனுக்காக அன்னிக்கு நீ என்கிட்ட சொன்னது. உனக்கு மறந்து போச்சா?"

"எந்த நிலையிலயும் நீ அவன் யாருன்னு யார்கிட்டையும் சொல்லக்கூடாதுன்னு சொல்லி, சத்தியம் வாங்குனியே ஞாபகம் இருக்கா...?"

"இந்தப் பெண் குழந்தையை நீ உன் விருப்பம் போல வளர்த்துக்கோன்னு அவன் சொல்லிட்டு, என் காலை கட்டிக்கிட்டு அழுததாலதாண்டி நான் சும்மா விட்டேன். அவன் அன்னிக்கே இந்தப் பெண்ணைவிட தன் மானம் தான் பெரிசுன்னு, சொல்லாம சொல்லிட்டுப் போயிட்டான். நீ ஏண்டி போட்டு அலட்டிக்கறே?"

"நான் சம்பாரிச்சது. உன் புருஷன்கற பேர்ல உன் பக்கத்துலே படுத்தானே அவன் போட்டது, பிச்சைக் காசு. இதனால மட்டுமா இவ்வளவு நாளைக் கடத்த முடிஞ்சுச்சு?"

"இனி பிழைச்சாகணும்னா நமக்கு ஒரு நல்ல பாதுகாப்பு வேணும்னு நினைச்சப்போதான் தியேட்டர்காரர் வந்தாரு, உதவினாரு..."

"உம் பேர்ல ஒரு லட்சம், எம் பேர்ல ஒரு லட்சம், சிட்டு மீனாட்சி பேர்ல ஐந்து லட்சம் வரை போட்டுடறேங்கறாருடி இந்த மகராசன்."

"இவ கழுத்துல எவனாவது முறைய தாலிகட்டுனா கூட இப்படி ஒரு வாழ்க்கை வாழ முடியாதே. யோசிச்சு பாத்தியா?"

"எனக்குத் தெரிய நீ படுத்ததும் எழுந்ததும் ஒருத்தன்கிட்டதான். ஆனா ஊர் அதை நம்புதா? போக்கத்தவளே உலகம் புரியாம நீ வாழ்ந்துட்டே. உன் மக வாழ்க்கையில தேவையில்லாம, அந்த மாதிரி குறக்கிட்டுடாதே."

"தொழிலுக்குப் பழகையில, நான்கூட முரண்டுதான் பிடிச்சேன். அப்புறமா நான் நின்ன நேரத்தைவிட, படுத்த நேரம்தான் அதிகம்.

அதனாலதான் இத்தினி வருஷம், இந்த வீட்ல அடுப்பு எரிஞ்சுச்சு, இனியும் எரியணும்னா, மீனாட்சி தியேட்டர்காரரை அனுசரிச்சுத்தான் தீரணும்..."

"நீங்க போங்க ராசா. ரொம்ப முரண்டு பிடிச்சா கூப்டுங்க. போதை ஊசியைப் போட்டுடுவோம். கூடிய மட்டும் பூவைக் கசக்காமலே அனுபவிக்கப் பாருங்க. அனுபவஸ்தரான உங்களுக்கு, நான், சொல்லியா தரணும்."

பட்டாசாகப் பொறிந்து தள்ளிய மனோன்மணியை மீசையை நீவியபடி பார்த்து, மிதப்பாகச் சிரிக்கிறான் ஜம்புலிங்கம்.

அந்தச் சிரிப்புக் கலையாமல், மாடிப் படியில் கால் வைக்கிறான். வேணிக்கு, திக்திக்கென்றது. சின்னைய்யா, கைகளை குத்திப் பிசைந்து கொள்கிறான்.

ஜம்புலிங்கம் மாடியின் அறைக்கதவை நெருங்கி, பலத்தோடு திறக்க முனைந்து மோத, கதவும் திறந்து கொண்டு விட்டது. உள்ளே கட்டிலுக்குக் கீழே ஒரு புறாக் குஞ்சு போல பயத்துடன் முடங்கிக் கிடந்த மீனாட்சி, அவன் உள்ளே பிரவேசிப்பதைப் பார்த்து வாய்விட்டுக் கதறினாள்.

அத்தியாயம்

4

> "வேர்களைப் பாடுவோம்
> இந்த நிமிர்ந்த பசுமைகளின்
> நிழல் பரப்பில் தலைவிரித்த
> ரொமாண்டிக் பூஞ்சிரிப்பின்
> பாரங்களைத் தாங்கிப் புதையுண்ட
> விதை பிளந்த நாள் முதலாய்,
> தரைக் கீறிக் கால் பரப்பும்
> வேர்களைப் பாடுவோம்.
> இன்று இப்புழுதியில் விளைந்த மரங்கள்
> நம் Ecological Symbol!
> இதன்
> வேர்களைப் பாடுவோம்...!"
>
> — 'ஜன்னல்' இதழில், மாலன்.

"**சி**ன்னைய்யா..." மாடி அறையிலிருந்து மீனாட்சி உச்சஸ்தாயியில் கத்தி அழைப்பது, கீழே தவித்துக் கொண்டிருந்தவன் காதில் விழ, தாமதிக்காமல், படி ஏறினான் சின்னையயா.

மேலே உடைந்த கதவு, தாழிட முடியாமல் தகராறு செய்து கொண்டிருக்க, அறை வாசலில் போய் நின்றான்.

சின்னையாவைப் பார்த்த ஐம்புலிங்கத்தின் முகத்தில் கோபம். "எங்கைய்யா வந்தே? போய்யா... போய் யாரும் உள்ள வராம பாத்துக்க..." என்று கித்தாப்பாகப் பேசிவிட்டு, திரும்பவும் மீனாட்சி பக்கம் திரும்பினான்.

அவள் நடுக்கத்தின் உச்சத்தில் இருந்தாள். உடம்பில் வியர்வையின் காட்டுத்தனமான ஓட்டம். உதட்டில் அடக்கமாக அழும் அழுகையின் சோகச் சப்தம்.

சின்னையாவுக்கு அவளைப் பார்க்கப் பரிதாபம் பிடுங்கித் தின்றது. 'உன் பொண்ணாயிருந்தா இப்படி வேடிக்கை பார்ப்பியா?' என்று அவள் அடிக்கடி கேட்பது நெஞ்சில் கொத்தியது. "ஐயா, வேண்டாங்க" என்று ஓடிப்போய் ஐம்புலிங்கத்தைத் தடுத்தான். ஐம்புலிங்கத்தின் இரும்புக் கரங்கள் அவனைப் பிடித்துக் கீழே தள்ளிவிட்டன.

அவன் விழுந்த இடத்தில் மரக்கட்டை ஸ்டூல் ஒன்று கிடந்தது. இனியும் பொறுத்தால் முதலுக்கே மோசம் என்று கருதியவன், ஸ்டூலைப் பிடித்து நிமிர்ந்து அதைத் தூக்கி ஐம்புலிங்கத்தின் மேல் விட்டெறிய, அது விசையோடு அவன் தோள் பட்டையில் பட்டு எகிறி நடு மண்டையில் ஒரு வெட்டு வெட்டியபடி கீழே விழ, ஐம்புலிங்கத்திடம் பலமான அலறல்.

இதுதான் சாக்கு என்று அலறிப்புடைத்துக்கொண்டு கீழே ஓடி, வேணியைக் கட்டிக்கொண்டு நடுங்க ஆரம்பித்தாள் மீனாட்சி.

மனோன்மணியோ விக்கித்து வாய் பிளக்க, "ஏய் மணி..." என்று மேலே ஐம்புலிங்கம் கத்துவது கேட்டு, மேலே ஓடத் தொடங்கினாள்.

ரத்தம் சொட்ட ஐம்புலிங்கம் நிற்பதைப் பார்த்து "ஐயோ, ஐயோ..." என்று வாயிலடித்துக் கொண்டாள். பக்கத்தில் முறைத்தடி விறைப்பாக நிற்கும் சின்னையாவைப் பார்த்து "ஏண்டா நாயே... என் வீட்டு உப்பைத் தின்னுட்டு எனக்கே துரோகம் பண்ணிட்டியா?" என்று கத்தியபடி அவன் கன்னத்தில் மாறி மாறி அறைந்தாள்.

துளிக்கூட கலங்காமல் கன்னத்தைக் காட்டியபடி நின்றான் சின்னையயா.

"அவனை ஏன்டி அடிக்கிறே? அவ எங்கெ?" அலறினான் ஜம்புலிங்கம்.

"கீழே ஓடிட்டா..."

"தோ பார்! – அவ இனி எனக்குப் படிவான்னு தோணலை... அவ படியலேன்னா... படியலேன்னா..." பேசக்கூட முடியாமல் அதிக ரத்தம் போனதில் மயக்கம் வந்து அவனைக் கவ்வத் தொடங்கியது.

"டாக்டர்..." என்று அலறியபடி ஓட ஆரம்பித்தாள் மனோன்மணி.

வேஷ்டியின் ஒரு நுனியை கையில் பிடித்தபடி விஸ்வநாதபுரத்து அக்ரஹாரத்தில், காலை வைக்கிறான் சுந்தரேசன். முகம் வாடிக் கிடக்கிறது. மனோன்மணியின் பேச்சால் வந்த பாதிப்பு. அவன் வேணி வீட்டுக்குப் போன விஷயம் அதற்குள் முடிந்த மட்டும் ஊரில் கசிந்திருந்தது! அதன் எதிரொலியாய் புருவ வளைவோடு வாசலில் பலரும் அவனை வேடிக்கை பார்க்க, சிலர் பெருமையாகக் கூடப் பேசிக்கொண்டனர்.

"ஆத்துல விழுந்தவளைக் காப்பாத்தினோமே... என்ன ஆனாளோ? எப்படி இருக்காளோன்னு மனசு அலை பாஞ்சிருக்கும். அதான் நேரிலேயே விசாரிக்கக் கிளம்பிட்டான் போலருக்கு? என்னதான் தீட்சதர் பிள்ளையா இருந்தாலும் பல விஷயத்துல தீட்சதர் கிழக்குன்னா, இவன் மேற்கு..."

"இந்தக் காலத்துப் பிள்ளையோல்லியோ? எதுலையும் ஒரு வேகம், அவசரம் இருக்கறதுல ஆச்சரியப்பட என்னை இருக்கு?"

பலரும் பல மாதிரி பேசிக்கொண்டாலும் சுந்தரேசன் மனதென்னவோ மீனாட்சிக்காக மிக அதிகப்படியாக கவலையில் சிக்கிக்கொண்ட மாதிரி தெரிகிறது.

'அந்த முரட்டு மனிதன் பிடியில் இருந்து அவளைக் காப்பாற்ற வக்கில்லாமல், அந்தக் கிழவியின் பேச்சைக் கேட்டு

இப்படி உணர்ச்சிவசப்பட்டுத் திரும்பி விட்டோமே?' என்று மனசுக்குள் ஒருபுறம் மாய்ப்பு.

'நான் அங்கு போனதே தவறோ? போனதால் தான் இத்தனை உளைச்சலோ?' இன்னொரு சொல் வினா தொடுக்கிறது.

இந்த உலகில்தான் எத்தனை விதமான வாழ்க்கை முறை...! இது எதுவுமே தெரியாமல் குண்டு சட்டிக்குள் குதிரை ஓட்டின கதையாய், சதா படிப்பு, வேத பாராயணம் என்று ஒரு சின்ன வட்டத்தில் இருந்து விட்டதற்காக, பெரிய அலுப்பும் அவனுக்குள் ருதுவாகிறது.

மீனாட்சியின் அந்தச் சோகமும் அழியாமல் அவனுக்குள் நிமிர்கிறது.

எண்ணி இருபத்தி நான்கு மணி நேரம்கூட முடியவில்லை. அதற்குள் தான் சந்திக்க நேர்ந்த ஒரு பெண்ணின் வாழ்க்கை தன்னை மாய்ந்து போகச் செய்துவிட்டதையும், மனத்தை பிரண்டிவிட்டதையும் எண்ணி பெரிதாய் ஆச்சரியம் கொள்கிறான்!

அந்த ஆச்சரியம் கலையாமல், வீட்டின் மல்லிகைப் பந்தலைக் கடந்து பளிங்குக்கல் வாசல்படியில் கால் வைத்தவன் எதிரே, அனற்பிழம்பாத் தெரிந்தார் தீட்சதர்.

"எங்க போய்ட்டு வரே?" குரலில் மகா உஷ்ணம்.

"அந்தப் பெண்ணைப் போய்ப் பார்த்துட்டு வரேம்பா..." சுந்தரேசனிடம் தயக்கம்.

"எதுக்கு?"

"ஜஸ்ட் கர்ட்டசி..."

"அப்படின்னா...?"

"எதுக்குப்பா இப்படியெல்லாம் கேக்கறேள்?"

"மத்தப் பேச்செல்லாம் பிறகு... நேரா காவேரிக்குப் போய் மூணு முழுக்கு போட்டுட்டு, அப்படியே மாத்யான்னிக சந்தியா வந்தனம் பண்ணி, ஆயிரத்தெட்டு காயத்ரியை ஜெபிச்சுட்டு உள்ள வா."

"நான் மாத்யான்னிகம் பண்ணியாச்சுப்பா."

"அப்ப முழுக்காவது போட்டுட்டு வா."

"யாருப்பா செத்துட்டா...?"

"கொஞ்சம் போல, மானம் செத்துடுத்து. அதுக்குத்தான் சொன்னேன். முழுக்குப் போட்டுட்டு வான்னு..."

"யாரோட மானம்பா?"

"தெரியாத மாதிரி கேள்வி கேக்காதே சுந்து... செத்துப் போனது நம்ப குடும்ப மானம்...!"

"அப்படி எனக்குத் தெரியலையேப்பா..."

"உன் வயசுக்கு அதெல்லாம் எப்படித் தெரியும்? போய்ச் சொன்னதைச் செய்துட்டு வா. வேசி வீட்டுக்குப் போனா, மானம் போகாம, கௌரவமா சேரும்?"

"அப்பா, அவ வேசி இல்லப்பா..."

"அப்படின்னு அவ உன்கிட்ட சொன்னாளாக்கும்?"

"இல்லப்பா... இது என் அந்தராத்மாவோட நம்பிக்கை..."

"எல்லாத்தையும் பிறகு பேசிக்கலாம். நீ முதல் காவேரிக்குப் போய் முழுக்குப் போட்டுட்டு வா. ஈரம் சொட்டச் சொட்ட வரணும்... அப்பத்தான் நான் நம்புவேன்."

"அவ்ளோ அவநம்பிக்கையாப்பா என் பேர்ல...?"

"இல்ல... என் ஆச்சாரம் பேர்ல எனக்கு அத்தனை ஈடுபாடு...!"

சுந்தரேசன் மேற்கொண்டு எதுவும் பேசாமல், காவிரியை நோக்கி நடக்கத் தொடங்கினான்.

அக்கம்பக்கம், பார்த்தும் பார்க்காமல் நின்றது. அதுவரை கண்ணுக்குத் தெரியாமல் மறைந்திருந்த கோபாலன், இப்பொழுது தெருவில் ஓடிவந்து அவனோடு சேர்ந்து கொண்டார்.

"சுந்தரேசா... என்ன காரியம் பண்ணிட்டே? எதுக்கு அந்த வீட்டுக்குப் போனே...?"

"என்ன மாமா இது... அவாளைப் பத்தி நல்ல அபிப்பிராயம் இருக்கற நீங்ககூட இப்படிக் கேட்டா எப்படி? சத்தியமா நான் நல்ல எண்ணத்தோடதான் மாமா போனேன்."

"அதுல எனக்குச் சந்தேகமில்லடா... பனை மரத்தடியில் நின்று பாலைக் குடிச்சாலும், பார்க்கறவா கள்ளுன்னுதான் சொல்லுவா. நீ எந்த நோக்கத்துல போனாலும், தப்பா பேசறவாளும் இருப்பா இல்லியா?"

"ஒரு சாதாரண செயலை அசாதாரணமா எல்லாரும் பேசியே ஆக்கிடுவேள் போல தெரியறது நேக்கு! அப்பா என்னடான்னா, குளிச்சுப்பிட்டு வாங்கறார். நீங்க என்னடான்னா பனைமரம் பாலுன்னுண்டு..."

சலித்துக் கொண்டான் சுந்தரேசன். "அலுத்துக்காதே... அந்தப் பொண்ணு எப்படிடா இருக்கா?"

"பாவம் மாமா, அவ! இந்த நேரத்துல அவளை ஏன் ஞாபகப்படுத்தினேள்? ஆறு அக்காக்களோட பொறந்தவன் நான். என் அக்காளை யாராவது பார்த்து கண்ணடிச்சா, நான் சும்மா விடுவேனா...? ஆனா அந்தப் பொண்னை, ஒருத்தன் அனுபவிக்கப் பட்டா போட்டுண்டு உக்காந்துருக்கான்! வேடிக்கைப் பார்க்கத்தான் என்னால முடிஞ்சது. அவ இப்ப எப்படி இருக்காளோ? எந்த மாதிரி இருக்காளோ...?"

கோபாலன் அந்தப் பதிலால் இடிந்த மாதிரி ஆனார்.

"சிலர் தலையில ஆண்டவன் இந்த மாதிரி எழுதிடறான். என்ன பண்ணச் சொல்றே?"

"நம்ம கையாலாகத்தனத்துக்கு இப்படி ஒரு சால்ஜாப்புக் கூட சொல்ல முடியுமா, மாமா?"

அவன் கேள்வி கேட்டகவும், காவிரியின் குளிர்ந்த காற்றலை முகத்தில் மோதவும் சரியாக இருந்தது. கரையோரமாக, பிள்ளையார் அருகம்புல் மாலையுடன் தென்பட்டார். அவரைப் பார்த்தவன், கண்கலங்கக் கை கூப்பினான்.

"பிள்ளையாரே... அந்தப் பெண்ணுக்குக் காவல் இரும். அவளுக்கு ஒரு நல்ல வழியைக் காட்டும்..."

அவனது உருக்கம் கோபாலனுக்கு நிரடிய. "நேத்துப் பார்த்த அந்தப் பொண்ணுக்காக நீ ஏன் இத்தனை கரிசனப்படறே?"

"அந்தப் பெண்ணுக்காக, சத்யமா இல்லை மாமா... அவ நிலைக்காக! எந்தப் பெண்ணுக்கும் இந்த மாதிரி நிலை வரவே கூடாது, மாமா..."

"அதுக்கென்னப்பா பண்றது? அவ பிறந்த இடம் அப்படி."

"அப்படின்னா, இதை எல்லாம் வேடிக்கை பார்த்துண்டு நமக்கென்ன வந்ததுன்னு இருக்கறதுதான் நம்ம பண்பா மாமா? நம்பளை இப்படி யாராவது வேடிக்கை பார்த்தா நாம பொறுப்போமா மாமா? சாஸ்திரப்படி தப்பு பண்றது ஒரு பங்கு குற்றம்னா வேடிக்கை பார்க்கறது, அதுக்குக் காரணமா இருக்கறது இதெல்லாம் இரண்டு மடங்கு குற்றமாச்சே...?"

அவன் பேசிக்கொண்டே, வேஷ்டி சட்டையுடன் அப்படியே காவிரியில் மூழ்கினான்.

"தாயே, நான் அவ வீட்டை மிதச்சது பாவம்னு நினைச்சு முழுக்குப் போடலை. அங்க நடந்ததைத் தடுக்க முடியாம வெளியேறிய தப்புக்கு முழுக்கு போடறேன். இந்த முழுக்கோட என்னோட அதைரியம் வெளியேறட்டும்! இந்த முழுக்கோட என் அப்பாவோட தப்பான எண்ணங்கள் வெளியேறட்டும்...!"

மனத்தில் சங்கல்பித்தபடி மூழ்கியவன் ஈரம் சொட்ட நிமிர்ந்தபோது, அங்கே கோபாலனைக் காணவில்லை.

எங்கே போனார்?

சோகம் பிடுங்கித் தின்னும் அந்த வீட்டில் மனோன்மணி, பேய் பிடித்தவள் போல ஆடிக் கொண்டிருந்தாள்.

"என்னைப் பைத்தியக்காரியாக்கலாம்னு அம்மாவும் பெண்ணும் திட்டம் போட்டிருக்கீங்களா? எண்ணி நாலு நாள்தான்

டைம். அதுக்குள்ள, மீனாட்சி மனசு மாறி தியேட்டர்காரருக்கு இணங்கலைன்னா, நான் இங்கு நின்னு பேசிக்கிட்டிருக்க மாட்டேன். பேச வேண்டிய இடத்துல போய்ப் பேசிக்குவேன்" என்று அவள் முடித்தபோது, வேணி கதி கலங்கிப் போய்விட்டாள்.

ஓடிப்போய் தாயின் காலில் விழுந்தாள்.

"அம்மா... அவசரப்பட்டு ஏதாவது செய்து பலபேர் வாழ்க்கையைக் கெடுத்துடாதம்மா! உனக்கு கோடி புண்ணியம்மா! நீ என்ன ஆனாலும், அவரைப் பார்க்கப்போகக் கூடாது! அப்புறம் எங்களை உயிரோட பார்க்க முடியாது நீ..."

"அப்படியாவது செத்து வைய்யுங்கடி! உயிரோட இருக்கற உங்களால யாரக்கு என்ன பிரயோஜனம்?"

"அம்மா, பணத்துக்காகத்தானே இப்படியெல்லாம் நடந்துக்கறே?"

"எல்லாத்துக்காகவும்தான். வாங்கிச் செலவழிச்ச பணத்துக்கு நான் எங்க போக? அவ்வளவையும் எண்ணி வையுன்னு தியேட்டர்காரர் சொன்னா எங்கடி இருக்கு...?"

"நான் எப்படியாவது அவர்கிட்ட கேட்டு வாங்கித்தரேன். நீ மட்டும் வாயைத் திறந்து எதையாவது உளறி வைக்காதம்மா. பாவம்மா மீனாட்சி! அதை அதும் போக்குல உட்டுடும்மா..."

"அது சரி... பணம் வாங்கித் தரேன்னு சொன்னியே? எவ்வளவு வாங்கித் தருவே...?"

"எவ்வளவு வேணும்...?"

"இப்போதைக்கு ஐம்பதாயிரம்...!"

"சரிம்மா. வாயை மட்டும் திறந்துடாதம்மா..."

"பணம் வந்தா, நான் ஏன் வாயைத் திறக்கறேன்...?"

அதுவரை ஆவேசப் புயலாக அள்ளி வீசியவள் பணத்தைப் பற்றிப் பேசவும் சாந்தமாகிப் போனதில் ரசவாதத்தைவிட கொடுமையான மாற்றம் தெரிந்தது.

வேணியின் கதறலையும், மனோன்மணியின் பிடிகொடுக்காத பேச்சையும் அறையில் இருந்தபடி மீனாட்சி கேட்டுக் கொண்டுதானிருந்தாள்.

அவள் முகத்தில் இப்போது பரபரப்பும் சலனமும் நீங்கிய கூர்மை.

"சின்னைய்யா..." கிருஷ்ணவேணி படபடப்போடு சின்னைய்யாவைக் கூப்பிட, அவன் சத்தியத்துக்குக் கட்டுப்பட்டவன் போல் வந்து நின்றான்.

"ஐயா, என்னால அடியெல்லாம் பட்டும் என்னை விட்டுப் போகாம இங்கேயே இருக்கியே, உனக்கு நான் என்ன கைம்மாறு செய்வேன்...?"

அவன் கையைப் பிடித்துக் கண்ணில் ஒற்றியபடி விசும்பினாள்.

"எதுக்கு தாயி பெரிய பேச்சு? என்ன விஷயம் அவரைப் பார்த்து வரணுமா?"

"ஆமா... நான் பார்த்தாகணும்... உடனே பார்த்தாகணும் ரொம்ப அவசரம். இல்லேன்னா, மீனாட்சி வாழ்க்கை மட்டும் இல்லாம, பல பெண்களோட வாழ்க்கையே நாசமாயிடும்."

"உன்னைப் பார்த்தா பதறினாலும் பதறிடுவார். தைரியம் சொல்லி மாந்தோப்பு மண்டபத்துக்கு, ராத்திரி எட்டு மணிக்கு வரச் சொல்லு... என்னிக்கும் சத்தியத்தை இந்த வேணி மீறமாட்டான்னு சொல்லு...! சொல்வியா?"

"ஆகட்டும் தாயி..."

"ஜாக்ரதை சின்னைய்யா... யாராவது பார்த்துட போறாங்க..."

"இருபது வருஷமா பாக்காதவங்க, இனி தானாம்மா பாத்துடப் போறாங்க...?"

உடனேயே அவன் துண்டை உதறிக்கொண்டு கிளம்பினான். மீனாட்சிக்கு சுரீரென்றது. யாரைப் பார்க்க வேண்டும்... எந்த உண்மை தெரிந்தாக வேண்டும் என்று இதயம் சதா துடிதுடித்துக்

கொண்டிருந்ததோ, அந்த உண்மை இன்று தன் தாய்க்குத் தெரியாமல் பின்தொடர்ந்தால் தெரிந்துபோகுமோ?

தெரிந்தே தீரவேண்டும்.

கடிகாரத்தைப் பார்த்தாள்.

மணி மூன்று.

சொட்டுச் சொட்டாக அது கரைந்து கழிய, ஒரு வழியாக ஏழரை மணிக்குச் சுற்றும் முற்றும் பார்த்துவிட்டு வேணி வில் வண்டி ஏறுகிறாள்.

ஜல்... ஜல்...!

மாடு இரண்டும் மாந்தோப்பை நோக்கி நடக்கின்றன. சின்னையய்யா வண்டியை ஓட்டுகிறான். பின்னாலேயே மறைந்து மறைந்து மீனாட்சி.

மாந்தோப்புக் கல் மண்டபத்தில் காற்றின் அசுர வீச்சு. மாமரக் கிளைகள் ஒன்றுடன் ஒன்று மோதி சல்லாபிக்க இருள் ராஜ்யத்தின் நடுவே கல் மண்டபம், ஒரு சரித்திரகால நினைவுச் சின்னம் போலத் தெரிந்தது.

மண்டபப் படிமேல் அவர் காத்திருந்தார்! முகத்தை முண்டாசினால் மூடியிருந்தார்!

வில்வண்டி நெருங்கி வருவது கண்டு, நிமிர்ந்து நின்று இலேசாகத் தன் முண்டாசை விலக்க...?

அத்தியாயம்

5

<blockquote>
...ஆ...

எய்தவனுக்கு புஜவலி!
அம்புபட்டு அலறும்
மானுக்கல்லவோ
நிஜவலி!

— 'மறுபடியும்' தொகுப்பில், பத்மாவதி தாயுமானவர்.
</blockquote>

அரைகுறையாக அந்த இருட்டில் முண்டாசை விலக்கிய அந்த நபரின் முகத்தை, அத்தனை துல்லியமாக பார்க்க முடியவில்லை. மீனாட்சிக்குப் பரபரப்பும் படபடப்பும், சாரையும் நாகமுமாய்ப் புரண்டு நெளிகின்றன.

'ஐயோ... அது யாராக இருக்கும்?' — கேள்வி குடைந்து குழுறுகிறது. குழுறலுடன், மெல்ல உருவத்தை நோக்கி வில்வண்டியை விட்டு இறங்கி கிருஷ்ணவேணி சமீபித்தாள்.

எதுவும் பேசாமல் நெருங்கிச் சென்று முதல் காரியமாக, காலைத் தொட்டு நமஸ்கரித்தாள்.

பக்கத்தில் சின்னைய்யா, சுற்றிப் சுற்றிப் பார்த்தபடி விவேகமாக சற்று தூரச் சென்று நிற்கத் தொடங்கினான்.

"என்ன கிருஷ்ணா இது? எதுக்கு என்னை வரச் சொன்னே? விபரீதமா ஏதாவது...?" அந்த உருவத்திடம் தந்திப் படபடப்பில் கேள்வி.

"நான் உயிரோட இருக்கற வரை, விபரீதமா எதுவுமே நடக்காது. நீங்க கவலையே பட வேண்டாம்." இது கிருஷ்ணவேணி.

"அப்ப, என்ன விஷயம்?"

"என்னோட அம்மாவுக்குப் பணப்பசி."

"அதுக்கு நான் என்ன பண்ண முடியும்? நான் என்ன பணம் காய்ச்சி மரமா?"

"இப்படிப் பேசறதால இந்தப் பிரச்சினை தீரப் போறதில்லை."

"பணம் இல்லைன்னா என்ன செய்வா உன் அம்மா?"

"எல்லாமே வெட்ட வெளிச்சமாயிடும். உங்களோட மானம், மரியாதை, மதிப்பு எல்லாமே உங்க அபிப்பராயப்படி செல்லாக் காசாயிடும்."

"அவளுக்கு இப்படி மிரட்டறதே பொழப்பா போச்சு."

"என்ன செய்ய? பேய்க்கு வாழ்க்கைப்பட்டா, புளிய மரம் ஏறித்தானே தீரணும்?"

"எதுக்கும் ஒரு எல்லை இருக்கு கிருஷ்ணா..."

"ஆமா... அந்த எல்லை எப்போ கண்ல தெரியும்னுதான் நான் காத்துகிட்டிருக்கேன்..."

"இப்படிப் பேசத்தானா என்னை இங்கே கூப்டே... நான் ஏற்கனவே நொந்து போயிருக்கேன்..."

"நீங்க இப்பதானே நொந்து போயிருக்கீங்க? நான் என்னைக்கு ஒரு பெண்ணுக்குத் தாயானேனோ, அன்னைக்கே நொந்தாச்சு..."

"ஆமா, மீனாட்சி எப்படி இருக்கா?"

"அவ ஞாபகம்கூட இருக்கா உங்களுக்கு? அவ ஆத்தோட போனப்பகூட துடிக்கலையே உங்க மனசு?"

"உனக்குத் தெரியுமா, நான் துடிக்கலன்னு? எனக்கு நாலு பேருக்குத் தெரியும்படி உணர்ச்சிவசப்பட்டு நடிக்கத் தெரியாது..."

இருவரும் கல்மண்டபத்தில் வாக்குவாதத்தில் பிணைந்துபோன அந்த வேளையில், அருகாமையில் இலைச் சருகுகள் வதைபடும் சப்தம்.

"யாரோ வர்ற மாதிரி தெரியறதே?" அந்த உருவத்தின் பதைபதைப்பைத் தொடர்ந்து கிருஷ்ணவேணி, சப்தம் வந்த பக்கம் திரும்பினாள்.

அரையிருட்டில் மீனாட்சி!

கிருஷ்ணவேணிக்குத் தீயில் விழுந்ததுபோல் ஆனது.

"மீனாட்சி, நீயா?" அலறிவிட்டாள். அலறல் கேட்டு சின்னைய்யா கூட ஓடிவந்தான். மீனாட்சியை நெருங்க ஆரம்பித்தான்.

அவளோ அந்த உருவத்தையே பார்த்தபடி முன்னேற, அந்த உருவம் பளாரென்று முண்டாசில் முகத்தை மூடிக்கொண்டு, அங்கிருந்து ஓடத் தொடங்கியது.

"நில்லு ஓடாதே... நீ ஒரு நல்ல மனுஷன்னா ஓடாதே நில்லு..." கதறி வழிந்தாள் மீனாட்சி.

ஊஹூம்! எதையுமே காதில் வாங்காமல், பின்னங்கால் பிடறியில் பட, அந்த உருவம் ஓடி மறைந்தே விட்டது.

வேணியோ உடைந்துபோய் குழுறிக் குழுறி அழ ஆரம்பித்தாள்.

சின்னைய்யாவிடமோ நிஜமாலுமே கோபம்.

"என்ன தாயி. நீ இப்படிப் பண்ணிப்பிட்டே?" உக்கரமாகவே கேட்டான்.

"எப்படி?" பதில் உக்கரம் மீனாட்சியிடம்.

"அம்மா மனசு விட்டுப் பேச வந்த இடத்துல இப்படி நுழைஞ்சு கெடுத்துட்டியே? அது என்ன புருஷனைப் பாத்துக் கொஞ்சறதுக்கா வந்துச்சி? உன் நல்லதுக்குத் தானே?"

"என் நல்லதுக்கா? அப்படின்னா, என்ன சின்னையயா...? எனக்கும் நல்லதுக்கும்கூட சம்பந்தம் உண்டா என்ன?" மாந்தோப்பில் காவிரிக் காற்றின் குசலத்தில், காதை நிரடும் 'விஸ் விஸ்' சப்தத்துக்கு நடுவே மீனாட்சி அப்படிக் கேட்க, ஆவேசமாக நிமிர்ந்தாள் கிருஷ்ணவேணி.

மீனாட்சியை மாறி மாறி அறையத் தொடங்கினாள். சின்னையயா குறுக்கில் விழுந்து தடுப்பதற்குள் மீனாட்சியின் கன்னம் தக்காளியாய் சிவந்தே போய்விட்டது.

மீனாட்சி உறைந்துவிட்டாள்.

இத்தனை வருஷத்தில் வேணியின் கைகள், வருடிக் கொடுத்துத்தான் பழகியிருக்கின்றன. அது இப்படிக்கூட ஆவேசம் கொள்ளுமா என்ன?

அடேயப்பா! அந்தக் கரங்களில்தான் என்ன ஓர் உறுதி?

மீனாட்சியிடம் அசாத்ய ஸ்தம்பிப்பு. இதற்குள் அழுதுகொண்டே வண்டியில் ஏறிய வேணி, சின்னையயா பக்கம் பார்க்க அவனும் வந்து வண்டியில் ஏறினான்.

"அம்மா, நீயும் ஏறிக்க... எதுவா இருந்தாலும் வீட்ல போய் பேசிக்கலாம்..." என்று மீனாட்சி பக்கம் குரலை அனுப்பிப் பார்த்தான்.

ஊஹூம் அவள் அசைவதாகத் தெரியவில்லை.

"நீ வண்டியை எடு சின்னையயா..." என்றாள் வேணி.

"தாயி, இதை இப்படியே விட்டுட்டுப் போகவா? மனம் வெறுத்துத் திரும்ப ஆத்துல இறங்கிட்டா...?"

"இனி அவ இறங்கமாட்டா... என் மகளைப் பத்தி எனக்குத் தெரியும்... நீ வண்டியை எடு..."

மறு பேச்சு பேசாமல் மாட்டின் பின்தொடையில் ஒரு தட்டுத் தட்டினான் சின்னையயா.

அது விருட்டென்று நடக்கத் தொடங்கியது மணிச்சப்தம் கலீரிட மாந்தோப்பில் வில்வண்டிச் சக்கரங்களின் உருளல் ஆரம்பமானது!

நெடுநேரம் வரை அதையே பார்த்துக்கொண்டிருந்தாள் மீனாட்சி.

வண்டி கண்ணை விட்டு மறையும்வரை நின்றவள், சுதாரிப்புக்கு வந்து அசைந்தாள். இருண்டுவிட்ட மாந்தோப்பைக் கரிக்கும் கண்ணுடன் பார்த்தாள். மெல்ல நடக்க ஆரம்பித்தாள்.

நான்காம் நாள் தேய்பிறை நிலவின் ஒளி, மழலையின் கடைவாய் ஒழுக்குபோல் தோப்பின் மேல் ஒழுகி வழிந்து கொண்டிருக்கிறது.

பூதத்தின் கரங்கள் போல், மரக்கிளைகள் குலுங்கித் திறைத்துக் கொண்டிருக்கின்றன. காற்றில் ஈரத்தில் கூடுதல் சேர்ந்த நிலை.

வாழும் நோக்கமே அற்றுப்போன மனதுக்கு, அந்தச் சூழ்நிலை ஒரு மிரட்டும் களமாகத்தான் தெரிந்தது.

கைக்கு எட்டியும் வாய்க்கு எட்டாத கதையாக, அப்பா என்கின்ற நபரை நெருங்கியும், அவரைப் பார்க்க முடியாமல் போன ஏமாற்றத்தில் மனதில் அலைமோதல் வேறு.

அந்த நேரம் பார்த்து, அவள் காலை ஏதோ ஒன்று இடறியது. தெரியாவிட்டாலும் அது ஒரு துணி என்பது புரிந்து போனது. கையில் எடுத்த பிறகே தெரிந்தது – அது அவள் அப்பா என்பவர் தன் முகத்தை மூடி மறைக்கப் பார்த்த முண்டாசல்லவா? தலைதெறிக்க ஓடும்போது விழுந்துவிட்டதோ? மீனாட்சி சிலிர்த்துப் போய் அதை இறுகப் பற்றினாள். உதட்டில் "அப்பா..." என்கிற கேவல்.

விடிந்தும் விடியாத காலை வேளை...

காவிரி ஸ்நானம் முடிந்து ஈரம் சொட்ட, வீட்டு வாசலில் காலை வைத்திருந்தாள் தீட்சதர் மனைவி ராஜம். இடுப்பில் பித்தளைக் குடத்தில் தளும்பலாய்க் காவிரி.

வாசற் பக்கத்தில் மல்லிகைக் கொடியை ஒட்டி, வாயில் வேலங்குச்சியோடு விளையாடியபடி கோபாலன். எச்சில் கசிவை

செடியின் அடிப்பக்கம் உமிழ்ந்தபடி திரும்பின கோபாலனைச் சற்று கோபத்துடன் பார்க்கிறாள் ராஜம்.

"அழகா காவேரிக்குப் போய் பல்லைத் தேச்சு ஸ்நானம் பண்றதை விட்டுட்டு, என்னண்ணா இது... இப்படிப் பூச்செடியை அசிங்கப்படுத்திண்டு..." கோபமாகக் கேட்கிறாள்.

"இந்தக் குளிர்ல காவேரில காலை வெச்சா நான் செத்தே போயிடுவேன்..." என்கிறார் கோபாலன்.

"உன் தங்கை, நான் என்ன செத்தா போயிட்டேன்...?"

"உனக்குப் பழக்கமாயிடுத்து ராஜம்..."

"நீயும் பழகிக்கோண்ணா..."

"பழகிண்டா போச்சு. ஆமா, உன் ஆத்துக்காரர் உபன்யாசம் பண்ண இன்னிக்கு திருவையாறு போகப் போறாரா என்ன?"

"என்னண்ட கேட்டா? போய் என் புள்ளையாண்டான், சுந்தரேசனைக் கேளு... அவன்தானே அவரோட 'புரொக்ராம லிஸ்ட்' போடறவன்..."

பேசியபடியே மல்லிகைச் செடிமேல் துளி காவிரி நீரை ஊற்றிவிட்டு மீதி நீருடன் வீட்டுக்குள் நுழைந்தாள் ராஜம்.

கோபாலன் சிந்தனையோடு திரும்பவும், வேலங்குச்சியுடன் விளையாட ஆரம்பித்த சமயம், உள்ளிருந்து வெளியே வந்தார் கணபதிராம தீட்சதர்.

தூக்கம் கலக்கம் நீங்கியிராத கண்கள்.

வெளியே வந்தவர் கோபாலனைப் பார்த்து சோம்பல் முறிக்கிறார்.

"கோபாலா, நீ இன்னும் காவேரிக்குப் போகலை?" குரல் குழறும் கேள்வி வேறு.

"இல்லை. இந்தக் குளிர்ல யார் போவா?"

"அடப்பாவி... அதிகாலை வேளைல ஆத்துல குளிக்கக் கொடுத்து வெச்சிருக்கணும்டா... பஞ்சபூதங்கள் ஜலசொரூபமா

பராசக்தி, காவேரிங்கற பேர்ல நம்ம பாவங்களைக் கழுவத்தாண்டா ஓடிண்டிருக்கா. அப்பேர்ப்பட்ட நதியில குளிச்சா உடம்பு மனசு எல்லாத்துக்குமே ஸ்ரேயஸ். இப்படியா குளிரைச் சாக்கு வெச்சுண்டு குந்தியிருப்பே...? நான்தான் உபதேசம் பண்றேன்னு ஊர் ஊராச் சுத்திண்டு நாடோடியாயிட்டேன் அன்றாடம் நதி ஸ்நானத்துக்கு எனக்குத்தான் வக்கில்லை இங்கேயே இருக்கிற உனக்கென்னடா?"

அப்படி அவர் கோபிக்கும்போதே, "சரி சரி தாமதிக்காமல் கிளம்பு" என்று அவர் சொல்லுவதாகவே பட்டது கோபாலனுக்கு.

"இப்ப என்ன பண்ணனுங்கறே கணபதி? காவேரிக்குப் போகணும், அவ்வளவுதானே?"

கோபாலன் கேட்டுவிட்டு துண்டை எடுத்து வர வீட்டுக்குள் ஓடினார். துண்டுடன் வெளியே வந்த இருவருமாக வீதியில் ஆற்றை நோக்கிக் காலை வைக்கின்றனர்.

வீதி முழுக்க, வாசலில் பளீரென்று கோலங்கள்.

பார்க்கவே பரவசமாக இருக்கிறது. பார்ப்பவர்கள போடும், பணிவான கும்பிடு வேறு!

ஜலபணேஸ்வரர் கோயில் குருக்களோ நடுத்தெரு என்றும் பாராமல், தீட்சதர் கால்களில் சாஷ்டாங்கமாக விழுந்தே வணங்கிவிட்டுத்தான் போனார்.

கோபாலனுக்கே அதைப் பார்க்கப் பொறாமையாக இருக்கிறது.

"கணபதி... நீ ரொம்பக் கொடுத்து வெச்சவண்டா. உன்னோட சொந்த ஊர்னு இல்லாம இந்த தேசத்துலதான் உனக்கு எவ்வளவு மரியாதை, மதிப்பு!"

"வாஸ்தவம்தான் கோபாலா... 'ஈதல் இசைபட வாழ்தல்'னு வள்ளுவர் சொன்ன அந்த இசைபட வாழற பெரிய பாக்யத்தை, எனக்கு ஆண்டவன் கொடுத்திருக்கான். எல்லாத்துக்கும் அவன் அனுக்கிரகம்தான் காரணம்..."

"இந்த அனுக்கரகம் ஏன் மனுஷாளுக்கு மனுஷா வேறுபடறது? சிலர் வாழ்க்கைல இப்படிக் கெளரவமான சூழ்நிலை. ஆனா சிலருக்கோ..."

"உம் சொல்லி முடி... பாதியில நிறுத்திட்டா எப்படி?"

"இல்ல, சிலருக்கு நல்ல மனசிருந்தும் ஏன் அவாளால நல்லபடி கெளரவமா வாழ முடியலை...?"

"நீ யாருக்காக இப்படிக் கேக்கறே?"

"பொதுவாத்தான் கேக்கறேன்..."

"அப்படித் தெரியலையே...?"

"இல்லை... அந்தப் பொண்ணு மீனாட்சியை நினைச்சேன். அதான் நீ அனுக்கரகம் அது இதுன்னு சொல்லவும் அவ ஞாபகம் வந்துடுத்து..."

பேச்சில் சிடுக்கெடுத்த கோபாலனை தீட்சதர் சற்றுக் கடுமையாகவே பார்த்தார். பார்வையிலேயே, 'காலங்காத்தால நீ பேச ஒரு வேசி விஷயம்தானா கிட்டியது என்பது போன்ற அர்த்தம் வேறு.' அது அவர் குரலிலும் இழையோடத் தொடங்கியது.

"அனுக்கிரகம்னா, உடனே உனக்கு அம்பாள் ஞாபகம் வந்திருக்கணும். ஒரு வேசி ஞாபகம் வந்திருக்கக்கூடாது" என்றார்.

"அவ வேசின்னு உனக்கு யார் சொன்னா? வேசின்னு ஊர் சொல்ற ஒருத்தி வயத்துல பொறந்துட்டவ. இவளுக்கு ஏன் அம்பாள் அனுக்கிரகம் உனக்குக் கிடைச்ச மாதிரி கிடைக்கலை...?" கோபாலனிடமும் தீர்க்கம்.

"அதுக்குப் புண்ணியம் பண்ணியிருக்கணும் கோபாலா..."

"அப்ப, அவ பாவம் பண்ணினவளா?"

"அதுல என்ன சந்தேகம்?"

"அப்படின்னா எது பாவம் கணபதி?"

"நீ என்கூட காவேரிக்குக் குளிக்க வந்திண்டிருக்கறவனா? இல்லை, விவாதம் பண்ண வந்திண்டிருக்கியா?"

தீட்சதர் இப்படிக் கேட்ட கட்டத்தில், காவேரிகூட தன் அகன்ற சரீரம் காட்டி அலைகள் திமிர அவர்களைப் பார்த்தாள்.

கரை ஓரங்களில் பாவம் கழுவும் மானுட தேகங்கள். ஒரு ஓரமாய் ஆலமும் அரசும் பின்னிப் பிணைந்து வேர்விட்டு விழுது விட்ட ஆலமரம்.

அதன் அடியில் பிள்ளையார்!

அந்தப் பிள்ளையார் மேல காவிரி நீரைக் குடம் குடமாய் விட்டு, அவர் எதிரில் கை கூப்பிய நிலையில் மீனாட்சி, மீனாட்சியை அங்கே பார்த்த மாத்திரத்தில், கோபாலனுக்குள் லேசான விதிப்பு. தீட்சதரோ குமைந்துபோனார். உடனேயே திரும்பி நடக்க ஆரம்பித்தார்.

"கணபதி, என்ன இது குளிக்காம திரும்பிட்டே...?"

"இதுங்க குளிக்கிற காவிரியில நான் குளிக்கப் பிரியப்படலை..."

"இதென்னது பைத்தியக்காரத்தனமா பேசிண்டு."

"நான் பவித்ரன் கோபாலா. அசுத்தம் எனக்கு ஆகாது..."

"இவ குளிச்சதுனால காவேரியே அசுத்தமாயிடுத்தா என்ன?"

"என் வரையில அப்படித்தான்."

"முட்டாள். ஆனாலும் உனக்கு இவ்வளவு அகம்பாவம் கூடாது. கொஞ்சம் முந்திதான் இந்தக் காவிரியைப் பராசக்கியோட பஞ்சபூத சொரூபங்கள்ள ஒண்ணா வர்ணிச்சே. ஒரு பெண் குளிச்சதுனால அந்த சொரூபமே இப்ப கெட்டுப் போயிட்டதா சொல்றே... நீ என்ன பேசறேன்னு புரிஞ்சுதான் பேசறியா? ஒரு சின்னப் பெண் குளிச்சா கெட்டுப்போற அளவுக்கா உன் காவேரி பலவீனமானவ...?"

கோபாலனின் அந்தக் கேள்விமுன் தீட்சதர், நெடு நேரத்துக்கு எதுவுமே பேசவில்லை. ஆனாலும் தனது முரண்பாடு, மெல்ல அவருக்குள் புரிய வந்தபோது, இனம் புரியாத கூச்சம் ஒன்று தலையைக் கவிழ்த்தியது. அவரது பெருமூச்சில் அது புரிந்தது.

"என்ன மன்னிச்சுக்கோ கோபாலா... சிறுமையான விஷயங்கள் என்னை ரொம்ப பாதிக்கிறது. பவித்ரத்துக்கு நேர் எதிரான விஷயங்களை நினைச்சுப் பார்த்தாலே மனசு அழுக்காயிடறதா எனக்குள்ள ஒரு பிரமை. இது பலமா இல்லை பலவீனமான்னு எனக்கே தெரியலை. எவ்வளவோ விஷயங்கள்ள சமுத்ரமா விரிவடையத் தெரிஞ்ச எனக்கு இந்த மாதிரி விஷயங்கள்ள கமண்டல நீராத்தான் சுருங்க முடியறது..."

"சரி சரி. வா குளிக்கலாம்..."

கோபாலன் அவரைத் தேற்றி அழைத்தாலும் உள்ளுக்குள் பதறித்தான் போயிருந்தார் கலாசாரபூர்வமான சில விஷயங்களில் சில மனிதர்களின் மனங்கள் சமயங்களில் இப்படித்தான், கடிவாளக் குதிரைபோல் ஒரே பாதையில் போவதும் வருவதுமாக உள்ளது. இங்கெல்லாம் புதிய சித்தாந்தங்களுக்கு இடமில்லாமலும் போய்விடுகிறது மனதை துவக்கம் முதலே விசாலமாக வைத்துக்கொள்ளத் தெரியாவிட்டால் இப்படித்தானோ?

இல்லை இதுதான் மனத்தின் விசித்திரப் பண்போ?

கோபாலன் குழம்பியபடியே, ஆற்றுக்குள் பாதம் பதித்தபோது, காத்திருந்தது போல நீந்தி வந்து, அவர் காலை வளைத்தது ஒரு முண்டாசுத் துணி!

தொட்டுத் தூக்கியவர், பதைத்துத் தலை நிமிர்த்தியபோது, கண்களில் இன்னொரு காவிரியோடு சற்று தள்ளி... மீனாட்சி!

அத்தியாயம்

6

> "பீடுடைய என் தந்தை உங்கள் முன்னால்
> பிச்சையக்கை நிற்பதனைச் சகியாமல்தான்
> சூடுடைய நெஞ்சமிது சொல்கின்றேன் நான்:
> சூத்தரியாய் நிற்கின்ற பெண்ணைக் கொள்ள
> ஆட்டையும் சந்தையிலே அறிவிப்போர்போல்
> அன்றாட நிலவரத்தை அறையக் கேட்டேன்
> ஆடமணிக்கொடிவேண்டும், ஆணகொம் பேதான்
> அக்கொடியைக் கொளக்கூலி கேட்டால் வெட்கம்."
>
> – 'சுந்தரி சபதம்' குறுங்காவியத்தில்,
> கோ. மணிவண்ணன்.

காலை வளைத்த அந்த முண்டாசுத் துணியையும், மீனாட்சியையும் மாறி மாறிப் பார்க்கிறார் கோபாலன். இதற்குள் - தீட்சதர் இடுப்பளவு நீரில் நின்றபடி, ஜிகுஜிகு வென்று உதித்துவிட்ட சூரியனைப் பார்த்துக் கைகூப்பியபடி முழுக்குப்போடத் தொடங்கியிருந்தார்.

கோபாலன் தீட்சதரை ஒரு பார்வையும், மீனாட்சியை மறு பார்வையுமாகப் பார்ப்பதை, படித்துறையில் குளிக்க வந்த சிலரும் கூடப் பார்த்தனர். தங்களுக்குள் கிசுகிசுத்துக் கொண்டனர்.

கோபாலன் அதை உத்தேசித்து, மீனாட்சியைக் கத்தரித்துவிட்டு. மளமளவென்று நீரில் முங்கு போட்டார்.

சரியான காக்கைக் குளியல்!

ஓடிப்போய் உடனேயே கரையில் ஏறி நின்று கொண்டார். உடம்பு, மனசு இரண்டிலும் நடுக்கம்.

மீனாட்சி நின்று கொண்டிருந்த திக்கில் பார்வையைச் செலுத்தவே பயமாக இருந்தது. கைவசம் ஈரம் சொட்டச் சொட்ட அந்த முண்டாசுத் துணி...

"என்ன கோபாலா, அதுக்குள்ள கரை ஏறிட்டே?"

தீட்சதர் நதியில் நின்றபடி கேட்ட கேள்விக்குக் "குளிர்" என்ற ஒரு வார்த்தைதான், அவருக்கு உதவிக்கு வந்தது.

"உன்னை மாதிரி ரிட்டையர் மிலிட்டரிக்கு, உடம்பு கல்லு மாதிரின்னா இருக்கணும்... இப்படியா இந்த லேசான குளிருக்கெல்லாம் நடுங்குவே..."

தீட்சதரின் கேள்வி, கோபாலனை நிரடியது.

"எனக்கு உடம்பு மட்டுமில்லை... மனசும் கல்லு கணபதி அது உனக்குத் தெரியாது, தெரியவும் வேண்டாம்." என்பதாக அவர் மனத்தில் ஒரு கூக்குரல் வேறு.

"ஆமாம் எங்கே கண்ணீருடன் நின்றுகொண்டிருந்த மீனாட்சி?" அவர் பார்வை துழாவுகிறது.

"மீனாட்சி... உனக்கு தெரியக்கூடாத அந்த ரகசியம் தெரிந்துவிட்டதா? இந்த முண்டாசுத் துணி உன்வசம் எப்படி வந்தது?" மனதில் யுத்தக் குமுறல்.

நல்லவேளை...

மீனாட்சி தெரிந்தாள்.

ஜலபாணேஸ்வரர் கோயில் பாதையில் அழியாத அதே கண்ணீர் விழிகளோடு, கூப்பிய கைகளோடு! 'கொஞ்சம் வருகிறீர்களா?' என்ற முகபாவத்தோடு... காவிரிக்குள்

பார்வையை விட்டபோதோ, தீட்சதர் சந்தியாவந்தன கர்மாவில் நுழைந்திருந்தார். உள்ளங்கைகளில் காவிரியை அள்ளி அள்ளி 'அர்க்யம்' விட்டுக் கொண்டிருந்தார்.

பிராணாயாமம், காயத்ரி ஜெபம் என்று நீண்ட தூரம் போய், அவர் சந்தியாவந்தனத்தை முடிக்க, எப்படியும் பதினைந்து நிமிடத்துக்குக் குறையாது.

கோபாலன் உடனேயே மீனாட்சியை நோக்கி நடக்க ஆரம்பித்தார். ஈர வேட்டி சரசரவென்று பூதச் சப்தம் போட்டு, அவரின் மனபீதிக்கு ஒத்து ஊதுகிறது.

அவளோ இவர் வரவர, முன்னேறிக்கொண்டே போனாள். கோவிலின் பின்பக்கமாக ஆளரவமற்ற அபிஷேக நீர் வந்து விழும் கல்தொட்டி அருகில் போய் நின்றாள்.

என்ன ஓர் ஒற்றுமை?

சரியாக இருபது வருஷத்துக்கு முன்னால் கிருஷ்ணவேணியும் ஒதுங்கி நின்ற அதே இடம்!

கோயில் ஒலிபெருக்கில் பாசுரப் பாடல் ஒன்று, தேய்ந்து வந்து மீனாட்சியின் காதில் கசிகிறது. அன்றோ தீட்சதரின் உபன்யாசக் குரலும் இப்படித்தான் தேய்ந்து வந்து, கிருஷ்ணவேணியின் காதில் விழுந்தது.

நிதம் அதைக் கேட்க ஓடிஓடி வருவாள் வேணி. உள்ளே எல்லோருடனும் சமதையாக அமர்ந்து அதைக் கேட்க அந்தஸ்து இடம் கொடுக்காத காரணத்தாலும், உபன்யாசத்தைக் கட்டாயம் கேட்டாக வேண்டும் என்கிற ஆசையாலும், அன்று யாருக்கும் தெரியாமல் அவள் ஒதுங்கி நின்ற இடம்தானே கல்தொட்டி?

கோபாலன் பழைய நினைப்பில் பிடித்துத் தள்ளப்பட்ட மாதிரி ஆகிவிட்டார். இதேபோல் ஈரம் சொட்டக் காவிரியில் குறித்துவிட்டு நடந்து வந்த சமயத்தில்தான், வேணியைக் கல்தொட்டி அருகே பார்த்தார். "ஏம்மா உள்ளே போய் உட்கார்ந்து

உபன்யாசம் கேக்கறதுக்கென்ன?" என்று அவர் பேசியதுதான் அவள் வரையில் அவரது முதல் பேச்சு.

'அடடே தனக்காக வருத்தப்பட ஒரு ஜீவனா?' விக்கித்து, விதிர்த்து, படபடத்து, உணர்ச்சி மேலிட, அன்று வேணி நிமிர்ந்த நிமிர்விலும், பார்வையிலும்தான் என்ன ஒரு துடிப்பு?

ஆனால் இன்றோ மீனாட்சியின் பார்வையில், அந்தத் துடிப்புடன் கண்ணீரின் படையெடுப்பும் நிறையவே... கூடவே பழம் பழுத்த மார்பில், மெல்லிசாய் ஒரு விம்மல்.

கல்தொட்டியை நெருங்கி கோபாலனைச் சுற்றுமுற்றும் ஒரு பார்வை பார்த்து, எவரும் தென்படாத சூழலை உறுதிப்படுத்திக்கொண்ட மீனாட்சி, ஓடிப்போய் காலைக் கட்டிக்கொண்டு "அப்பா..." என்று கேவிக் கேவி அழ ஆரம்பித்தாள்!

கோபாலனிடம் சப்த நாடி நடுக்கம்.

தொட்டுத் தூக்கி எடுத்து, உச்சி முகர உள்ளம் நினைத்தாலும், உடம்பில் சக்தியற்றது போல, ஒரு மரத்த நிலை.

சிலையாகவே நிற்கிறார். கைகளில் ஒரு அசாத்ய விறைப்பு. தொட்டுத் தூக்கி வாரி அணைத்து, உச்சி முகரும் எண்ணம் திரும்பவும் தளும்புகிறது. ஆனால் இனம் புரியாத தயக்கம் கைகளைக் கட்டுகிறது.

அந்தத் தயக்கத்தை மீனாட்சியே பரிந்துகொண்டது போல் நிமிர்ந்தாள்.

"அப்பா..." என்றாள் கேவல் கலையாமல்.

"என்னம்மா?" கோபாலன் திக்கித் திணறி ஒரு வழியாகப் பேசிவிட்டார்.

"இந்த முண்டாசு துணி மட்டும் நேத்து மாந்தோப்பில் எனக்குக் கிடைச்சிருக்கலைன்னா, எனக்கு நீங்கதான் அப்பாங்கறதே தெரிஞ்சிருக்காது. இது சாதாரண துணி இல்லப்பா. என்வரையில்

இதுதான் எனக்குக் கடவுள்!" அவள் அந்த முண்டாசுத் துணியைச் சுட்டிக்காட்டிப் பேசியதை, கோபாலன் ஆச்சரியத்துடன் பாராட்டியபடி மெல்ல இறுக்கத்தில் இருந்து விடுபட்டார்.

"ஆமா... முண்டாசுத் துணி என்னுதுன்னு எப்படி...?"

அவர் கேள்வியை முடிக்கும் முன் அவளே பதில் சொன்னாள்.

"அதுல இருக்கற சலவைக்குறியை வைச்சு, வண்ணான் மூலமா கண்டுபிடிச்சேம்ப்பா...."

"அப்ப வண்ணானுக்குத் தெரிஞ்சுபோச்சா....?"

கோபாலனிடம் இருந்து வேகமாக வந்த அந்தக் கேள்வி மீனாட்சியின் இதழ்க்கடையில் விரக்தியான புன்னகையை உடனேயே அரும்பவிட்டது.

"இல்லப்பா... தெரியாது... தெரியவும் விடமாட்டேன்..." என்றாள் மிகவும் உறுதியான குரலில்.

"அப்பாடா..." மிகமிக லேசானதுபோல் கோபாலன், அந்தப் பதிலுக்குப் பிறகுதான் அவளுக்குள் ஊன்றத் தொடங்கினார் ஆனால் என்ன பேச. எதைப்பற்றிப் பேச? எண்ணத்தில் நூல்கண்டுச் சிக்கல்.

"அப்பா! உங்களை நான் கண்டுபிடிக்க எவ்வளவு வருஷம் கஷ்டப்பட்டிருப்பேன் தெரியுமா? இந்த நிமிஷம் வரைக்கும் அம்மா மூச்சுக்கூட விடலை. எனக்குப் பயம்ப்பா! அப்பப்ப நான் முறையா பிறந்தவதானான்னு சந்தேகம்லாம்கூட வந்துடும். ஏன் பிறந்தோம், எதுக்குப் பிறந்தோம்கறதே புரியாமப் போயிடும்."

அவள் பேசப்பேசக் கோபலனுக்குள் குற்ற உணர்வு, பெருகிக்கொண்டே போக ஆரம்பித்தது.

"நல்ல வேளை, எனக்கும் அப்பான்னு ஒருத்தர் இருக்கார். அவர் லேசுப்பட்ட ஆளும் இல்லை. ஆனானப்பட்ட தீட்சதருக்கே மெச்சினன். எனக்கு அதை நினைக்கறச்சே எவ்வளவு சந்தோஷமா இருக்கு தெரியுமாப்பா?"

கண்களில் கண்ணீரின் பளபளப்புடன் மீனாட்சி உற்சாகமாக அப்படி ஸ்லாகித்துக்கொள்வது நிஜமாகத்தானா, இல்லை கேலிக்காகவா என்பது புரியாத ஒரு நிரடலுடன் கோபாலன் அவளிடம் ஊன்ற, மீனாட்சி பேசிக்கொண்டே போனாள்.

"அப்பா எனக்கு ஒரு சந்தேகம். எங்கம்மாகிட்ட அவ ஒரு தாசிங்கற முறையில உறவு வெச்சிக்க வந்த நீ, ஏம்ப்பா எனக்கான விதையை அவளுக்குள்ற விதைச்சீங்க? அந்தக் காலத்துல, இந்த நிரோத் சமாச்சாரமெல்லாம் நடைமுறையில் இல்லியா என்ன?"

மீனாட்சி கேட்ட அந்தக் கேள்வி முன் கோபாலன் திணறிப்போனார். நடுமுதுகைக் குடைந்துகொண்டு ஒரு ஆணி ஏறியதுபோல, மனத்தில் வலி பரவியது. 'இப்படி வலிக்க விடத்தானா என்னைக் கைகூப்பி அழைத்தாய்?' தன் சின்ன விழிகளில் கேள்வியையச் சுமந்தபடி மீனாட்சியையே வெறிக்கிறார் அவர்.

"எனக்கு ஒரு குழந்தை வேணும். அதுக்காக உங்க உறவு வேணும். நீங்க விரும்பினாலொழிய நான் இந்த உறவு பத்தி மூச்சுக்கூட விடமாட்டேன். என்மேல் நீங்க காட்ற இரக்கம் வெறும் வார்த்தைகளா இல்லாம, எனக்கு வாழ்க்கையாகவே இருக்கணும்னு நான் உங்ககிட்ட கெஞ்சிக்கேட்டுக்கறேன்... செய்வீங்களா? செய்வீங்களா?"

மீனாட்சியின் ஜனிப்புக்கே காரணமான அந்த உதவிக்கு அன்று இடம் கொடுத்துவிட்டு, இன்று இப்படி இடி விழுந்த நிலம்போல மனம் பதறிப்போய் நிற்பதற்குப் பேர்தான் விதியா?

கோபாலன் நினைப்பு பழசிற்குள் நுழைந்து, நுழைந்த வேகத்தில் திரும்புகிறது. கைகள் மெல்ல மீனாட்சியின் தலையை வருடுகின்றன.

"மீனாட்சி நீ இந்தக் காலத்துப் பெண்ணில்லையா, அதான் இத்தனை வேகமா கேக்கக்கூடாத கேள்வியை, எங்கிட்டையே கேட்டுட்டே. பழி பாவத்தைச் சுமந்துண்டு ஒரு பொண்ணு இந்தக் காலத்தல வாழறது எவ்வளவு கஷ்டம்னு எனக்குத் தெரியும்மா."

"ஆனா விதி அப்படியிருக்கும்போது யாரால் என்ன செய்ய முடியும், சொல்லு பார்ப்போம். ஆமா நீ இந்தக் காலத்துப் பெண்ணாச்சே... உனக்கு இந்த விதி, கர்மா, கடவுள் இதும்பேர்லல்லாம் நம்பிக்கை உண்டா மீனாட்சி?" கோபாலனின் அந்தக் கேள்வி முன் நிச்சிந்தையாக அவரைப் பார்த்தாள்.

"அதைப்பத்தியெல்லாம் சிந்திக்கிற அளவுக்கு உனக்கு மனோசக்தி இல்லைன்னு நினைக்கிறேன். அதான் மௌனமா என்னைப் பாக்கறே? இல்லியா?"

பனித்து, பின் லேசாகக் காய்ந்துபோன அவளின் விழியும், இமையும் அசைந்து அதை ஆமோதிக்கின்றன.

"நானும் உன்னை மாதிரிதான் இருந்தேன். நான் ஒரு பரம நாஸ்திகன். இல்லேன்னா ஒரு பிராம்மணன் மிலிட்டரியில் ஓஹோன்னுல்லாம் குப்பை கொட்ட முடியாது. அப்படி இருந்த நானே, இப்ப தினம் நூறு தடவை முருகா முருகாங்கறேன்னா, உனக்கு ஆச்சரியமாயிருக்கும்..."

கோபாலனின் பேச்சில் மீனாட்சியால் லயிக்க முடியவில்லை.

"அப்பா இந்த விளக்கத்துல எனக்கு ஆகப்போறது ஒண்ணும் இல்லை. எனக்கு இப்ப தேவையானதெல்லாம் வேறப்பா. இது பிராக்டிகல் யுகம். நானும் ரொம்ப பிராக்டிகலானவ. எப்படியோ உங்களைக் கண்டு பிடிச்சுட்டேன். என் இனிஷியலும் தெரிஞ்சு போச்சு. எனக்கு இப்ப தேவையெல்லாம்..."

"என்னம்மா. அதை முதல்ல சொல்லு. ஊரறிய உன்னை நான் என் பெண்ணா ஏத்துக்கணுமா?" பதட்டமான குரலுடன் பேசியவரை, அர்த்த புஷ்டியுள்ள பார்வை பார்த்து, இடவலமாத் தலையை அசைத்து 'இல்லை' என்று உதடும் பிளந்தாள்.

"வேற என்ன?"

"அம்மா என்னை ஏன் பெத்தெடுத்தா? அதுக்கான காரணம் எனக்குத் தெரியனும்."

கோபாலனைப் பொருத்து அந்தக் கேள்வி, மிகுந்த அர்த்த புஷ்டியுள்ளதாகவே தோன்றியது. அப்படி ஒரு கேள்வியை மீனாட்சி, இப்படி ஒரு சூழ்நிலையில் கேட்க எது காரணம்? கோபாலன் முன் அந்தக் கேள்வி மௌன ஊஞ்சல் ஆடிய சமயம். யாரோ ஒருவன் ஆளரவமற்ற அந்தச் சந்தடியில்லாத இடத்தில் நுழைந்திருந்தான்.

அதைப் பார்த்த கோபாலன் உடல் லேசாக நடுங்க ஆரம்பித்தது. குரல் குழறத் தொடங்கியது.

"உன் அம்மா தனக்கு ஒரு துணை வேணும்ணு நினைச்சிருக்கலாம். அதனால உன்னைப் பெத்துண்டிருக்கலாம். நான் அதுக்கு ஒத்தாசை பண்ணினேன். அவ்வளவுதான் நான் செஞ்ச தப்பு..."

முகத்தின் வியர்வையை ஒத்தி எடுத்தபடி அவர் பேசியதைக் கேட்டவள், முதல் தடவையாக கோபாக்னியோடு அவரை முறைத்தாள்.

"நான் என்ன எச்சில்படுத்தி எரிஞ்ச மாங்கொட்டையா? விழுந்த இடத்துல முளைவிட்டு மரமாக போட்டுவிட்டுப் போவதற்கு? 'அரிதரிது மானிடராய்ப் பிறத்தலரிது'ன்னு அவ்வை பெருமைப்படுத்திப் பாடின மானிடப் பிறப்புப்பா நான்."

"ஒரு துணை வேணும்ணு என் அம்மா பொறுப்பில்லாம என்னைச் சுமந்ததா நான் நினைக்கலை. நீங்களும் பொறுப்பில்லாம அதுக்கு உடன்படலை. என் பின்புலத்துல ஏதோ மர்மம் இருக்கு. அது எனக்குத் தெரிஞ்சாகணும்..."

அழுத்தம் திருத்தமாக அவள் பேசுவதைக் கேட்டவருக்குள் மூச்சுக் காற்று முண்டியடிக்கத் தொடங்கியது. இதற்குள் அந்த மூன்றாவது நபர் இருவரையும் சமீபித்து விட்டிருந்தான்.

"சாமி, உங்களை எங்கெல்லாம் தேடறது... அங்க தீட்சதர் ஐயா உங்களுக்காகக் காத்துக்கிட்டிருக்காரு. நீங்க என்ன இந்த சிறுக்கிகிட்ட ரகசியம் பேசிக்கிட்டிருக்கீங்க. இவ உங்களை மயக்கினாளா, இல்லை நீங்க இவகிட்ட மயங்கிட்டீங்களா?"

வந்தவன் பேசிய பேச்சால், அமிலப் பாத்திரம் அடிவயிற்றில் கவிழ்ந்ததுபோல, ஒரு வேதனை கோபாலனிடம்.

"நாக்கை அடக்கிப் பேசுடா... இவ என் பொண்ணு மாதிரி..." என்று உடனேயே திரும்பிக் கத்தியவரை நபர் சற்று பயத்துடன் பார்க்கிறான்.

"பொண்ணு மாதிரின்னா, எதுக்கு ரகசியமா சந்திச்சுப் பேசிக்கிட்டு..." என்று கேட்கும் எண்ணம் அவனுக்குள் நிமிண்டினாலும், கோபாலனின் மதிப்பான தோரணை நிமித்தம், அது நினைப்பிலேயே கரைந்து போய் விடுகிறது.

ஆனால் மீனாட்சியோ பேய் பிடித்தவள் போல், அந்த நபரைப் பார்த்தாள். அடுத்தகணமே தன் வலக்கரத்தால் அவன் கன்னத்தைப் பதம் பார்த்தாள்.

அவன் நிலைகுலைந்தான். அவளிடம் கோபம் அழுகையாய் உருமாறியது.

வேகமாக அங்கிருந்து நடக்கத் தொடங்கினாள்.

கோபாலனிடமும் ஸ்தம்பிப்பு.

சற்றுத் தள்ளி, நூறு வயதைக் கடந்த புளிய மரம் ஒன்று. ஒரு பரட்டைத் தலையனைப் போல் காற்றுடன் நுகவிக் கொண்டிருந்தது. ஆனால், அந்த மரத்தின் பின்புறம் இருந்து, இரண்டு விழிகள் மட்டும் இந்தக் காட்சி எல்லாம் பார்த்து உறைந்தே போய்விட்டிருந்தன.

அத்தியாயம்

7

> "நெஞ்சு பொறு...
> கொஞ்சம் இரு...
> தாவணி விசிறிகள் வீசுகிறேன்.
> மன்மத அம்புகள் தைத்த இடங்களில்
> சந்தனமாய் எனைப் பூசுகிறேன்."
>
> — கவிஞர் வைரமுத்து.

மறைவாக மரத்தின் பின்னால் நின்று பார்க்கும் அந்த உருவத்தை யாரும் பார்த்த மாதிரித் தெரியவில்லை.

தீப்பிடித்த விழிகளோடு, திடுக்கிட்ட நெஞ்சோடு அது மருகுவது பற்றி எதுவுமே தெரியாத நிலையில், கோபாலன் அங்கிருந்து நழுவினார்.

'பிறகு பார்ப்போம்... நிறையப் பேசுவோம்...' என்பது போல் பார்த்தபடி அவர் நழுவுவதை மீனாட்சி வெறிக்கிறாள்.

'பொறுப்பில்லாம என் தாய் என்னைப் பெத்துப் போடலை. என் பிறப்பின் பின்புலத்துல ஏதோ ஒரு சரியான காரணம் இருக்கணும். அதை விட முக்கியம் இந்த ஊரைவிட்டு நகராம, அழிச்சாட்டியமா பல அவதூறுகளுக்கு நடுவுல அவ வாழக்

காரணம்? அதை நீங்களாவது சொல்லணும். என்ன ஆனாலும் சரி... தெரிஞ்சுக்காம விடமாட்டேன்...'

கண்ணில் எண்ணம் கொப்பளிக்க அந்த முண்டாசுத் துணியை விடாமல் பற்றியபடி திரும்பினாவள் பார்வை, எதார்த்தமாக மரத்தின் பக்கம் போனபோது, மீனாட்சிக்குத் தூக்கி வாரிப் போட்டது.

மரத்தடியில் சுந்தரேசன்!

முகத்தில் சமுத்திரமாய்ச் சலனம்.

மீனாட்சிக்கு அவனை அங்கே பார்க்கவும் தூக்கி வாரிப் போட்டாலும், சற்றுத்தெம்பாகவும் இருந்தது.

சுந்தரேசன் சலனத்தோடு மீனாட்சியை நெருங்கி அவளை வெறிக்கிறான். 'அப்பாவோட பேசின பேச்சையெல்லாம் கேட்டாச்சா?' மீனாட்சி பார்வையாலேயே கேட்கிறாள்.

"நீ என் மாமா பொண்ணா? என்னால நம்ப முடியலையே?" சுந்தரேசனிடம் வியப்புக் குவியல்.

"எப்ப வந்தீங்க?" அவன் மௌனத்தை உடைக்கிறாள் மீனாட்சி.

"வந்து ரொம்ப நாழியாச்சு மீனாட்சி..."

"பேசினத கேட்டுட்...."

"....டேன்!"

"எனக்கு இப்ப எப்படி இருக்கு தெரியுமா?"

"எப்படி?"

"யார் மடியிலையாவது விழுந்து 'ஒ'ன்னு அழணும் போலிருக்கு..."

"எனக்கு எதை நம்பறது, எதை நம்பக்கூடாதுன்னே தெரியலை..."

"உங்க மாமாதான் என் அப்பாங்கறதை ஜீரணிக்க முடியலையா?"

"ஆமா... ஆனா அதுக்காக ஒருபக்கம் சந்தோஷப்படவும் மனசு துடிக்கிறது... ஏன்னே புரியலை..."

"என் நிலையும் அதுதான்..."

"ஒருவேளை அந்நியமா இருந்த நாம் இரண்டுபேரும், ஒருத்தருக்கொருத்தர் உறவுங்கற நிஜம் காரணமா இருக்குமோ?"

"எனக்கும் அப்படித்தான் தோன்றது. வெறிச்சுன்னு கிடந்த மனசல வெளிச்சம் விழுந்த மாதிரியும் இருக்கு..."

"மீனாட்சி... அன்னிக்கு அந்த அயோக்யன் உன்னைக் கெடுக்க நினைச்சப்போ, நிரதாரவா உன்னை விட்டுட்டு, உன் பாட்டி என்னை வெளியே போன்னு சொன்னதுக்காகப் பேசாமத் திரும்பி நடந்தேனே.. அப்ப நான் எவ்வளவு வேதனைப்பட்டிருப்பேன் தெரியுமா? இந்த உறவு முறை அன்னிக்குத் தெரிஞ்சிருந்தா நான் அப்படி நடந்திருப்பேனா?"

"என்ன பண்ணியிருப்பீங்க?"

"நீ என் முறைப் பெண்ணுன்னு அவன் எதிர நின்னு, ரெண்டுல ஒண்ணு பார்த்திருப்பேன்."

"அப்ப பார்க்கலேன்னா என்ன? இனி அதுக்கும் சேர்த்துப் பாருங்களேன் சுந்தரேசன்... எனக்கு எல்லா விதத்துலையும் உதவி செய்வேளா?"

"நிச்சயமா மீனாட்சி... முதல்ல, மாமாவைப் பிடிச்சு ஒரு உலுக்கு உலுக்கணும். எவ்வளவு பெரிய ரகசியம் இது? பூசணிக்காயைச் சோத்துல மூடி மறைச்சு இத்தனை நாள் கடத்திட்டாரே...?"

"ஆமா என் மாமாதான் உன் அப்பாங்கறது உனக்கு எப்படித் தெரிய வந்தது?"

மீனாட்சி முண்டாசைக் காட்டினாள். நினைவில் மாந்தோப்பு வரை போய் மீண்டாள்.

பிளந்த வாயை மூடாமல் கேட்டான் சுந்தரேசன், "ஒருவகையில் அந்தத் தியேட்டர்காரனுக்கு நீ நன்றி சொல்லணும். உன் பாட்டி

மட்டும் அவனைக் கூப்பிட்டு உன்னை நோக்கி அனுப்பாம இருந்திருந்தா, இவ்வளவெல்லாம் நடந்திருக்குமா?"

"வாஸ்தவம்தான்... ஆனா இன்னொரு தடவை அந்தமாதிரி எனக்கு நடக்கக்கூடாது சுந்தரேசன். என்னால தாங்க முடியாது. சின்னைய்யாவால பிழைச்சேன்! அந்த வீட்டை, என் பாட்டியை, அந்த தியேட்டர்காரனை நினைச்சா நெஞ்சை அடைக்குது."

"அதுசரி, உன் அம்மா மாமாவைக் கூப்பிட்டனுப்பியது பணத்துக்காகவா?"

"ஆமா... பணம்! அதுதான் பாட்டியோட வேதம், புராணம் இதிகாசம் எல்லாம். அவ ஒரு பணப்பேய்..."

"அவ்வளவு மோசமான ஒரு பெண்மணி வயிற்றுல, எப்படி உன் அம்மா வந்து பிறந்தா? ஆச்சரியத்துக்குப் பஞ்சமே இல்லை."

"கவலைப்படாதே! இனி எல்லாம் நல்லபடி நடக்கும்..."

"நீங்க இப்படிச் சொல்றது, மனசுக்கு எவ்வளவு இதமா இருக்கு தெரியுமா?"

"இந்த இதம் கலையாம, தைரியமா வீட்டுக்குப் போ. மிச்சத்தை நான் பாத்துக்கறேன்..."

அவன் மிகுந்த உரிமைக் கலப்போடு பேசுவதைக் கேட்டு கண்கள் பனிக்க, அவள் அவனைப் பார்த்தாள்.

ஜலபாணேஸ்வரர் ஆலயமணிச் சப்தம் ஊடுருவியது. அவளுக்குச் சிலிர்ப்பாக இருந்தது. அவன், அவளது நிர்மலமான முகத்தை இப்பொழுது கூர்மையாகப் பார்த்தான்.

முன்பு பார்த்த பரிதாபப் பார்வை விலகி, ஆசை அதில் குடியேறியிருந்தது.

"ஆமா... மாமாவைப் பார்த்து என்ன கேக்கப் போறீங்க...? உங்களுக்கும் உண்மை தெரிஞ்சாச்சுங்கறதை அவரால ஜீரணிக்க முடியுமா?" முக்கியமான அந்தக் கேள்வியைக் கேட்டாள் மீனாட்சி.

"என் மாமாவை எனக்கு நல்லாத் தெரியும் மீனாட்சி. நீ அதைப்பற்றிக் கவலைப்படாதே. பக்குவமா நடந்துப்பேன்."

"பார்த்து... அவரை நான் அடையாளம் தெரிஞ்சுண்டதை அவரால முதல்ல ஜீரணிக்கவே முடியலை. அவர் முகம் போன போக்கு இருக்கே..."

"எனக்கே ரொம்ப நேரமாச்சே...? அவரைப் பத்திக் கேக்கணுமா என்ன? சரிசரி... நீ கிளம்பு. நாம ரொம்ப நேரமா இங்க இருக்கோம். நல்லவேளை! யாரும் பாக்கலை. பாத்து, அப்பா காதுக்குப் போச்சுன்னா எல்லாமே கெட்டுடும்..."

"உங்கப்பாவுக்கு இந்த விஷயம் தெரிய வந்தா என்ன பண்ணுவார்?"

"அடுத்த நிமிஷம் மாமா வீதிக்கு வந்தாகணும். அப்பா ஒரு ஆசார புருஷர். சமயங்கள்ள, அவரை என்னாலேயே புரிஞ்சுக்க முடியலை..."

"அப்படின்னா ரொம்ப ஜாக்கிரதையா நடந்துண்டாகணும்."

"நீ கவலைப்படாதே மீனாட்சி. நான் சேவிக்கற தீர்த்த நாயகி அம்மன் கைவிடமாட்டா. மொதல்ல, மாமாவைப் பார்த்து பணத்துக்கு ஏற்பாடு பண்ணி, உன் பாட்டி வாயை அடைப்போம். மற்றதைப் பிறகு சிந்திப்போம்..."

"ஆமா அடுத்து உங்களைப் பார்க்கணுமானா...?"

"இதே இடத்துல ஒவ்வொரு காலலையும் பார்க்கலாம்..."

"அவசரம்னா..."

"போன் பண்ணேன்... நம்பர் தரேன்..." சொல்லிவிட்டு நம்பர் தந்தான்.

"போனை வேற யாராவது எடுத்தா?"

"என் ஆடிட்டர் வைஃப் பேரு ஜெயலஷ்மி. அந்த மாமிக்கு ஐம்பது வயசாறது. மீனாட்சி, அந்த மாதிரி

சந்தர்ப்பங்கள்ள ஜெயலஷ்மியாயிட வேண்டியதுதான். யாரும் சந்தேகப்படமாட்டா..."

உற்சாகமாகச் சொல்லிவிட்டு வேஷ்டி சரசரக்க நடக்கத் தொடங்கினான் சுந்தரேசன்.

மீனாட்சி நெடுநேரம் அவன் நடப்பதைப் பார்த்துவிட்டு எதிர் மார்க்கத்தில் அவளும் திரும்பி நடக்க ஆரம்பித்தாள்.

குனிந்த தலை நிமிராமல், உடல் கூச ஒரு மாதிரி பார்ப்பவர்களை எண்ணிக் குமைச்சலோடு நடந்து வந்தே பழகினவளுக்கு முதல்முறையாக உடம்பு லேசாகி, வானில் மிதப்பதுபோல் ஒரு பிரமை.

அன்றைய விடியலில், இத்தனை தூரம் தனக்கொரு பாதை தெரிந்ததில் இன்பமான இன்பம்.

அனைத்துக்கும் மேலாக, 'நானிருக்கிறேன்' என்பதுபோல் சுந்தரேசன் பேசியதில் சிலிர்ப்பான சிலிர்ப்பு.

வானத்தைப் பார்த்து புளகாங்கிதத்தோடு நிமிர்கிறாள். நடையில்கூட ஒரு வீரத்தன்மை!

ஊடே அவளை உரசியபடி வந்து நின்றது ஒரு கருப்பு அம்பாசிடர்.

சரசரவென்று அதன் கதவின் கண்ணாடி கீழே இறங்க, உள்ளே தெரிந்தது தியேட்டர்காரர் ஜம்புலிங்கத்தின் முகம்.

தலையில் பெரிய கட்டுடன், விகாரமாய்ப் பார்க்கும் ஜம்புலிங்கத்தின் விழிகளில் கழுகின் பாய்ச்சல்!

"என்னைவிட உனக்குத் தீட்சதர் மகன் ஒசத்தியாப் போயிட்டானா?" என்கிற உக்ரமான கேள்வி உதட்டில்.

வெலவெலத்துப் போகிறது மீனாட்சியின் உடல். 'இவன் எங்கே சுந்தரேசனுடன் பேசுவதையெல்லாம் பார்த்தான்?' பதைக்கிறாள்.

"காசு வாங்கறது என்கிட்ட... காதல் பாடம் படிக்கிறது அவன்கிட்டையா? வெச்சுக்கறேண்டி கச்சேரிய அந்தத்

தீட்சதர்கிட்ட... டேய்... வண்டியைத் தீட்சதர் வீட்டுக்கு விடுடா..."
என்கிற ஜம்புலிங்கத்தைப் பார்த்து நொறுங்கிப் போகிறாள்
மீனாட்சி.

"ஐயோ! வேண்டாம்...! ப்ளீஸ்... உன்னைக் கெஞ்சிக்
கேட்டுக்கறேன்..." நடுச்சாலையில் அவள் பதறுவது அவனுக்கு
இன்பமாக இருக்கிறது.

"அப்படின்ன கார்ல ஏறு..."

மறு பேச்சுப் பேசாமல், பல விபரீதங்களைத் தவிர்க்க,
காருக்குள் உடல் கூச, காலை எடுத்து வைத்தாள் மீனாட்சி.

ஜலபாணேஸ்வரர் ஆலயம் நோக்கி, மடிசார் கட்டுடன்
மங்கல சொரூபியாக வரும் தீட்சதரின் மனைவியும் சுந்தரேசனின்
தாயுமான ராஜம் யதார்த்தமாக இதைப் பார்க்க...

அத்தியாயம்

8

"பூட்டுகளே
களவு போகிற
காலமிது...
வயிற்றுப் பிள்ளை
மட்டும்தான்
களவாட முடியாத
பத்திரமான சொத்து!
கவிதைகளே களவு போகும்!
கண் அசந்தால்
எழுதும் கையும் போகும்!"

— 'மலர் விடும் மூச்சு' என்ற நூலில்,
பத்மாவதி தாயுமானவர்.

உள்ஞ்சல் கிரீச்சிட, காலை லேசாக விந்தி அதில் அமர்ந்து ஆடியபடி வெற்றிலைப் பெட்டியைத் திறந்து வேலாயுதம்பாளையம் வெற்றிலையைக் கிள்ளி அதன் நடுமுதுகில் வாசனைச் சுண்ணாம்பை மருந்துபோல் தடவி, பின் கலாநயத்துடன் அதை மடக்கி, நாவண்ணங்களில் அந்த வெற்றிலை மடக்கலை உள்ளே தள்ளும்போது, உடம்பில் ஒரு பரவச உணர்வு உடுருவதை அனுபவித்தாலொழிய விவரிக்க முடியாது!

தீட்சதருக்கே வார்த்தை அகப்படாத பரவசம் அது நடுநடுவே பற்களில் சீவல் வதைபட்டு ஒருவகை ரசம் உருவாகி, வெற்றிலைச் சாற்றுடன் சேர்ந்து நாக்கின் சுவை நரம்புகளை நிமிண்டும்போது, இந்த வெற்றிலைப் பாக்குப் போடும் பழக்கத்திற்காகவே மனுஷப் பிறப்பாய் எடுத்துத் தள்ள வேண்டும்போல் தோன்றும் தீட்சதருக்கு.

இன்றும் அதே உணர்ச்சி நிலை.

ஆனால் நேர் எதிரான நிலையில், ராஜம் வீட்டுக்குள் நுழைவதைப் பார்க்கவும் அவரிடமும் உணர்ச்சி மாறுகிறது.

"என்னம்மா இது... கோவிலுக்குப் போனே! போன வேகத்துல திரும்பி வந்துட்டே... முகத்தைப் பார்த்தா சுரத்தா இல்லையே...?"

எச்சில் சொதப்பலுடன் தீட்சதர் கேட்கும் கேள்விமுன், ராஜம் கடூரமாக முறைக்கிறாள்.

"இன்னிக்குக் காலைல யார் முகத்துல முழிச்சேனோ தெரியலை? நடக்கற எதுவும் நல்லதுக்கா தெரியலை..." என்கிறாள்.

அவள் அப்படிப் பேசும் சமயம், ஈரத் தலையைத் துவட்டியபடி சுந்தரேசனும் காவிரியிலிருந்து திரும்பி விட்டிருந்தான்.

"என்னம்மா அதிசயமா அலுத்துக்கறே...?" அவனிடமும் கேள்வி.

"என்னமோடா... காலம் அநியாயத்துக்குத்தான் கெட்டுக்கிடக்கு. இந்தக் காலத்துப் பொம்மனாட்டிகளுக்கு அநியாயத்துக்கு நெஞ்சழுத்தம்..."

ராஜத்திடம் பிலாக்கணம்.

"புரியும்படி பேசு ராஜம்" என்றபடி பேப்பரை மடிக்கிறார். அதுவரை அதில் மூழ்கியிருந்த கோபாலன். "காவேரியில் இருந்து வந்தா அவருக்கு வெத்தலைப் பெட்டி... உனக்கு ஹிந்து பேப்பர். ஊர்க்குள்ளே நடக்கற நல்லது கெட்டதைப் பற்றித் துளியாவது கவலையுண்டா?"

ராஜம் இருவர் மேலும், பாய்ந்ததில், சுந்தரேசனுக்கே ஆச்சரியமான ஆச்சரியம்!

ராஜம் பரம சாதுவானவள்!

பட்டாசு சப்தத்துக்கே மயங்கி விழும் உடல்வாகு.

அத்தி பூத்த மாதிரி தான் கோபமே வரும்.

ஆனாலும், அதில் ஓர் அழுத்தமான நியாயம் இருக்கும். சுந்தரேசன் அந்த நியாயத்துக்காகக் காத்திருக்க, ராஜமும் ஏமாற்றவில்லை.

"ஓடற ஆத்துல சாகப் போனவளைப் பெரிசா போய்க் காப்பாத்தினியே சுந்தரேசா...? அவ என்னடான்னா, கோவில்கிட்ட ஒருத்தன் கார்ல ஏறிண்டு ஐம்முன்னு காலையிலேயே தொழில் பண்ணக் கிளம்பிட்டா! கார்ல தலைகட்டோட கன்னங்கரேல்னு மைனர் மாதிரி ஒருத்தன்...!

நம்ப ஊர்ல இப்படி எல்லாம் நடந்து நான் பாத்ததில்ல, எதுக்கும் ஒரு காலநேரம் இருக்குடா, இப்படியா காலங்காத்தால...?"

அழுத்தபடி, ராஜம் உள்ளே சென்று மறைய, தீட்சிதர் பார்வை சுந்தரேசனை நோக்கி உடனேயே திரும்புகிறது.

அந்தப் பார்வையில் ஏளனத்தின் நெளிசல். சுந்தரேசனோ குழம்பிப் போகிறான். "சற்றுமுன் பார்த்த மீனாட்சி, ஒருவனுடன் காரில் ஏறிப் போனாளா? இது எப்படி சாத்யம்...? அம்மா ஒருவேளை வேறு யாரையாவது பார்த்துவிட்டு உளறுகிறாளா?"

அவன் முகத்தில் பரவும் சலனம் பார்த்து தீட்சிதர் ஆச்சரியப்பட, கோபாலனோ தடுமாறிப் போய் செய்தித்தாளைத் திரும்பவும் விரித்து, அதில் முகத்தைப் புதைத்து, ராஜத்தின் பேச்சை எண்ணிக் குமைய ஆரம்பித்தார்.

சுந்தரேசன், கோபாலனை நெருங்கி பேப்பரைத் தழைத்து அவர் முகத்தைப் பார்த்தான்.

அந்த முகத்தில் அதிர்ச்சியின் வியாபிப்பு!

"மாமா! அம்மா பேச்சைக் கேட்டு உங்களுக்கேன் அதிர்ச்சியாயிருக்கு?" என்கிறான் மெலியதாக...

"எனக்கா? அதிர்ச்சியா?" கோபாலனிடம் குழறல்.

"எனக்கே இருக்கே...? உங்களுக்கு இருக்காதா?"

"அதெல்லாம் ஒண்ணுமில்லை..."

"ஒண்ணுமில்லைங்கற வார்த்தைக்கு இருக்கற மாதிரியான ஒரு அர்த்தம், வேற எந்த வார்த்தையிலும் கிடையாது, தெரியுமா மாமா?" இருவரும் பேசுவதைப் புரியாமல் கவனித்த தீட்சிதர் வெற்றிலையை விழுங்கியபடி ஊஞ்சலை விட்டு எழுந்திருந்தார்.

"என்னடா ரகசியப் பேச்சு? அந்த சிறுக்கியப் பத்தி ராஜம்தான் பெரிசா அலுத்துண்டான்னா, நீங்க அவளுக்கு மேல, அவ ஞாபகமா ரகசியம் பேசிக்கறேளே? என்ன சேதி?" பட்டு வேட்டியும், பட்டுத்துண்டும் தழைய தழைய தீட்சிதர் அருகே வந்து நின்று கேட்ட தொனியில், இருவரும் விழித்தனர்.

"போய் வேலையைப் பாருங்க... இது விணு சஹஸ்ர நாமம் சொல்ற நாழி. சுந்தரேசா... இன்னிக்கு எனக்குத் திருவையாத்துலதானே உபன்யாசம்?"

"ஆமாம்பா..."

"பிரயாண ஏற்பாட்டைக் கவனி..." அதட்டலாகப் பேசின தீட்சிதர் அந்தப் பக்கம் நகரவும், இந்தப் பக்கத்தில் சடாரென்று வாசற்பக்கம் ஓடினான். இடவலமாக சுற்றிச் சுற்றிப் பார்த்தவன், திரும்பவும் உள்ளே வந்து சட்டையை மாட்டிக்கொண்டு, வாசல் படியருகே செருப்பையும் அணிய முனைந்தபோது...

"எங்கே கிளம்பிட்டே சுந்தரேசா?" பெரிய அக்கா அன்னபூரணி, வாசலில் செம்பருத்திச் செடி அருகில் இருந்து கேட்டாள்.

"போஸ்ட் ஆபீஸ் வரைக்கும் அக்கா..." என்று நினைவு தெரிந்து முதல் பொய்யைச் சொல்லிவிட்டு, வீதியில் இறங்கினான்.

'அம்மா சொன்னது நிஜமாக இருக்குமா? இல்லை என்றால், தலையில் கட்டுடன் கருப்பான அந்த மைனர் யாராக இருப்பான்...? சந்தித்துவிட்டுத் திரும்பிய அரைமணி கால அளவில், அப்படி என்ன நடந்திருக்க முடியும்? மீனாட்சிக்கு ஏதாவது ஆபத்தா?'

கேள்விகள் குடைந்தெடுக்க மீனாட்சியின் வீட்டை நோக்கி அவன் கால்கள் நடந்தன. அவனது வீதிப் பிரவேசத்தைத் தொடர்ந்து கோபாலனும் வீதியில் இறங்கி விட்டிருந்தார்.

"மாமா நீங்க எங்கே?"

"வெத்தலை சீவல் தீர்ந்துபோச்சு, வாங்கலாம்னு..."

கோபாலனிடமும் சமயோசிதமான பொய்.

'ராஜம் சொன்ன அந்தக் கார்க்காரன் யார்? தன்னிடம் அத்தனை விசாரப்பட்டுச் சீறிய மீனாட்சி, அந்தக் கார்காரனுடன் செல்வதாவது...?'

சுந்தரேசனின் பேச்சில்-போக்கில் கூட ஒருவகைச் சந்தேகமும் தீர்மானமும் தெரிகிறதே...? ஒருவேளை மீனாட்சியை அவன் பார்த்து, தன்னைப் பற்றித் தெரிந்து கொண்டுவிட்டானோ?

வீதியில் நடக்கையில் கேள்விப் பந்தடித்து கிறுகிறுத்துப் போகிறார் கோபாலன்.

'அதோ சுந்தரேசன்...! வேகவேகமாக மீனாட்சியின் வீட்டுப் பக்கம் போவதாகத்தான் படுகிறது.'

"சுந்தரேசா... சுந்தரேசா..." வீதி என்றும் பார்க்காமல் கத்தினவரின் குரல் கேட்டு நின்றவன், திரும்பிப் பார்த்தான். நெருங்கின கோபாலனின் பதட்டமான முகத்தைப் பார்த்து வெறித்தான்.

"எங்கப்பா கிளம்பிட்டே?" இளைப்புடன் கேட்கிறார் கோபாலன்.

"எதுக்கு மாமா கேக்கறேள்...?"

"ஒரு வேளை, அந்தப் பொண்ணு வீட்டுக்குப் போறியோன்னு..."

"எந்தப் பொண்ணு வீட்டுக்கு?"

"அதாம்பா, அந்த மீனாட்சி வீட்டுக்கு..."

"நான் அங்கதான் போறேன்னு எப்படி மாமா உங்களுக்கு தெரிஞ்சது..."

"வீதியில நின்னு பேசற விஷயமில்லை சுந்தரேசா இது. நீ அங்க போறது உனக்கு நல்லதில்லே, அதான் ஓடி வந்தேன்."

"என் பேர்லதான் உமக்கு எவ்வளவு அக்கறை? மாமா எனக்கு உங்கக்கூட பேச நாழியில்லை. நீங்க போங்க நான் வந்துடறேன்..."

"சுந்தரேசா! சொன்னாக் கேளு. உங்கப்பாவுக்குத் தெரிஞ்சா உன்னை வெட்டிப் போட்டுடுவார். அப்படித் தான் அங்கே போய் என்னத்த சாதிக்கப் போறே? அவா எப்படிப் போனா நமக்கென்ன?"

அவரது அந்தக் கேள்வி அவன் பிடரியை ஒரு உசுப்பு உசுப்பியது.

"ஒரு அப்பா பேசற பேச்சா இது?" சட்டென்று அவன் வாயிலிருந்து வரக்கூடாத அந்தக் கேள்வி வந்தேவிட்டது!

"நமஸ்காரம் கோபாலன்...!"

"நமஸ்காரம் சுந்தரேசன்...!"

"என்ன? மாமாவும், மருமானும் நடுத் தெருவில் ஈஷிண்டு...?" கடந்து போன ஒரு பரிச்சயமான ஊர்க்காரரின் கேள்விக்கு நடுவில் ஸ்தம்பித்து நிற்கும் கோபாலனைச் சில விநாடிகள்தான் சுந்தரேசன் சட்டை செய்தான்.

திரும்பவும் நடக்க ஆரம்பித்தான்.

கோபாலனுக்கு நெடுநேரமாயிற்று. பிரக்ஞை மீள! அவர் பார்வை வீதியில் துழாவிய போது, சுந்தரேசனைக் காணவில்லை.

முகத்தில் வியர்வைப் பந்தல்.

"தன் ரகசியங்கள் இனி சமூகத்தின் முன் பந்தி விரிக்கப் பட்டுப் பரிமாறப்பட்டு விடுமோ!"

பயத்தில் ரத்தக் கூட்டமே குளுகோஸ் இழந்து, கண்ணை இருட்டப் பார்க்கிறது.

சுதாரித்து நடக்க ஆரம்பித்தார்.

வேணியின் வீட்டு வாசலில் அந்தக் கருப்பு அம்பாஸிடர். அதை பளபளப்பாகத் துடைத்தபடி வேட்டியை மடித்து கட்டியிருக்கும் ஒரு டிரைவர்.

அவனைக் கடந்து, வேகமாக உள்ளே நுழைந்த சுந்தரேசனுக்கு, காலில் கருநாகம் கடித்த மாதிரி ஒரு வேதனை...

வாசற்படி தாண்டக்கூட, பிடிக்கவில்லை.

எதிரே ஊஞ்சலில் ஒய்யாரமாக ஐம்புலிங்கம்...!

அருகில் வெட்கத்துடன் மீனாட்சி!

பக்கத்தில் மின்னலையே அடகு பிடித்த பளபளப்பில் மனோன்மணி!

அத்தியாயம்

9

'அகன்ற உலகு நான்'
என்றது அகல்.
'அழகிய உடல் நான்'
என்றது திரி.
'அசையும் உயிர் நான்'
என்றது சுடர்.

'உழைப்பு வடித்த
உதிரத்துளிகளாய்த்
தேங்கிய எண்ணெய்'
வாய்திறக்கவே இல்லை!

— 'ஒளிப்பறவை' நூலில், சிற்பி.

வாசற்படி மேலேயே சுந்தரேசன் ஸ்தம்பித்து நிற்பதைப் பார்த்துப் பின் தொடர்ந்து வந்த கோபாலனும் நிரடி நிற்க, உள்ளிருந்து தலை நிமிர்த்திய, ஐம்புலிங்கத்தின் பார்வையில்தான் முதலில் படுகிறான் சுந்தரேசன்!

மீசையை நீவி ஒரு சிரிப்பு சிரிக்க வேண்டும் போல் தோன்றுகிறது ஐம்புலிங்கத்திற்கு, மீனாட்சியும் தற்செயலாகப் பார்க்கிறாள்.

நடுப்பாதத்தில் கரிக்கங்கு பட்டால் எப்படி இருக்கும்?

கலங்குகிறது அவள் முகம் ஆனாலும், சுதாரிக்கிறாள்.

பாட்டி மனோன்மணியைப் பார்த்து, "பாட்டி, அந்த ஆளை அனுப்பிட்டு வா. விட்டா, தெருநாய் மாதிரி என் பின்னாலேயே சுத்துவான் போல தெரியுது!" என்கிறாள் பொய்க் கோபத்துடன்! இப்படி எல்லாம் பேச நேர்ந்து விட்டதே என்று மனத்துக்குள் கதறியபடி தலையைத் தழைத்துக் கொள்கிறாள்.

இது நடிப்பு சுந்தரேசன்... எல்லோரின் நன்மைக்காக... ப்ளீஸ்! சரியான கோணத்தில் புரிந்து கொள்ளுங்கள் மனதுக்குள் அவனிடம் விண்ணப்பமும் போடுகிறாள். மனோன்மணியோ, வாசல் பக்க விறுவிறுவென்று நடந்து வந்து நறுக்கென்று நாலு வார்த்தை கேட்க வாயைத் திறந்தாள். அதற்குள் விறுவிறுவென்று திரும்பி நடக்கத் தொடங்கிவிட்டான், சுந்தரேசன். ஒதுங்கிக் காத்திருந்த கோபாலனும் அவனோடு சேர்ந்துகொள்கிறார்.

"என்ன சுந்தரேசா... போன வேகத்துல திரும்பிட்டே! என்ன நடந்தது?" நடந்தபடியே கேட்கிறார்.

சுந்தரேசனின் முகத்தில் உறைந்த நிலை. உள்ளுக்குள் மலைப் பாறைக்குள் வெடி வைத்த மாதிரி, மனசில் வெடி வெடிக்கும் கடூரம்.

மொழியே மறந்து, சொற்களே பிடிபடாமல் போய், வெறுமையை மூச்சுத் திணற அனுபவிக்கிற மாதிரி ஒரு வேதனை.

"என்னப்பா ஆச்சு? என்ன நடந்தது?" கோபாலனோ மறுபக்கம் பிடித்து உலுப்புகிறார். அதெல்லாம் சுந்தரேசன் காதில் விழுந்த மாதிரியே தெரியவில்லை.

வீதியில் சிலர் இந்த முறை கழுகுப் பார்வை பார்க்கின்றனர். "இந்தப் புள்ளயோட போக்கே புரியல்லியே...?" என்று ஸ்லாகிக்கின்றனர்.

"க்ரீச்... க்ரீச்..." ஊஞ்சல் சப்தம் இழையும் ஹாலில், வெற்றிலைக் காம்பைக் கிள்ளிச் சுண்ணாம்பை தடவிக் கொண்டிருக்கிறாள், மீனாட்சி.

"விருந்துக்குப் பிறகுதான் தாம்பூலம் போடணும்னு இல்லை. விருந்து கிடைக்கப் போவுதுங்கற சந்தோஷத்துக்கும் போடலாம். இது சந்தோஷத் தாம்பூலம்." என்று எடுத்துக் கொடுக்கிறாள், மனோன்மணி.

அருகில் சிலைக்குப் போட்டியாக கிருஷ்ணவேணி அவளுங்குத் துணையாக சின்னையா.

"மீனாட்சி... எப்படி இப்படி மனசு மாறினே? மாறின மாதிரி நடிச்சு பிரச்னையைச் சமாளிக்கிற டுமீல் வேலைல்லாம் என்கிட்ட பலிக்காது. தெரியும்ல...?" ஜம்புலிங்கத்திடம் வெற்றிலைக் குதப்பலுடன் கித்தாப்பு.

"எனக்கு நடிக்கவெல்லாம் தெரியாதுங்க. ஒரு முடிவெடுத்தா எடுத்தததுதான்..." தீர்க்கமான குரலுடன் மீனாட்சி பேசுவதில், மெல்லிய நடிப்பின் அலைகளைக் காண முடிகிறது. சின்னையா அது புரியாமல், கண்ணில் பயம் பரப்ப, கிருஷ்ணவேணி முகத்திலும் அதிர்ச்சி!

"அதுசரி, என்ன முடிவெடுத்துருக்கே...?" சாவகாசமாய் ஜம்புலிங்கம் கேட்பதை, மனோன்மணி கூட பதட்டத்துடன் தான் கேட்கிறாள். ஆனால், மீனாட்சியிடம் சலனமேயில்லை. பதில் சட்டென்று வந்தது.

"உங்களையே கட்டிக்கிறதுங்கற முடிவெத்துருக்கேன்!"

"கட்டிக்கிற முடிவா? வெச்சுக்கற முடிவா?"

"கட்டிக்கிற முடிவுதான். இந்த வெச்சுக்கற பிசினஸ்லாம் என்கிட்ட பலிக்காது!" மீனாட்சியின் தீர்க்கம் ஜம்புலிங்கத்தை நிரடுகிறது. ஜம்புலிங்கம் உபயோகித்த அதே வார்த்தைகள்.

"நீ என்ன பேசறே...? புரிஞ்சுதான் பேசுறியா?"

"புரியாமப் பேச நான் என்ன பாப்பா வா?"

"அப்பன் பேர் தெரியாத உன்னையெல்லாம் யாரும் கட்டமாட்டாங்க! கட்டிக்கிட்டா என்ன, வெச்சுக்கிட்டா என்ன? எல்லாம் ஒண்ணுதானே?"

"என் அப்பனைப் பத்தித் தெரிஞ்சு உங்களுக்கு ஆகப் போறதென்ன? உங்களுக்குத் தேவை என் உடம்பு! அதைத் தாலி கட்டி சொந்தமாக்கிக்கலாம். எகத்தாளம் வேண்டாம். இனியொரு தடவை இந்த மாதிரி பேசினா, நானும் வேற மாதிரி பேச வேண்டி வரும்."

ஊஞ்சல் ஆட்டம் உடனேயே நின்றுபோக, சட்டென்று அங்கு தோற்றிக்கொண்ட ஒரு இறுக்கத்தின் நிமித்தம் ஜம்புலிங்கம், மனோன்மணியை முறைக்காமல் முறைக்கிறான்.

"என்னா மணி, உன் பேத்தி புரியாமப் பேசுது?"

மனோன்மணியிடமும் தவிப்பான மௌனம். இருந்தாலும், சுதாரிக்கிறாள்.

"அவ கிடக்கிறா, விடுங்க. அதுக்கு கிழக்குத் தெரியுமா? மேற்குத் தெரியுமா? இப்ப போய் எதுக்கு இந்தப் பேச்சு? சந்தோஷத்தைப் பத்தி நினைங்க..." என்று திசை திருப்பப் பார்க்கிறாள்.

"இப்படிப் பேசினா எப்படி சந்தோஷப்பட...? எனக்கு ஏற்கனவே லீகலா இரண்டு பெண்டாட்டி. இதுல, மூணாவதா இவளைக் கட்டினா, என் கதையே கந்தலாயிடும்கறது உனக்குத் தெரியாதா...?"

"அட விடுங்க ராசா... சின்னப் பொண்ணு ஏதோ தெரியாமப் பேசிட்டா..." மனோன்மணியின் சப்பைக் கட்டை, மீனாட்சி கத்தரித்தாள்.

"தெரியாம பேசலை. தெரிஞ்சுதான் பேசறேன். உங்க சொத்து – பத்து, ஆஸ்தி – பாஸ்தி எதுலயும் எனக்கு பங்கு வேண்டாம் எழுதிக்கூட கொடுத்துடுறேன். ஆனா ஊரறிய தாலி கட்டணும். தயாருன்னா இந்த வீட்டுக்கு வாங்க. இல்லாட்டி என்னத்தை மாத்திக்குங்க."

மீனாட்சியின் ஆவேசப் பேச்சைத் தொடர்ந்து ஊஞ்சலைத் திரும்பவும் விந்துகிறான் ஜம்புலிங்கம். ஆழ்ந்த யோசனை. 'க்ரீச்... க்ரீச்...' சப்தம்!

மனோன்மணியிடம் தவிப்பின் தொடர்ச்சி.

கிருஷ்ணவேணியோ மௌனத்தைக் கலைக்காமல், முகத்திலும் எந்த உணர்ச்சியையும் காட்டாமல் வெறிக்க, சின்னைய்யா மட்டும் ஊடே வாய் திறந்தான்.

"பாப்பா சொல்றதுதான் சரி... அது கழுத்துல தாலி கட்ட நீங்க தயாரா?" ஏதோ முடியாததைக் கேட்கிற தோரணை அவனிடம்.

ஆனால், உடனடியாக ஐம்புலிங்கம் பார்வை, அவன் மேல் கொத்துவது போல் விழுகிறது. 'நாற்காலியால் மண்டையைப் பிளக்க வந்த வேலைக்கார நாய்!'

தன் விஷயத்தில் அவன் குறுக்கீட்டால் மீசை புடைக்க, கோபம் வேறு அலையடிக்க ஆரம்பிக்கிறது.

"ஏன்டா! நீயெல்லாம் எனக்கு பஞ்சாயத்து பண்ற அளவு ஆகிப்போச்சா...? தாலி கட்ட தயங்குவேன்னுதானே இவ்வளவு தைரியமாய் பேசறீங்க...?"

அந்தக் கேள்வியின் முன் அனைவரிடமும் மௌனம் பந்தடிக்கத் தொடங்குகிறது.

"தாலின்னு வாயெடுத்தா தலைதெறிக்க ஓடிடுவேன்னு நினைச்சீங்களா? நான் ஆசை வெக்கறது அபூர்வம். வெச்சிட்டா அதுக்கு உலகம்தான் விலைன்னா அதைக் கூட கொடுத்துடுவேன். இப்ப சொல்றேன், இவளோட உடம்புக்காகச் சொல்லலை. எப்ப இப்படி ஒரு பேச்சும் சிந்தனையும் வந்திச்சோ, இனி அதை சும்மா விடக்கூடாது."

"மீனாட்சி, உன் கழுத்துல நான் தாலி கட்றேன்! அதுக்கு என்ன பண்ணணுமோ அதைப் பண்றேன். எங்கிட்ட இருந்து தப்பிக்க, எனக்கு நீ ஒரு வலை விரிச்சே. இப்ப பாவம் நீயே அதுல விழுந்துட்டே. உன்னை விட மாட்டேன்!"

"எனக்கு நல்லாத் தெரியும் உன் மனசுல இப்ப அந்த தீட்சிதர் மகன் இருக்கான்! நேத்து வந்த பய அவன்! ஆனா, என்னைக்

கத்திரிச்சிட்டு அவன்கூட சேர்ற வேலை இந்த ஜென்மத்துல நடக்காது."

"உன் கழுத்துல நான் வர்ற முகூர்த்தத்துலயே தாலிகட்றேன்! என்ன மனோன்மணி, திருப்தியா?"

ஜம்புலிங்கத்தின் பேச்சைக் கேட்டு மனோன்மணி மத்தாப்பு ஆனாள்.

"என் ராசா, உங்க மனசே மனசு! இந்த ஈனப் பிறப்புக்கும் வாழ்க்கை தர முன் வந்தீங்களே! யாருக்கு வரும் இந்த மனசு? என் பேத்தி கொடுத்து வச்சவ... அதான் உங்க வாய்ல இப்படி ஒரு நல்ல வார்த்தை வந்துருக்கு."

கிடைக்காதது, கிடைத்த சந்தோஷம் காட்டினாள். படபடத்தாள்... விறுவிறுத்தாள்... குதூகலித்தாள்...!

'வாங்கிய பணத்துக்கெல்லாம் கணக்கு சொல்லத் தேவையில்லை. இனி பணத்தைப் பிச்சையாய்ப் பெற வேண்டிய அவசியமும் இல்லை. அந்தஸ்தான வாழ்க்கையே வந்து நின்றுவிட்டது. வேணியின் மூலம் வந்த நஷ்டத்துக்கெல்லாம் மீனாட்சி மூலம் லாபம் பார்த்து விடலாம் இனி.

சினிமா தியேட்டர் ஒரு பக்கம் என்றால், ஆயிரம் ஏக்கரில் தென்னந்தோப்பு மறுபக்கம். குளித்தலை வட்டாரத்தில் இரண்டு ஹோட்டல்கள், திருச்சிக்குள் நான்கு டாக்சி, பினாமி பேரில்... நாமக்கல்லில் பிராந்திக் கடைகள் இருப்பதாகவும் தகவல்'

'ஐயோ... ஐயோ! எவ்வளவு சொத்து!'

யானை விழுங்கும் சோற்றுக் கவளத்தில் ஒரு துளி சிதறினாலும், அதை ஒரு அணிற்கூட்டமே கூடிவந்து, வயிறு நிறைய உண்ணுமாம். கோடிக்கணக்கான எறும்புகள் ஜீவிக்குமாம்.

'அப்படித்தான் ஜம்புலிங்கம் சொத்து விவரம்! அதில் ஒரு துளி கிடைத்தாலும், கால்மேல் கால் போட்டு தர்பார் நடத்தலாம். கார் சவாரிதான். மச்சு வாழ்க்கைதான்.'

குறிப்பாக, அந்த மேலூர் மிராசு ராஜமாணிக்கம் எதிரே போய், 'உன்னால் கைவிடப்பட்ட நான் நாசமாகிவிடவில்லை நல்ல நிலைக்கு வந்துவிட்டேன்' என்று மார்தூக்கலாம்...!'

மனோன்மணிக்குள் நினைவு வெளிகளில் நினைப்பான நினைப்பு! கூடவே, பழைய சபதத்துக்கு உயிர்வரப் போகின்ற குதூகலம். வாய்விட்டே கருவி விட்டாள்.

"டேய் ராஜமாணிக்கம்! உன் எதிரே நான் மகா ராணியா வந்து நிக்கலை, நான் மனோன்மணியில்லைடா...!" என்று.

"என்ன மணி, சவால்லாம் விடறே? யார் அந்த ராஜமணிக்கம்?" ஜம்புலிங்கத்திடம் இருந்து உடனேயே எதிர்க் கேள்வி. மனோன்மணி அதைக் கேட்டு நெடுநேரம் மௌனமாகிறாள். கண்களில் அதிசயமாக நீர்த் துளிகள் சேர்க்கிறாள். மீனாட்சி, வேணி, சின்னைய்யா மூவருமே அதைப் பார்த்து அதிசயிக்கின்றனர்.

'மனோன்மணியாவது அழுவதாவது?'

குத்துரலைவிட மோசமான நெஞ்சத்தில் ஈரமா?

பணப்பிசாசுக்குள் நெகிழ்ந்து உருகும் விஷயம்கூட இருக்க முடியுமா?

எல்லோரும் அவளிடம் ஊன்றியபோது, கண்ணீரைத் துடைத்துக்கொண்டே வாயைத் திறக்கிறாள். மனோன்மணி:

"என்னை வேசியாக்கின பாவி அந்த ராஜமாணிக்கம். என் இளமையைச் சூறையாடி, அந்தக் காலத்துலையே பம்பாயில் ஒரு கோடிக்கு என்னை ஓடவிட்டவன். காதல்தான் உலகம்னு நெனைச்ச என்னை, காசுதாண்டி உலகம்னு நினைக்க விட்டவன். 'தாலி கட்றேன் வான்'னு ரகசியமா கூட்டிப் போய் தாம்புக் கயித்தைக் கொடுத்துத் தூக்குல தொங்கச் சொன்னவன்...!"

மார்பிரண்டும் தழைந்தும் எழுந்தும் விம்ம, மூச்சுக் காற்றில் தீண்ட முடியாத வெப்பம் இழைய, வாழ்க்கையிலேயே இதுவரை

பேசியிராத ஒரு விஷயத்தை, அவள் இலேசாக அவிழ்த்ததற்கே அனைவரும் அதிர்ந்துபோய் விட்டிருந்தனர்! அதை தொடர்ந்து...

"என் ராசா, அந்த ராஜமாணிக்கம் தாலி கட்டறேன்னு சொல்லி என்னை ஏமாத்தின மாதிரி, என் பேத்தியை ஏமாத்திடமாட்டீங்க, தானே?" என்று ஜம்புலிங்கத்தின் முன் ஏக்கமாய் வாய் திறக்கிறாள்.

ஜம்புலிங்கத்திடம் இந்த முறை எகத்தாளமான பதில்:

"எவனோ ஒரு ராஜமணிக்கம் உன்னை ஏமாத்தினா நானும் உன் பேத்தியை ஏமாத்திடுவேனா? நான சொன்னா சொன்னதுதான்! மீனாட்சிக்காக நான் எதையும் செய்வேன்! ஏன் தெரியுமா?" ஜம்புலிங்கத்தின் கேள்வி முன் எல்லோரும் ஆவல் முகம் தூக்க, சின்ன இடைவெளி கழித்து, ஜம்புலிங்கம் சொன்ன பதிலில் வேணியின் இதயம் அறுந்து வயிற்றுக்குள்ளேயே விழுந்துவிட்டது!

"நான் எவ்வளவோ பெண்களைப் பார்த்திருக்கேன். ஆனா மீனாட்சியோட லட்சணம் யாருக்கும் கிடையாது. அச்சு அசலா அது ஒரு ஐயர் பெண்ணாத்தான் எனக்குத் தெரியுது. எழுதிவேணா வெச்சுக்க. இவ அப்பன்காரன் நிச்சயம் மேல் குலமாத்தான் இருக்கணும். சாதியில இளைச்சவன் நான். இப்படி ஒரு லட்சண தேவதை கிடைக்கிறது என் அதிர்ஷ்டம்!"

மனோன்மணியும், சின்னைய்யாவும் கூட, அந்தப் பதில்முன், பிளந்த வாயை மூடவில்லை!

அழுது அழுது முகம் வீங்கி, மீனாட்சியின் முகப்பாங்கே மாறிவிட்டது. சேலைத் தலைப்பில் ஒரு செம்பு கொள்ளும் கண்ணீரின் ஈரம். பக்கத்தில் கை பிசைந்து நிற்கிறாள் கிருஷ்ணவேணி.

"இப்படியா போய் சிக்குவே? என்ன நடந்துச்சு? நீ எப்படி அந்தத் தியேட்டர்காரன் கார்ல அவன் பிடியில சிக்கினே...?" சின்னைய்யா கேள்வியுடன், அழும் மீனாட்சியை அடிப்பதுபோலப் பார்க்கிறான்.

"எப்படியோ சிக்கினேன் என் தலையெழுத்து. இப்ப அதைப் பத்திப் பேசி என்ன பிரயோஜனம்?" அழுது கொண்டே வெடிக்கிறாள் மீனாட்சி.

'துளி அசந்திருந்தாலும், தீட்சதர் வரை விவகாரம் போய் அது விகாரமாயிருக்கும் என்பதை எப்படிச் சொல்ல...?' சுந்தரேசன் நிலை தர்மசங்கடமாகி, எல்லோரும் கை பிசைந்து நிற்க வேண்டியிருக்குமே...!

'அதன் பிறகு, எது எப்படி நடக்கும் என்பதே புரியாத படியல்லவா அதன் போக்கு இருந்திருக்கும்...? தற்காலிகமாக ஐம்புலிங்கத்தின் ஆசைக்கு இணங்குவதாக நடிக்கப் போய், அது இப்படிச் சிக்கலில் கொண்டுவந்து விட்டதே...?'

'விடிந்து விட்டதாக நினைத்த நினைப்பில் இப்படியா புயல் வீசி மழை கொட்டும்?'

மருகிச் சாகிறது அவள் மனம். ஆனாலும், அதிலும் துளி புத்திசாலித்தனமாக வைப்பாட்டியாக மறுத்து, தாலிக்கு வழி தேடிக் கொண்டதில் ஒரு கௌரவம் இருப்பதாகவே கருதுகிறது.

இதுதான் தலையெழுத்தென்றால் யாரால் மாற்ற முடியும்? ஜன்னல் வழியாக வானம் பார்த்து, உப்புக்கோடு விழுந்து உலர்ந்துவிட்ட கன்னத்தில் கை குவித்தபடி, மேகப் பொதி ஒன்றில் பார்வையைப் பதிக்கிறாள்.

விநாடிக்கொரு வடிவம்... இதுதானே மேகத்தின் முகம்? யோசிக்கத் தொடங்குகிறாள்.

சின்னைய்யா, வேணியைப் பார்க்கிறான்.

"என்ன தாயி... இவ்வளவு நடந்தும் வாய் திறக்காம கல்லா இருக்கே? அவன் தாலி கட்றேன்னு சொன்னதுல உன் வாயும் மூடிப்போச்சா? இது எங்கே... அவன் எங்கே...?" விம்மி வெடிக்கிறது அவன் இதயம்? வேணி அவன் வெடிப்பைக் கண்டு நெகிழ்ந்து போகிறாள்.

"சின்னையா! மீனாட்சி எதிர்காலம் பத்தி உனக்கே இவ்வளவு கரிசனம் இருக்கே? எனக்கு எவ்வளவு இருக்கணும்?" எதிர்க்கேள்வி வைக்கிறாள்.

"அப்படின்னா, ஏன் தாயி மௌனமா இருக்கே? அவன் அடுத்த முகூர்த்தத்துல தாலின்னு சொல்லிட்டுப் போயிட்டானே? இப்ப என்ன பண்ண?"

"அவன் என்ன ஆண்டவனா, சொன்னா சொன்னபடி நடக்க...?"

"என்ன, நீ இப்ப போய் இப்படி வேதாந்தமாப் பேசிக்கிட்டு..."

"உனக்கு அப்படித்தான் தெரியும். ஆனா, எனக்கு தானே தெரியும் நான் என்ன செய்யப் போறேன்னு?"

மீனாட்சி அந்தப் பேச்சால் விருட்டென்று திரும்பி வேணியை வெறித்தாள்.

"என்ன செய்யப் போற தாயி? என்ன செய்யப் போறே...?" சின்னையா, பதறுகிறாள்.

"சின்னையா, அவரை வரச் சொல்லு. மற்றத நான் அவர்கிட்டே பேசிக்கறேன்..." என்கிறாள், வேணி.

"என்னம்மா பேசப் போறே அப்பாகிட்டே...? இந்தக் கல்யாணத்தைத் தடுக்கிறதுக்காக அவர் உதவிய கேக்கப் போறியா?" குறுக்கே நுழைந்த மீனாட்சியின் பேச்சு, வேணியை ஒரு துவட்டு துவட்டுகிறது.

"எந்த உதவியும் அவர்கிட்டே கேக்காதம்மா...! என் அப்பாவை நான் தேடினதுக்குக் காரணம், அவர் காலைக் கட்டிகிட்டு அழறதுக்காக மட்டும் இல்லைம்மா. என் இனிஷியல் எனக்குத் தெரியணும். அதோட, அவர்கிட்ட என் பிறப்புக்குச் சரியான காரணம் தெரிஞ்சிக்க ஆசைப்பட்டேன். அதுக்குத்தான் அவரைத் தேடினேன். இத்தனை நாளா என் சுகதுக்கம் பற்றி எந்தக் கவலையும் படாத ஒரு மனுஷர், இனித்தானா என் எதிர்காலத்துக்காக எனக்கு உதவப் போறார்? அப்படி ஒரு

உதவி எனக்குத் தேவை இல்லை! அதைவிட ஜம்புலிங்கம் தாலி, எனக்கு ஆயிரம் மடங்கு மேல்...!"

மீனாட்சியின் தீர்மானம் வேணிக்குள் என்னவோ செய்கிறது. இவள் பேசுவதும் நியாயம்தானே என்றுகூட சிந்திக்க விடுகிறது. நெடுநேரம் மௌனகிறாள். உதய சூரியனின் கிரணங்கள் ஜன்னல் வழியாகக் கூடம்வரை பாய்ந்து இருண்ட சூழ்நிலையை ஒளிப்படுத்தப் பார்க்கிறது.

மனோன்மணி, வீட்டின் முன் திண்ணைமேல் வெற்றிலைப் பெட்டியோடு குசலம் விசாரித்துக் கொண்டிருக்கிறாள்.

ஜம்புலிங்கம் அமர்ந்து ஆடிய ஊஞ்சலை காற்று மோதி மெலிதாக ஆட்டிக் கொண்டிருக்கிறது.

சின்னைய்யா, ஓர் ஓரமாகப் போய் உட்கார்ந்து கொண்டு திறுதிறுத்துப் போகிறான்.

திரும்பவும் மீனாட்சியின் பார்வை ஜன்னலைப் புறந்தள்ளி, வானில் ஏறி மேகத் திண்டில் ஊன்றிவிட்டது. குறுக்கிட்ட வட்டம் கட்டிக் கொண்டிருக்கிறது, ஒரு கழுகு.

வேணி அந்த நிசப்தத்தை அர்த்தபுஷ்டியுள்ள ஒரு கேள்வியால் கலைத்தாள்.

"ஆமா, உங்காப்பாவைப் பார்த்துப் பேசினியே...? உன் பிறப்புக்கான காரணம் தெரிஞ்சுதா?"

அத்தியாயம்

10

> 'இந்தப் பிறவி வாசலை நான்
> எப்படிக் கடந்தேன் முதலில் எனும்
> அந்த மருமம்தனை உணரும்
> அறிவு அக்கணத்தில் எனக்கில்லை.
> அந்தகாரம் சூழ் நிசியில்
> அலரும் காட்டுச் சிறுமுகை போல்
> வந்தேன், எனை இம் மாயத்தில்
> மலரச் செய்த திறலெதுவோ?'
>
> — மகாகவி ரவீந்திரநாத் தாகூர்.

'அப்பாவைத் தான் பார்த்துப் பேசின விஷயம் அம்மாவுக்குத் தெரியுமா? எப்படி இத்தனை கச்சிதமா அம்மா கேட்கிறாள்...?'

வேணியின் அந்தக் கேள்வி ஆச்சர்யம் தருகிறது. பேசின விவரமெல்லாம் தெரியும்? ஈ எறும்புக்குக் கூடத் தெரியாதபடியல்லாவா நான் அந்தச் சந்திப்பை நிகழ்த்தினேன்? ஒருவேளை, நான்தான் அப்படி நினைத்துக் கொண்டிருக்கிறேனா?"

மீனாட்சி சகல கேள்விகளையும் அடி நெஞ்சில் போட்டுப் படபடக்க விட்டு வேணியைக் கேட்கிறாள்.

"உனக்கெப்படிம்மா தெரியும்?"

"என் பெண்ணை எனக்குத் தெரியாதா?"

"இது என்னம்மா, பொத்தாம் பொதுவான பதில்?"

"உன்வரையில் நான் தப்புக் கணக்கே போடமாட்டேன். மீனாட்சி..."

"எத்தனை சரியாக் கணக்குப் போட்டு என்னம்மா பிரயோஜனம்? என்னை மட்டும் தப்பாப் பெத்துப் போட்டுட்டியே..." மீனாட்சி நன்றாகத்தான் மடக்கி விட்டாள்.

"இப்படி ஒரு பிறப்பு எடுத்துட்டோமேன்னு உனக்குள்றதான் எத்தனை கொதிப்பு?"

வேணியிடமும் கொதிப்பின் தொற்றுதல்.

"கொதிப்புங்கறதுகூட, சாதாரண வார்த்தைம்மா, என் வேதனை அதைவிடப் பெரிசு..."

இடைவெட்டினான் சின்னையயா.

"உனக்கே இவ்வளவு வேதனைன்னா, உன் அம்மாவுக்கு எவ்வளவு இருக்கணும்?"

"நீ என்ன சொல்றே சின்னையயா...?"

"உன் தாய்க்கு இருக்கறது, வெறும் வேசிப்பட்டம் மட்டும்தான்! ஆனா, இதோட தாய் நிஜத்துலயே வேசியாச்சே...? உனக்காவது உன் அப்பா யாருங்கறது, ரகசியமான விஷயம் மட்டும்தான்! இதுக்கு யாருன்னே தெரியாதே...?"

"ஒரு வேசிக்கு மகளா, அப்பா யாருன்னே தெரியாம உயிர் வாழத்தான் வேணுமா? மானமுள்ள மனசு வாழ ஆசைப்படுமா...?"

"நீ என்ன சொல்றே...? இதுக்கு தற்கொலை பண்ணிக்கிட்டு செத்துருக்கணுமகிறியா?"

"நான் அப்படிச் சொல்லலை. அப்படித் தற்கொலை செய்துக்கற அளவுக்கு மானஸ்திதான் என் தாய்! ஆனா, தற்கொலையும்

செய்துக்காம உயிர் வாழ்ந்ததோட ஊர் உலகத்துக்கு அப்பா யாருன்னே தெரியாத அளவுக்கு என்னையும் பெத்து, இவ்வளவு தூரம் வளர்த்திருக்கான்னா, அதுக்குப் பின்னால் ஒரு பலமா காரணம் இருக்கு! அது எனக்குத் தெரியணும். தெரிஞ்சுக்காம விடமாட்டேன்."

"அதைத் தாண்டி நானும் கேக்கறேன். உன் அப்பாங்கறவரைப் பார்த்தியே? அவர் தெரிவிச்சாரா?"

உச்சஸ்தாயியில் வேணி திரும்பவும் அந்தக் கேள்வியைக் கேட்கவும் மீனாட்சியிடம் சிரிப்பு!

"உன்னை மாதிரிதானேம்மா உன் புருஷனும்... சாரி, அந்த மனுஷனும்! கேட்டா, உடனே சொல்றதுக்கு அந்த விஷயமென்ன, பாகவதமா? இல்லை, ராமாயணமா? அவருக்கு நான் அப்பான்ன உடனேயே கையும் ஓடலை காலும் ஓடலை. இப்பக்கூட நெஞ்சைக் கையில பிடிச்சுக்கிட்டு பெருமூச்சுதான் விட்டுக்கிட்டிருப்பாரு..."

"இதுநாள் வரைக்கும் யாருக்குமே தெரியாத விஷயம் எனக்கு மட்டுமல்ல, இப்போ அந்த ஜென்டில்மேன் சுந்தரேசனுக்கும் தெரிஞ்சாச்சு...! தாங்குவாரா அவர்...? பாவம்மா... இனி என் அப்பா பாடு...!"

மீனாட்சி தன் பேச்சில் சுந்தரேசனைப் பிடித்து இழுக்கவும், அதுவரை உணர்ச்சிகளைப் பக்குவமாகக் கையாண்ட வேணி, திடுக்கிட்டுப் பதைத்தாள்!

"என்னடி சொல்றே? அந்தப் புள்ளை சுந்தரேசனுக்கு எல்லாம் தெரிஞ்சு போச்சா...?" கேள்வி தொடர்பில் கைகால்களில் நடுக்கம்! முகத்தில் குப்பென்ற வியர்வைப் பந்தல்!

அதுவரை நின்றுகொண்டிருந்தவள், பக்கத்துச் சுவர் மேல் சரிந்துகொள்கிறாள்.

சின்னையா துல்லியமாக இதைக் கவனிக்கிறான்.

அவள் நிலைசாய்ந்த கட்டங்கள் எவ்வளவோ...? ஒவ்வொன்றிலும் சின்னைய்யா உடன் இருந்திருக்கிறான். ஆனால் எப்போதும் அவன் இப்படி உடம்பு, மனசு இரண்டும் ஒரு சேர தள்ளாடிப் பார்த்ததில்லை.

சின்னைய்யாவும், சேர்ந்து பதறுகிறான்.

"தாயி... நீ ஏன் கிடந்து மருகறே? மனசு தளராதே, தாயி, நாம நினைக்கிற மாதிரியே ஒவ்வொரு நாளும் போய்ட்டா, ஆண்டவனுக்கு அர்த்தம் ஏது? நடக்கறது எல்லாம் நல்லதுக்குன்னு நினை! உன் மனசுக்கு நல்லது தான் நடக்கும்!" – சின்னைய்யாவின் ஆறுதல், வேணியை மெல்ல நிமிர்த்துகிறது. ஆனால் மீனாட்சியின் இதழ்க்கடையில் சிரிப்பு! வெறும் சிரிப்பல்ல, கேலிச்சிரிப்பு. விரக்திச் சிரிப்பு!

ஒருவன் 'தாலியோடு வருகிறேன்' என்று கிளம்பியாயிற்று. இனி இங்கே எந்த ரகசியம் யாருக்குத் தெரிந்து என்ன பயன்?

இனி இருப்பதெல்லாம் இரண்டு வழிதான்.

ஒன்று – மிஸஸ் ஜம்புலிங்கமாவது...!

இல்லாவிட்டால் அறுந்து விழாதபடி, கயிறெடுத்து உத்தரத்தில் தொங்க வேண்டியது! எதைச் செய்யலாம்?

இரண்டாவது முடிவுதான் பவித்ரமானது என்கிற நினைப்பில் விழுகிறது அவள் மனது...!

அந்தக் காலத்து 'வாக்ஸ்ஹால்' கார்! இளம்பச்சை நிறம். சதா அதைத் துடைத்துக்கொண்டே இருப்பது தான் டிரைவர் ருத்ரமூர்த்தியின் பிரதான வேலை.

கார் பளிச்சென்று இருந்தால்தான், தீட்சதருக்குப் பிடிக்கும்.

ஆயிரத்துத் தொள்ளாயிரத்து அறுபத்தேழாம் வருஷத்து வாக்கில் பம்பாயில் ஒரு சேட், தீட்சதருக்கு மிக மலிவாகத் தந்த கார் அது.

இந்தக் காரில் தீட்சதருடன், கலெக்டர் முதல் கவர்னர்வரை சவாரி செய்திருக்கிறார்கள்.

உள்ளே மணக்க மணக்க தசாங்க வாடை இழையும். டேப்பைத் தட்டிவிட்டால், மகாராஜபுரம் சந்தானத்தின் சுருதி சுத்தமான பாட்டு.

பயணத்தின் போது தீட்சதர் காதில் கீர்த்தனை விழுந்தகொண்டேயிருக்க வேண்டும்.

தெரியாத்தனமாக ஒருமுறை, ருத்ரமூர்த்தியோ, சுந்தரேசனோ ஒரு சினிமா காஸட்டைப் போட, அதிலிருந்து 'நேத்து ராத்திரியம்மா...' என்று பாடல் வெளிக் கிளம்ப, பி.பி. ஏறும் அளவு கொதித்துப்போனார் தீட்சதர்.

அதிலிருந்து ஒவ்வொரு விஷயத்தையும் அவர் மட்டில் பார்த்துப் பார்த்துச் செய்தாக வேண்டிய நிர்ப்பந்தம். இதன் காரணமாகவெல்லாம், தீட்சதரை மிக செல்லமாக அவர் சகதர்மிணி ராஜம், 'துர்வாச முனிவர்' என்றும் அழைப்பதுண்டு.

காரணம், சதாசர்வ காலம் அவர் நுனிமூக்கில் தொத்தி நிற்கும் அந்தக் கோபம்! வெளியே புறப்படத் தயாராகக் கார் இருக்கும் நிலையில், இன்றும் அந்தக் கோபத்தைத் தீட்சதரிடம் பார்க்க முடிகிறது.

காரணம் சுந்தரேசன்!

"சொல்லச் சொல்லக் கேட்காமல் அவன் வேணி வீடு வரை போய்விட்டு அவமானப்பட்டுத் திரும்பிய விவரம், தீட்சதருக்குத் தெரிந்துவிட்டதா? யாராவது வந்து காதில் போட்டுவிட்டுப் போய்விட்டார்களா என்ன?"

அட ஆமாம்...

தெற்குத் தெரு தாமோதரம் பிள்ளை. வீட்டுத் திண்ணைமேல் இடுப்பில் துண்டோடு நிற்கிறார். கூனிக் குறுகிய பணிவான தோற்றம்.

அவரைத் தீட்சதரின் பெண்கள் வேண்டா வெறுப்பாகப் பார்க்கிறார்கள்.

"நீங்க வந்த காரியம் முடிஞ்சாச்சுன்னு நினைக்கிறேன் கிளம்பலாமே?" என்கிறாள் பெரியவள்.

"அவரை ஏன் துரத்தறே? எங்கே அவன்? அவனைப் போகச் சொல்லு வெளியே!" என்று உக்ரமாய் பேச்சு வருகிறது தீட்சதரிடம்.

சுந்தரேசனோ, மாடியறையில் மல்லாந்திருந்தான்.

பக்கத்தில் பாசத்தளும்பலுடன் ராஜம்.

"சுந்து... ஏன்டா இப்படிப் பண்றே? ஊருக்கே புத்தி சொல்வறவனாச்சே நீ...? உன்னைப் பார்த்துப் பூரிச்சுப் போயிண்டிருக்கறவடா உன் அம்மா. இப்ப யாரோ ஒரு மூணாம் மனுஷன் உன்னைப் பத்தி வத்தி வைக்கிற அளவுக்கா நாம நடந்துக்கறது? நம்ம ஆத்து கௌரவம் என்ன... உன் அந்தெஸ்தென்ன...?"

ராஜம் கண்ணீருடன் புலம்புவது பார்த்து நிமிர்கிறான் சுந்தரேசன். அவன் கண்களிலும் கண்ணீர். ராஜம் பதறுகிறாள்.

"டேய் கண்ணா! என்னடா இது? உன் கண்ல ஜலம்! அழாதடா.... நீ அழுதா, எனக்குத் தாங்காது." அவனைத் தன் மார்போடு அணைத்துக் கொள்கிறாள்.

"நீ போம்மா... கொஞ்ச நாழிலே எல்லாம் சரியாயிடும்!" என்கிறான் சுந்தரேசன்.

"எதுப்பா சரியாகும்? அந்த பாலமுருகன் மாதிரி சதா சிரிச்ச முகமாய் இருப்பியே? இப்ப உனக்கு என்னாச்சு?"

"என்ன நடந்துடுச்சுன்னுடா அழறே?" கேவி வெடிக்கிறாள் ராஜம்.

சுந்தரேசனுக்குத் தான் மிக உணர்ச்சிவசப்பட்டு ஸ்தம்பித்துவிட்டது புரிகிறது. வேகவேகமாக உருமாறுகிறான். கண்களைத் துடைத்துக் கொள்கிறான்.

"அம்மா, ஐ ஆம் ஆல் ரைட்! அதுசரி... அப்பா கிளம்பிட்டாரா?" கேள்வியோடு எழுந்து நிற்கிறான்.

"அவர் எப்பவோ தயார். உன் விஷயத்தை ஒருத்தன் வந்து சொன்னதைக் கேட்டு ஆடிப் போயிட்டார். இன்னிக்கு எப்படி உபன்யாசம் பண்ணப் போறேன்னு புலம்பல் வேற..."

"என்னம்மா இது... அப்பாவுக்கு இல்லாத உலக ஞானமா? ஒரு மூணாம் மனுஷர் சேதியெல்லாமா அப்பாவோட கர்ம ஸ்ரத்தையை கட்டிப் போட முடியும்? நம்ப அப்பாவுக்கு இந்த முன்கோபமும் உணர்ச்சிவசப்படற தன்மையும் மட்டும் இல்லைன்னா, அவரைப்போல மனுஷா லோகத்துல யாரு...?"

"கோபத்துலதாண்டா குணம்! மரம் மட்டைதாண்டா உணர்ச்சியற்றது. உனக்குத் தெரியாதா? போய் அவரைச் சமாதானப்படுத்து. உபன்யாசத்துக்கு அவரோட திருவையாறு கிளம்பு. உன் மாமனையும் கூட்டிண்டு போ. ஆமா, எங்கே உன் மாமா?"

"மொட்டை மாடிலேன்னு நினைக்கிறேன்."

மாடியில், மாடிச்சுவர்மேல் ஆகாசம் பார்த்தபடி கோபாலன். முகத்தில் சவக்களை. ராஜம் வந்து நின்றதுகூடத் தெரியாதபடி, பிரக்ஞையற்ற நிலை.

"அண்ணா... அண்ணா..." தொட்டு உசுப்புகிறாள். நெடுநேரம் கழித்துத் திரும்பிப் பார்க்கிறார் கோபாலன்.

"ஆமா உங்களுக்கு என்னாச்சு? அவன் ஒரு பக்கம் அழறான். நீங்க ஒரு பக்கம் கப்பல் கவுந்த மாதிரி இங்க உக்காந்துண்டிருக்கீங்க! கீழே அவர் என்னடான்னா, மானம் போச்சு, மரியாதை போச்சுன்னு விண்ணுக்கும் மண்ணுக்கும் தாவிண்டிருக்கார்.

எல்லாமே அந்தப் பொண்ணை நான் கார்ல ஏறிப்போனதைப் பார்த்தேன்னு சொன்னதுக்கு அப்புறம்தான்!"

"ஏன் அந்த வேசிக்காக இத்தனை பிரயாசை? அசூயை?"

ராஜத்தின் முன் உடனேயே கோபாலன் குமுறிக் குமுறி அழ ஆரம்பிக்கிறார்.

"வேண்டாம் ராஜம்... அவளை உன் வாயால வேசின்னு சொல்லாதே... அது நல்ல பொண்ணு. அது நல்ல பொண்ணு! தங்கமான பொண்ணு ராஜம். அவ பத்தரைமாத்துத் தங்கம்!"

வலுவான குரலில் அவர் படபடப்பது பார்த்து திக்குமுக்காடுகிறாள்.

இதேபோல் வேணி விஷயத்தில் கோபாலன் ஒரு காலத்தில் படபடக்க எத்தனையோ முறை பேசியிருக்கிறார். தீட்சதர் மல்லுக்கு நின்றிருக்கிறார்!

அப்போதெல்லாம் ஒரு மனிதாபிமானத்தை மட்டுமே ராஜத்தால் அடையாளம் காண முடிந்தது. அதெல்லாம் இருபது வருஷத்து முந்தைய நிலை...

இன்று அப்படித் தெரியவில்லை. மனிதாபிமானம் கடந்து, அழுத்தமான ஏதோ ஒன்று இவர்களைப் பிடித்து ஆட்டிக்கொண்டிருக்கிறது!

'அது என்னவாக இருக்கும்?'

ராஜம் யோசிக்க ஆரம்பிக்க, கோபாலன் மெல்ல அங்கிருந்து நழுவிக் கீழே வர – கீழே ஹாலில்...

"அவ வீட்டுக்கு எதுக்குப் போனே," தீட்சதரின் நறுக்கான கேள்வி. சுந்தரேசனிடம் இறுக்கமான மௌனம். சுற்றிலும் அவன் உடன்பிறப்புகள். அந்தத் தெற்குத் தெரு தாமோதரம் பிள்ளை அனுப்பப்பட்டிருந்தார்.

"எதுக்குப் போனேன்னு கேக்கறேன்?" திரும்பவும் தீட்சதர்.

"....."

"இப்படி மௌனமா இருந்தா என்ன அர்த்தம்? என் ஆசாரம் என்ன? அந்தஸ்து என்ன? என் புள்ளைதானா நீ?"

"....."

"ஷேமலாபம் எப்படின்னு கேக்கப் போனதுக்கே காவேரிலே போய் முங்கு போட்டுட்டு வரச்சொன்னேன் நான் ஒருநாள்ல. அது மறந்து போயிடுத்தா..."

"....."

"ஏன்டா இப்படி மௌனமா நின்னு என் கோபத்தைக் கிளர்றே? என்னைப் பார்த்துக் கையெடுத்துக் கும்பிடற ஊர், என்கிட்டையே உன்னைப்பத்தி பிராது கொடுத்தா என்ன அர்த்தம்? எனக்கு பத்மவிபூஷன் பட்டமெல்லாம்கூட சாதாரணம்டா. ஆனா ஒருத்தன் குத்தம் சொல்லக்கூடாது வாழ்க்கை சுத்தமான தேன் மாதிரி இருக்கணும். அதுக்குதாண்டா ஆயிரம் வருஷம் ஆனாலும் கேடு கிடையாது..."

தீட்சதர் பேசப் பேச, அவர் முகத்தில் வியர்வைப் புள்ளி கூடிப்போவதும், சிறு மூச்சு பெருமூச்சூவதும் சுந்தரேசனைக் கலவரப்படுத்தியதன் நிமித்தம், அவருக்குப் பதில் சொல்ல வாய் திறந்தான்.

"அப்பா நடந்ததை மறந்துடுங்கோ. இனி உங்க அனுமதி இல்லாம இந்த மாதிரி நடந்துக்கமாட்டேன்."

"அப்ப அனுமதியோட நடந்துப்பியா?" தீட்சதரின் அந்தப் பதில் சீற்றம் முன், பெரியவள் அன்னபூரணி ஓடி வந்து நின்றாள்.

"அப்பா விடுப்பா. சுந்து தப்பெல்லாம் பண்ண மாட்டான். உனக்கு இப்ப உபன்யாசத்துக்கு நாழியாறது. தஞ்சாவூர் கலெக்டரே தலைமை தாங்கப்போற விஷயம். கிளம்புப்பா..."

அனைவர் பேசுவதும் கோபாலன் காதில் விழாமல் இல்லை. ஏனோ தன் பங்குக்கு எதுவும் பேசாமல் நின்று கொண்டிருந்தார். என்ன பேச...? எதைப் பேச...?

ஒருவழியாக 'வாக்ஸ்ஹாலில்' தீட்சதர் ஏறி அமர, பக்கத்தில் வழக்கம்போல் கோபாலன்.

முன்னால் திவ்யாசொரூபத்தோடு சுந்தரேசன்.

ராஜமும் மற்றப் பெண்களும் 'டாட்டா' காட்டா, வாக்ஸ்ஹாலை கிளப்பினான் ருத்ரமூர்த்தி.

வழுக்கிக்கொண்டு ஓட ஆரம்பித்தது கார்.

காருக்குள் யாரிடமும் ஒட்டுறவான பேச்சு இல்லை.

இறுக்கம்... அசாத்ய இறுக்கம்!

ருத்ரமூர்த்தி 'டேப்' பைத் தட்டிவிட்டான்.

சுதா ரகுநாதனின் பாட்டு மிதந்து வர ஆரம்பித்தது.

மனது அதில் லயிக்க ஆரம்பித்த அந்த விநாடியில், அவர்களின் 'வாகஸ்ஹாலை' துவம்சமாக்கியே தீருவது என்கிற வெறியோடு ஒரு லாரி அசுரவேகத்துடன் 'வாக்ஸ்ஹாலை' நெருங்கிக்கொண்டிருந்தது...

அத்தியாயம்

11

மரணம்:

'மூச்சுத் தொடரின்
முற்றுப்புள்ளி நான்!
இதயத்துடிப்போ
என் கடிகாரம்
நோய் என் வாசல்
காயம் என் புன்னகை
தூக்குக் கயிறு நான்
கட்டும் தாலி.
குருதி என் மருதாணி.
நஞ்சு என் அழுதம்.
காலம் என் கணக்கன்.
ஆயுள் என் சலுகை.
உறக்கம் என் ஒத்திகை
மயக்கம் என் முற்றுகை
விபத்து என் குறும்பு
போர் என் திருவிழா
பாடை என் பல்லக்கு
மயானம் என் வீடு
ஜன்ம விழாவின்
'ஜனகணமன' நான்!'

– 'நேயர் விருப்பம்' நூலில், அப்துல் ரகுமான்.

தீட்சதரின் காரைப் பின்தொடரும் அந்த லாரியின் வேகம், விநாடிக்கு விநாடி ஏறிக்கொண்டே போய் தீட்சதரின் காரை மிகவும் சமீபித்துவிட்டது.

சாலையின் இரண்டு ஓரமும் வெட்டிக் கட்டப் பட்டிருக்கும் கரும்புச் சவ்வாளக் கட்டுகள்: ஒதுங்கி வழிவிட துளியும் இடமில்லாதபடி அடைசலான நிலை. சாலைத் தடத்தில் லாரியின் முகப்பு பம்பர் ஒருவழியாக தீட்சதரின் வாக்ஸ்ஹாலை, ஒரு இடி இடிக்க, பதறிப்போய்த் திரும்பினான் டிரைவர்.

தீட்சதரிலிருந்து, சுந்தரேசன் கோபாலன் வரை எல்லாருமே விதிர்த்து விறைக்க – லாரி அடுத்த முத்தத்தை அழுத்தமாகக் கொடுத்து காரின் போக்கில் பலத்த தடுமாற்றத்தை உண்டுபண்ணி, வாக்ஸ்ஹாலை கரும்புச் சவ்வாளங்களின் மேல் ஏற விட்டது!

"டேய்... எவண்டாவன் இப்படிக் காட்டுத்தனம் பண்றவன்?" தீட்சதரின் கூக்குரலைத் தொடர்ந்து சவ்வாளக் கட்டின் மேலேயே காரின் ஒரு பகுதிச் சக்கரம் 'நசநச'வென்று ஓட, எதிர்பாராமல் எதிர்ச்சாரியில் ஒரு டிராக்டர்!

லாரிக்காரன் டிராக்டரைப் பார்த்துச் சுதாரிக்கத் தொடங்கும் முன், தீட்சதர் கார் ஓரமாகவே சவ்வாளத்தின் மேல் ஓடி டிராக்டரை வாங்கிவிட, லாரியால் அப்படி முடியாமல் டிராக்டரும், லாரியும் ஒன்றுடன் ஒன்று நேருக்குநேர் மோதிக்கொண்டதில், உயிரைக் குடையும் ஒரு சப்தம் மிகப் பெரிதாகக் கேட்டது.

நிச்சயமற்ற சுற்று வட்டாரத்தில் முடிந்த தொலைவுக்கு வாழைத் தோப்பு, வெற்றிலைக் கொடிக்கால் என்று அந்தச் சப்தம் புகுந்து அங்கே வேலை பார்த்துக் கொண்டிருந்தவர்களை எல்லாம் சாலைக்கு இழுத்து வந்தது. தீட்சதரின் கார் ஓரிடத்தில் ஒரு பெரிய கண்டத்தைக் கடந்த அதிர்ச்சியோடு நின்று பெருமூச்சு விட...

"அய்ய... என்னடாது அநியாயம்? இப்படி எதிரும் புதிருமா மோதிக்கிட்டிருக்காங்க? ஐயோ, லாரிக்காரன் கூழாயிட்டானே?

அது யாரு பக்கத்துச் சீட்டுல அறுபட்டுக் கோழியாத் துள்ற நபர்?"

"பக்கத்துல போகாதீங்க... பக்கத்துல போகாதீங்க. இது போலீஸ் கேஸ்! நாம தொட்டுத் தூக்கி வில்லங்கம் வரப்போவது! கோர்ட்டு படியேறவும் போலீசுக்கு மாமூல் கொடுக்கவும் நமக்கு மாளாது..."

"அடச்சீ! மனுஷன் மாதிரி பேசுய்யா... அங்க பாருய்யா அந்த ஆளை. இன்னும் உசுரு இருக்கு! என்னத்தையாவது பண்ணிக் காப்பாத்திடலாம்யா. வேடிக்கை பார்க்கறது பாவம்யா...!"

ஆளாளுக்கு நசுங்கிக் கிடக்கும் அந்த உலோகத் துண்டங்களைச் சுற்றி நின்று விசனிக்க, நடுவில் அவர்களைக் குடைந்து முன்னேறிய சுந்தரேசன், லாரிக்குள் உயிர் துடிக்கக் கிடந்த நபரைப் பார்த்து விக்கித்துப் போகிறான் அது. தியேட்டர்காரர் ஜம்புலிங்கம்!

'அடப்பாவி... எந்தப் பகையை மனத்தில் வைத்து நீ எங்களைக் கொல்ல இத்தனை தூரம் முயற்சி செய்திருக்கிறாய்? அந்த முயற்சியில் உனக்கே இப்படி ஒரு முடிவா?'

மனத்தில் நினைத்த கையோடு துளிகூட தாமதிக்காமல் ஜம்புலிங்கத்தை நோக்கி முன்னேறினான்.

ஆனால், லாரி டிரைவரையோ, டிராக்டர் டிரைவரையோ அவனால் முழு உருவமாகப் பார்க்கக்கூட முடியவில்லை!

இதற்குள் தள்ளாடலான நடையோடு தீட்சதரும், கோபாலனும் அவர்கள் டிரைவரும்கூட அங்கே வந்து சேருகின்றனர்.

சுந்தரேசனின் மனிதாபிமானத்தை அவர்களால் தடுக்க முடியவில்லை. கார் டிரைவர் ஓடிப்போய் ஒத்தாசை செய்கிறான். இருவரும் ஜம்புலிங்கத்தை, பக்குவமாக லாரி கேபிளை விட்டு வெளியே எடுக்க, சுற்றி நிற்கும் கூட்டத்திடம் உறைந்த நிலை. சிலர் தீட்சதரைப் பார்த்துக் கும்பிட்டு நெகிழ்ந்து, "சாமிக்கு ஒண்ணும் ஆகலையே..." என்று பரிவோடு விசாரிக்கின்றனர்.

தீட்சதர் முகத்தில் விவரிக்க முடியாத கலவரம்.

கோபாலனுக்கு நடு மார்பில் அநியாயத்துக்கு ஒரு துடிப்பு.

மாலை போட வந்தவர்களையே பார்த்தவர்களுக்கு, முதல்முறையாக ஒரு கொலை முயற்சியில் சிக்கிய அதிர்ச்சி!

"நமக்குக்கூட எதிரியா? யாராக இருக்கும்?" தீட்சதர் அந்தக் கலவரத்திலும் வினாவுக்குள் புரள்கிறார்.

"பதினெட்டாம் பெருக்கிலிருந்து நடக்கும் எதுவும் இயல்பாகவே இல்லை!" இது கோபாலனின் மருகல்.

ஒரு வழியாக அவர்கள் காரிலேயே ஜம்புலிங்கம், ரத்தம் சொட்ட மருத்துவமனை நோக்கிப் பயணமாகிறான்.

அவனிடம் பிரக்ஞையே இல்லை.

"டாக்டர்! நாங்கதான் காப்பாத்தினோம்கறது தயவுசெய்து அந்த நபருக்கு மட்டுமல்ல, யாருக்கும் தெரிய வேண்டாம். இது ஒரு ஆக்ஸிடெண்ட் கேஸ். நிச்சயம் போலீஸ் வரும். என்கொயரி இருக்கு. நாங்க, ஆன் தி வே பாஸ் பண்ணினவாங்க! இவருடைய உயிர்த் துடிப்பைப் பார்த்துட்டு எனக்கென்ன வந்ததுன்னு போகற மனப்பக்குவம் எங்களுக்கு இல்லை. அதான் காப்பாத்தி இங்க சேர்த்திருக்கோம். உங்க முதலுதவியால உயிர் பிழைச்சுட்டாரு. இனி, மேற்கொண்டு, போலீஸ் இன்ஸ்ட்ரக்ஷன்படி நடந்துக்குங்க. இந்தாங்க..." சுந்தரேசன். அந்த டாக்டரின் கையில் ஒரு நூறு ரூபாய்த் தாளைப் பேச்சுடன் புதைக்கிறான்.

டாக்டர் மிரண்டு போய்ப் பார்க்கிறார். "ப்ளீஸ் ஜி எச்சுக்குக் கொண்டுகிட்டுப் போங்க" என்று ஆரம்பத்தில் அலறியவர், சுந்தரேசனின் மனிதாபிமானம் முன்னால், அப்படியே சுண்டிச் சுருங்குவதாக உணருகிறார்.

கோவில் மாடு மாதிரி தலையை ஆட்டுகிறார். "நீங்க நம்ம தீட்சதர் பையன்தானே?" என்று மெலிந்த குரலில் கேட்கிறார். அவர் வரையில் அவன் அறிமுகப்பட்டிருப்பதை நினைக்க, அவனுக்கே அது ஆச்சரியமாக இருக்கிறது.

"கதை சொல்றதுங்கறது தியரி. அதன்படி நடக்கறது பிராக்டிகல். இரண்டும் சிலர்கிட்டதான் இருக்கும். அவங்க எதிர்காலத்துல பிரமாதமாப் பிரகாசிப்பாங்க. நீங்களும்..."

டாக்டரின் கருத்துக்குப் புன்னகையாய் நன்றி சொல்லிவிட்டு வெளியே வந்தான் சுந்தரேசன். அவனுக்காகப் காருக்குள் தீட்சதர் காத்துக் கொண்டிருக்க. டிரைவர் பின் சீட்டில் சொட்டியிருந்த ரத்தக்கறையைத் துடைத்த துணியைப் பக்கத்தில் ஓடும் சாக்கடையில் வீசி எரிந்துவிட்டு, சுந்தரேசன் வருவதைப் பார்த்துக் காரில் ஏறப் போனான்.

தீட்சதர் பனிபோல் உறைந்து போயிருந்தார்.

உதட்டில் மந்திர உச்சாடனம், புதட்டம், குழப்பம் வரும் சந்தர்ப்பத்தில் அவர் இதுபோல் மந்திரத்துக்குள் மனம் புதைந்துவிடுவது வாடிக்கைதான். அருகில் கோபாலன் ஆடிப்போய்க் கிடக்கிறார்.

காரில் ஏறப்போன சுந்தரேசனைத் தடுத்த அவரும், காரைவிட்டு இறங்கி ஆஸ்பத்திரி காரிடார் அருகே அவனை ஒதுக்குகிறார்.

"என்ன மாமா?"

"டாக்டருக்கு நம்பளைத் தெரிஞ்சிருக்கணுமே...?"

"உம். அதுக்கென்ன?"

"அடிபட்டுக் கிடக்கிறவன் மீனாட்சி வீட்டுக்குக் கார்ல வந்த மைனர்தானே?"

"ஆமா..."

"நம்ப பேர்ல அவனுக்கு ஏதோ ஆத்திரம். அதுதான் லாரியை ஏத்திக் கொல்லப் பாத்திருக்கான். ஒரு கொலைகாரனையே காப்பாத்தி நீ என்னத்தைச் சாதிக்கப் போறே...?"

"சமீப நாட்களா உங்களை என்னால ஒரு மனுஷனாவே உணர முடியலை. ஒரு பொண்ணுக்கு அப்பாவா இருந்தும்,

தேமென்னு அதை மூடி மறைச்சு இத்தனை நாள ஓட்டினதை விட தப்பு, இப்படி நீங்க கேள்வி கேக்கறது?"

"அவன் எதிரியோ நண்பனோ இந்த மாதிரி சந்தர்ப்பங்கள்ல வேடிக்கை பார்க்கறவன் மனுஷனா இருக்க முடியாது மாமா! முதல்ல நான் மனுஷன். அப்புறம் தான் மற்றதெல்லாம்!" அவன் பதிலைக் கேட்டு ஆடிப் போகிறார், கோபாலன். தன்னால் மட்டும் ஏன் இப்படியெல்லாம் நினைக்க முடியாமல் போகிறது என்கிற தாழ்வு மனப்பான்மை சடாரென்று தலை எடுக்கிறது. இருந்தும், அதில் வீர்யம் இல்லை.

"ஆமா, இவனோட கொலை முயற்சியைப் போலீசுக்குத் தெரிவிக்க வேண்டாமா?" கோபாலினின் கேள்விமுன், நெடுநேரம் மௌனம் சாதித்த சுந்தரேசன் அர்த்த புஷ்டியுடன் சிரித்தபடி இதழ் பிரிக்கிறான்.

"போலீஸ் வந்து கோர்ட்டு, குளம்னு அலைஞ்சு அவனுக்குக் கிடைக்கப் போற தண்டனையைவிட, பெரிய தண்டனை அவனை நாமளே காப்பாத்தி ஆஸ்பத்திரியில சேர்த்துருக்கறதுதான்! அதையும் மீறி மனசு சாந்தப்படலைன்னா, நம்ம ஊர் தீர்த்த நாயகி அம்மன்கிட்ட போய் பெட்டிஷன் போடுவோம் மாமா. மத்ததை அவ பாத்துப்பா...!"

"டேய், இது கலிகாலம்டா! நீ உன் வயசுக்குத் தகுந்த மாதிரி பேசு, தெய்வம்லாம் கிரீடம் சூலாயிதத்தோட உடனே பிரத்யட்சமாகி அவனைத் தண்டிக்காது..."

"தண்டிக்கிறது, மன்னக்கிறதல்லாம் அவ பாடு. அவகிட்ட விட்டுட்டு, நாம போயிண்டேயிருக்கணும் மாமா. இந்த உடனேங்கற அவசரம். நமக்கெதுக்கு மாமா?"

சுந்தரேசன் எதிரே நிற்கக்கூட கோபாலனுக்கு நிரடியது. 'இவனுக்குத்தான் என்ன ஒரு மனது? என்ன ஒரு விசாலம்? இதெல்லாம் ஒரு இள வயசுக்கு சாத்தியமா என்ன? சந்தர்ப்பச் சூழ்நிலை அழுத்தங்களில் சிக்கி மனித மனங்கள், பழிக்குப்

பழி – ரத்தத்துக்கு ரத்தம் என்றுதானே உடனே ஓடும்? அந்த வேளையில் இப்படியெல்லாம் மனத்தை அர்த்த புஷ்டியுடன் திசை திரும்பக்கூட முடியுமா என்ன?'

'பிறப்பாலா? வளர்ப்பாலா? இல்லை. எதனால் இது சாத்யமாகிறது? தெரிந்தால் தேவலையே! அந்தப் பாதையில் நூற்றுக்கு ஒரு மனிதனை இழுத்துச் சென்றாலும் சமூகம் நம்பிக்கை தரும் மகா சக்தியாக கண்ணுக்குத் தெரியுமே...?'

கோபாலன் சிந்தனை அலை அடிக்க ஸ்தம்பித்து நிற்க, டிரைவர் கார் ஹாரனை அடித்து, நேரமானதை அறிவிக்கிறான்.

இருவரும் ஓடிவந்து காருக்குள் ஏறுகின்றனர். தீட்சதரிடம் கண்மூடிய தியான நிலை. உதட்டில் அறுந்து விடாமல் தொத்தி நிற்கும் மந்திர உச்சாடனம்! நடப்பது எதையும் உணராத நிலை. பொதுவில் அவர் இதுபோன்ற சந்தர்பங்களில் அமைதியாக இருப்பது சுந்தரேசனுக்கு ஆச்சரியம் தருகிறது!

காரிடம், அதிர்ச்சிகளைக் கடந்துவிட்ட உற்சாகம். பாதையில் பக்குவமான வேகம்.

வேளைக்கு திருவையாறு போய் உபன்யாசத்தைப் பழுதில்லாமல் நடத்திவிடலாம். சுந்தரேசன் தங்களுக்குள்ள பொறுப்பு நிமித்தம் சற்று சந்தோஷப்பட்ட சமயம், தீட்சதர் தியானம் கலைந்து போயிருந்தது.

மனதில் தங்களைத் துரத்தி வந்து முட்டிய லாரியின் ரூபம், உடனேயே முண்டித் துரத்தியது. தாக்க வந்தவேனே தாக்கப்பட்டதுவரை ஞாபகத்துக்கு வந்து! அப்புறம் என்ன நடந்தது?

சுந்தரேசன், ஆஸ்பத்திரியில் சேர்த்ததுவரை அவரிடம் சொல்லிவிட்டு அவரைப் பார்த்தான்.

'சீறிப் பாயப் போகிறாரா?' ஏன் போலீசில் புகார் செய்யவில்லை?' என்று எதிர்க் கேள்வி கேட்கப் போகிறாரா...? 'அவனை மன்னிக்க நீ என்ன பெரிய மகாத்தமாவா?' என்று அலறிப் புடைப்பாரோ?

எல்லோருடைய எதிர்பார்ப்பையும் ஏமாற்றிவிட்டு, புளகாங்கிதத்தோடு வாய் திறந்தார் அவர்? "சுந்தரேசா! தண்டனையிலே பெரிய தண்டனை மன்னிக்கறதுதான். அதை நீ இந்த வயசிலயே செய்ததை நினைச்சுப் பூரிக்கறேண்டா."

"ஆமா, நம்மளை கொன்னு அவனுக்கு ஆகப் போறதென்ன? எனக்குக்கூட எதிரியா? யாருடா அவன். அவன்கிட்டயே கேக்கறதுக்கென்ன?"

நிமிர்ந்த சரீரத்தில் அர்த்த புஷ்டியுடன் தொடுக்கப்பட்ட கேள்விக் கம்பீரம்...

சுந்தரேசன் திணறுகிறான். சமயோசிதம் உடனேயே மூளைக்குப் புலப்பட்டு விட்டது. அவனைப் பற்றிப் பேசத் தொடங்கினால் - மீனாட்சி, கிருஷ்ணவேணி என்று அது நீளும். அவர்கள் பேச்சை எடுத்தாலே இவருக்குப் பிடிக்காது. அதைவிட, அதில் உள்ள தன் பங்கை உத்தேசித்து ரத்தக் கொதிப்பே வந்தாலும் வரும். எனவே, இப்போதைக்கு விஷயத்தை இழுத்துப் பொதுப்படையாக மூட வேண்டியதுதான்...

"அப்பா! டிரைவர் குடிச்சிட்டு வண்டிய ஓட்டி, இப்படி ஆயிடுத்து. மற்றபடி கொல்ற நோக்கம் அது - இதுங்கறதெல்லாம் நம்ம கற்பனை!" என்றவனை கோபாலன் சிலிர்த்துப்போய் பார்த்தார்.

வேணியின் வீட்டுக்குள் உற்சாகமாக உள்ளே நுழைந்த சின்னைய்யா, முதலில் தேடியது மீனாட்சியைத்தான்!

ஊஞ்சலில் வெற்றிலைப் பெட்டியுடன் தென்பட்ட மனோன்மணியைப் புறந்தள்ளி, ரவிக்கையின் ஊக்கைத் தைத்துக்கொண்டிருந்த வேணியையும் ஒதுக்கிவிட்டு, பளபளப்பான விழிகளுடன் 'எங்கே மீனாட்சி?' என்று தேடுகிறான்.

"என்ன சின்னைய்யா, ஒரே சந்தோஷத்தில இருக்கே...?" வேணி கேட்கிறாள்.

அவளை அண்டி, காதைக் கடிக்கிறான்.

"தாயி! அந்தத் தியேட்டர்காரன் ஆக்சிடெண்டாகி ஆஸ்பத்திரியிலே கிடக்கறானாம். எழுந்து நடமாடவே ஆறுமாசத்துக்கு மேலாகுமாம். இனி அடுத்த முகூர்த்தம் கல்யாணம்கறதெல்லாம் நடக்காத காரியம். மீனாட்சி இதைக் கேள்விப்பட்டா 'அப்பாடா'ன்னு பெருமூச்சு விடும்...! தெய்வம் நம்ப பக்கம் இருக்கு. அதான், இதுக்கு நடக்க இருந்த விபத்தை அவனுக்கு நடத்தி, நாளைத் தள்ளி விட்டிருக்கு. இவ்வளவு தூரம் உதவின தெய்வம் இதுக்கு மேலும் துணைக்கு வராமல் போயிடுமா...?"

'அது எங்கே இனி துணைக்கு வரப்போகிறது? எல்லாமே இனி கானல் நீர்தான்' என்கிற உணர்ச்சியில் அறைக்குள், உத்தரத்தில் கயிற்றைக் கட்டிக் கொண்டிருந்தாள், மீனாட்சி.

இந்த இரண்டாவது தற்கொலை முயற்சியில், தான் காப்பாற்றப்பட்டு அசிங்கப் பட்டுவிடக்கூடாது என்கிற உறுதியோடு, கயிற்றை இழுத்து சரிபார்த்துவிட்டு, அந்தக் கயிற்றின் வளைவான வட்டத்துக்குள் தலையை விட்டு நாற்காலியை எட்டியும் உதைத்துவிட்டுத் தொங்கவும் தொடங்கிவிட்டது, அவள் தேகம்...!

அத்தியாயம்

12

> 'என்றேனும் ஒருநாள் காற்றடிக்கும்;
> எரிச்சல் விலகும்
> மரங்கள் மௌனம் கலைக்கும்;
> சருகுகள் நொறுங்கி,
> குப்பைகள் துப்புரவாகும்.
> பழுத்த இலைகள் இறக்க,
> எங்கெங்கும் புதுமை ஜனிக்கும்.
> தென்றலுக்காய்த் தவமிருந்த
> கதவுகள் மோட்சம் பெறும்!'
>
> 'நட்சத்திரங்களின் நடுவே' தொகுப்பில்
> – உமா மகேஸ்வரி.

மீனாட்சி, நாற்காலியைத் தள்ளிவிட, அது கீழே விழும் சப்தம் அறைக் கதவுக்கு வெளியே கேட்கிறது. வெளியே நிற்கும் சின்னையயாவும், வேணியும் மெலிதாகப் பதைக்கின்றனர். சின்னையயா தாமதிக்காமல் கதவைத் தட்டுகிறான். கதவிடுக்கு வழியாகப் பார்வையையும் செலுத்துகிறான்.

உள்ளே – மீனாட்சி தூக்கில் தென்பட்ட காட்சியில், அவனுக்குள் உயிர்ப்பந்து, ஓர் எம்பு எம்புகிறது.

"ஐயோ தாயி... மீனாட்சி தூக்கு மாட்டிக்கிட்டுத் தொங்குதே...!" கத்திக்கொண்டே ஒரு புயலைப் போல் கதவைத் தாக்குகிறான்.

உறுதியான தேக்குத் கதவு... அவனது கழட்டுத் தேகத்திற்குச் சவால் விடுகிறது. வேணியிடமோ, மயக்கம் வராத குறை.

ஒரு வழியாகக் கதவு திறந்து வழிவிட, உள்ளே ஓடி, அப்படியே துடிக்கும் அவள் கால்களைத் தோளில் தாங்கிக் கழுத்துக் கயிற்றின் இறுக்கத்தைத் தளர்த்துகிறான்.

"அப்பாடா... மீனாட்சி காப்பாற்றப்பட்டு விட்டாள்!"

எமனின் பாசக்கயிறு கழுத்தில் விழாமல், மரணம் அவளை உரசிச் சென்றது போல ஒரு பிரமை, வேணியிடம்.

'இந்தப் பெண் என்ன இப்படிப் பாடாய்ப் படுத்துகிறாள்?' குமுறித் தவிக்கிறது வேணியின் உள்ளம்.

முகத்தில் தண்ணீர் தெளித்து, மலர்ந்த விழிகொண்ட அவள் முகத்தைத் தன் தொடையில் வைத்துத் தாங்கிய சின்னைய்யா, பரிவுக்கு நடுவில் கோபத்தையும் குழைக்கிறான்.

"ஆனாலும் உனக்கு இந்த அவசரமும், கோழைத் தனமும் கூடாது தாயி. எங்களையெல்லாம் என்ன, ஈவு – இரக்கம் இல்லாதவங்கன்னு நினைச்சு இப்படிப் பண்றியா? செத்துட்டா, உன் பிரச்சனை தீர்ந்துடும்னு யார் சொன்னது?"

மீனாட்சியிடம் பதிலே இல்லை. இனி அவள் பேசுவதாக இல்லை. பேசி என்ன ஆகப் போகிறது? சாண் ஏறினால் முழம் சறுக்குகிறது!

'ஜம்புலிங்கம் மாதிரி ஒரு மனிதனுக்கு மனைவியாகி, உயிரிருந்தும் சவம்போல் வாழ்வதற்கு, நிஜத்தில் சாவது லட்சம் மடங்கு மேலாயிற்றே...?

ஒவ்வொரு முறையும் காலம், ஏன் யார் ரூபத்திலாவது வந்து காப்பாற்றி என்னை இப்படி அழவிடுகிறது?'

குமைந்துகொண்டே வேணியைப் பார்க்கிறாள் அந்த விநாடியில் அழுத்தக்காரியாகவே அவள் தெரிகிறாள். ஏனோ, 'அம்மா' என்கிற பாசம் துளியும் மனத்தில் துடிப்பேற்படுத்தவில்லை.

அவளை ஒரு சுயநலக்காரியாகவே அவளால் உணர முடிகிறது.

அவளது தவக்கோலமும் இறுகிய முகமும் அவள் பாசாங்கு செய்வதாகவே மீனாட்சியை நினைக்க வைக்கின்றன.

கோபமான கோபம், அடிமனத்தில் புயலைப் போல மையம் கொள்ளத் தொடங்குகிறது. ஒரு ஹிஸ்டீரியா பேஷன்டின் ஆவேசம் கண்ணுக்கு ஏறுகிறது.

உடம்பில் நடுக்கத்தின் தொடக்கம். அப்படியே பாய்ந்து வேணியின் கழுத்தைக் கசக்கி, அவள் உயிரைக் குடித்துவிட வேண்டிய ஆவேசம் பந்தடிக்கத் தொடங்குகிறது.

சின்னைய்யா துல்லியமாக இதைக் கவனிக்கிறான்.

"மீனாட்சி..." என்கிறான் அபூர்வமாக.

ஊஹூம், அவளின் கவனம் திரும்பவில்லை. தன்னையே வெறிக்கும் வேணியை அவள் கொடூரமாக முறைப்பது தெரிகிறது.

ஏதோ விபரீதம் நடக்கப்போகிறது என்பது அவனுக்குப் புரியும்போது, மனோன்மணி எதார்த்தமாக அந்தப் பக்கம் வந்தவள், தொங்கும் தூக்குக் கயிற்றைப் பார்த்துத் திடுக்கிடுகிறாள்.

உள்ளே நடந்த களேபரம் அறிந்து தன் பங்குக்கு அலற ஆரம்பிக்கிறாள்.

"என்னடாது... விடிஞ்சுடோச்சுன்னு நினைச்சுக்கிட்டிருக்கேன். யார் தொங்கறதுக்கு இந்த தூக்குக் கயிறு? ஏடாகூடமா ஏதாவது நடந்து என்னை ராட்சசியாக்கிடாதீங்கடா...!" அலறலோடு மீனாட்சியை நெருங்கி அவளிடம் ஊன்றுகிறாள். அவள் முறைப்பைப் பார்த்து ஆச்சரியப்படுகிறாள்.

"எதுக்குடி இப்படி முறைக்கிறே? அதான் உன் விருப்பப்படி கல்யாணமே நடக்கப்போவுதே...? சந்தோஷத்துல தேவதை

போல மிதக்க வேண்டிய நேரமாச்சே இது? இங்க என்ன நடக்குது? ஏன்டி ஒருத்தரை ஒருத்தர் முறைச்சுகிட்டிருக்கீங்க? கல்யாணத்துல இஷ்டம் இல்லியா?"

"ஐயோ தாயி... நீ வேற? கொஞ்சம் அப்பால போ! இங்க எதுவும் ஆயிடலே! மீனாட்சி ஏன் கதி கலங்கிக் கிடக்கு தெரியுமா, எதனால தூக்கு மாட்டிக்க நினைச்சிச்சு தெரியுமா?"

"எதனாலடா, சீக்கிரம் சொல்லித் தொலை."

சின்னைய்யா, அவளைத் தனியே தள்ளிச் சென்று காதைக் கடிக்கிறான்.

"தியேட்டர்காரர் ஆக்சிடெண்ட் ஆகி ஆஸ்பத்திரியில உசுருக்குப் போராடிக்கிட்டு இருக்காரு. அதைக் கேள்விப்பட்டுத்தான் கதிகலங்கிப் போச்சு. 'ப்பட்ட கஷ்டத்துக்கெல்லாம் பலன் வரப்போகுதுன்னு நினைச்சோமே? அட, இப்படி ஆயிப்போச்சே?ன்னு தாயும் மகளும் கதிகலங்கிப் போயிட்டாங்க."

"மீனாட்சிக்குப் பூ மனசு. அதான் தூக்குல தொங்கப் பார்த்துட்டா..."

மனோன்மணியிடமும் அந்தச் செய்தியின் விளைவாகக் கதிகலக்கம்.

"தியேட்டர்காரருக்கு ஆக்சிடெண்டா? யார் சொன்னது?" பதறுகிறாள்.

"இப்பதான் ஒருத்தன் வந்து சொல்லிவிட்டுப் போறான் லாரி ஆக்சிடெண்ட்!"

"நிஜமாவா? ஏன்டா முதல்ல என்கிட்ட சொல்லலை...?"

"நீ தாங்குவியோ, மாட்டியோன்னுதான்."

மனோன்மணி அடுத்த விநாடி மாரில் அறைந்தபடி வெளியேறுகிறாள். அவள் ஆஸ்பத்திரிக்குப் போய்தான் நிற்பாள் என்பது சின்னைய்யாவுக்கு நன்றாகவே தெரியும்.

தற்காலிகமாக ஒரு வீட்டுக் கோட்டானைச் சமாளித்து வெளியேயும் அனுப்பியாயிற்று. இனி...

அவன் மீனாட்சியின் பக்கம் திரும்பியபோது, அவள் எகிறி வேணியின் கழுத்தைப் பிடித்திருந்தாள்.

வேனி அவளிடம் பதிலுக்குப் போராடமால், விழிகள் தெறிக்கத் துடித்துக் கொண்டிருந்தாள்.

'என்னை எதுக்குப் பெத்தே? ஏன் பெத்தே? நீ பெத்துப் போடலைன்னா எனக்கு இவ்வளவு கஷ்டம் வந்திருக்குமா? நான் என்ன, போறவன் வரவன்லாம் உருட்டி விளையாடற பந்தா? நீயெல்லாம் ஒரு பொறுப்புள்ள பொம்பளையா? உனக்கெதுக்குக் காவிப்புடவை? யாரை ஏமாத்த இந்தக் கோலம்?' அவள் உதட்டில் ஆவேச கதியில் கேள்விப் பட்டாளம்.

ஓடிச்சென்று, பலம் கொண்ட மட்டும் மீனாட்சியைப் பிடித்து இழுத்து, வேணியை மீட்க முயற்சி செய்கிறான் சின்னைய்யா.

நொண்டிகூட, நாய் துரத்தினால் தாண்டாத பள்ளமும் தாண்டுவானே?

மீனாட்சியிடமும் அதுபோல ஒரு நிலை, அவள் உடல் பலத்தை மிஞ்சிய ஆவேசம்! சின்னைய்யாவைவேயே ஒன்றும் செய்யவிடாமல் பண்ணுகிறது.

சின்னைய்யா சமயோசிதமாக பக்கத்தில் கிடந்த ஒரு கட்டையை எடுத்து அவள் தலையில் அடிக்கிறான்.

சிவப்பாய் ரத்தம் சடையை நனைத்துப் பீறிட, மீனாட்சி தன் பிடியைத் தளர்த்தியபடி மயங்க ஆரம்பிக்கிறாள்.

ஆஸ்பத்திரி காரிடோரில் குட்டி போட்ட பூனை போல் கிழக்கும் மேற்குமாக நடந்துகொண்டிருக்கிறாள் வேணி. பக்கத்தில் குற்ற உணர்ச்சியோடு குறுகிப்போய் குமைந்த நிலையில் சின்னைய்யா.

அடிக்கொரு தடவை வேணியின் பார்வை அவனைப் பிராண்டுகிறது.

"அந்தக் கட்டையால நீ என்னை அடிச்சிருக்கலாம்!" என்கிறாள் திரும்ப.

மௌனம் சாதிக்கிறான் சின்னைய்யா. 'எனக்கு அந்த நிமிஷத்துல வேறு வழி தெரியல்லே' என்கிறது அவன் பார்வை.

"பெரிசா என்னைக் காப்பாத்தி நீ என்ன காணப் போறே? அவ ஆவேசத்துல எவ்வளவு அர்த்தம் இருக்குன்னு உனக்குத் தெரியுமா? பொண்ணாப் பிறந்து பார். அப்ப தெரியும். அவ கையால சாக நான் கொடுத்து வெச்சிருக்கணும். இந்தக் கையாலாகாதவளைக் காப்பாத்தி பெரிசா விஸ்வாசம் காட்டிக்கிட்டதா நினைப்போ உனக்கு?"

வேணியிடம் புலம்பலான புலம்பல் எந்த நிலையிலும் பதட்டத்தில் அவள் இதுபோல் எல்லாம் பேசி அவன் கேட்டதேயில்லை. சரி, பேசட்டும் என்கிற மாதிரி பார்க்கிறான்.

"இனி ஒரு விநாடிகூட நான் தாமதிக்கப் போறதில்லை. எது நடந்தாலும் சரி! அவர்கிட்டப் போய் சொல்லு சின்னைய்யா! இனிமே உங்க மனைவியால அந்த ரகசியத்தைக் காப்பாற்ற முடியாதாம் அவ ஒரு பொண்ணுக்காக சத்தியத்தை மீறப்போறாளாம்... யாரோட வாழ்க்கைக் கௌரவத்தை விடவும், மீனாட்சியோட வாழ்க்கைதான் இனி அவளுக்கு பிரதானம்னு சொல்லு. எல்லா அதிர்ச்சிகளுக்கும் அவரைத் தயாரா இருக்கச் சொல்லு. இடையிலே என்னைப் பெத்தவ ஏதாவது சதி வேலை செஞ்சா அவளைக் கொன்றுவிட்டு நான் ஜெயிலுக்குக்கூடப் போகத் தயாராயிட்டேன் சின்னைய்யா. இனி எனக்கு மீனாட்சியோட சந்தோஷம் ஒண்ணு மட்டும்தான் குறி! யாரோட மானம் போறதைப் பத்தியும் எனக்குக் கவலையில்லை..."

வேணியா இப்படிப் பேசுவது?

அவள் எங்கே பேசுகிறாள்? அவள் பேச வைக்கப்பட்டிருக்கிறாள். மனிதன் சூழ்நிலைக் கைதிதானே...?

கண்கள் காதுவரை விரிய, சின்னைய்யா அதைக் கேட்கிறான். முக்கியமான இந்தக் கட்டத்தில் அவளைச் சாந்தப்படுத்தாவிட்டால்,

இருபது வருஷத்து அவள் தவம் அனைத்தும் கெட்டுவிடும் என்பது சொரேல் என்று அவனைத் தாக்க நிமிர்கிறாள்.

"கொஞ்சம் வாயை மூடிக்கிறையா, இப்ப என்ன நடந்து போச்சுன்னு அம்மாவும் பொண்ணும் திரும்பவும் வேதாளமா முருங்கை மரம் ஏற ஆரம்பிக்கிறீங்க? இது சந்தோஷப்பட வேண்டிய வேளை."

"நான் கொண்டுகிட்டு வந்து சந்தோஷச் செய்தி. அதைப் பத்தி யோசிச்சே பார்க்காம, உணர்ச்சிவசப்பட்டு அந்தச் சின்னப் பொண்ணுக்குச் சரியா, நீயும் போட்டி போட்டுப் புலம்பறியே? எப்ப எப்படி நடந்துக்கணும்னு அதுக்குதான் தெரியலை. அது சின்னப் பொண்ணு. உனக்கென் வந்துச்சு...?"

சின்னைய்யாவின் சப்தமான பேச்சு, டாக்டர் காதில் விழுந்த மாதிரி, உள்ளேயிருந்து வெளியே வருகிறார்.

"ரத்தம் நிறைய வெளியேறியிருக்கு. உடனடியா ரத்தம் செலுத்தினா நல்லது. இவங்க குரூப் ரத்தம் பெரும்பாலும் தாய்கிட்ட இருக்கலாம். கொஞ்சம் பரிசோதனை பண்ணனும்."

டாக்டரின் பேச்சால், அனல் பிடித்த அவர்களின் சார்ச்சை உடனடியாக ஆவியாகிறது.

வேணி, சடாரென்று கையை நீட்ட, ரத்தம் சிரிஞ்சால் உறிஞ்சப்படுகிறது.

சில நிமிடம் கழித்து ஆச்சரியமான அந்த பதில் வருகிறது.

"இவங்க ரத்தம் கொஞ்சம்கூட பொருந்தலை! அதிர்ஷ்டவசமாக பிளட் பேங்கல, மீனாட்சி குரூப் ரத்தம் ஸ்டாக் இருக்கறதாக இப்பதான் தகவல் வந்தது. காலேஜ் ஸ்டுடெண்ட்ஸ் ரத்த தான முகாம்ல கொடுத்த ரத்தம் அது! நம்ப தீட்சதர் கடைசிப் பொண்ணோட ரத்தம்னு நினைக்கிறேன்! அதுதானே காலேஜ்ல படிக்குது?"

அத்தியாயம்

13

'என் சிறையுள் நீ
எறிந்த பூக்கள்
கசங்கி உருமாறும்;
கைக்கெட்டாமல்.
மனமுதுகேறிய சுமைகள்
வியர்த்து வழிந்தன விழிகள்
இருண்ட மௌனத்தின் சொற்கள்,
இமைகள் மீறித் தெறித்து விழுந்தன.
ஈர ரகசியங்களாகக் கசிந்தது
அன்பின் பிரவாகம்.
கரைந்தழியாதிருந்த சொப்பனங்கள்
கழன்று மேலெழும்பி
விஸ்வரூபம் கொண்டன!'

– 'நட்சத்திரங்களின் நடுவே' நூலில்

– உமா மகேஸ்வரி.

தீட்சதரின் கடைசிப் பெண்ணின் ரத்தம்தான் மீனாட்சிக்குப் பொருத்தமாக இருப்பதாகக் கூறி டாக்டர் ஸ்லாகித்தபோது, வேணியின் இதழ்க்கடையில் ஓர் அர்த்த புஷ்டியுள்ள புன்னகை.

"எப்படியோ எங்க பொண்ணுக்கு நல்லா ஆனா போதுமுங்க" என்கிறான் சின்னைய்யா.

வேகமாக ரத்தம் வரவழைக்கப்பட்டு, மீனாட்சிக்கு செலுத்தப்படுகிறது.

ஏறத்தாழ தென்றல் காற்றாய் திரிந்த பெண்!

மீனாட்சி என்கிற அந்தப் பெயருக்கேற்ற மீனைப் போன்ற கண்கள். முகத்தில் அப்பொடியொரு தேஜஸ்!

கல்லூரி வாழ்க்கையில் நுழையும் வரை, இருக்கும் இடம் தெரியாமல் இருந்த பெண்! இன்று வாயைத் திறந்தாலே அக்னித் துண்டாங்களாய் வார்த்தையும், சதா கண்ணீர் வழியுமாய் இப்படி ஆகிவிட்டாளே...

தலையை கோதிவிட்டபடியே யோசிக்கிறாள் வேணி. காரிடார் மரப்பெஞ்சில் சப்பணமிட்டபடி சின்னைய்யாவும் அதே சிந்தனையில்தான் இருக்கிறான்.

ஏனோ, சுந்தரேசன் முகம் நினைவில் முந்துகிறது.

அற்புதமான பிள்ளை!

இவனால்தான் மீனாட்சியின் பொழுது விடியும் என்று அவனுக்குள் ஒரு நம்பிக்கை உணர்வு.

இந்த நேரத்தில் சுந்தரேசன் மட்டும் இங்கே வந்தால், அதுவே மீனாட்சியைப் பாதி குணப்படுத்திவிடும். மிச்சத்தை மருந்து மாத்திரை பார்த்துக்கொள்ளும் என்று கணக்குப் போடுகிறது அவன் மனம்.

ஓசைப்படாமல் அதன் எதிரொலியாய் மெல்ல அங்கிருந்து நழுவிய சின்னைய்யா 'சுந்தரேசனை எப்படி சந்திப்பது' என்கிற கேள்வியோடு வீதியில் இறங்குகிறான்.

'காவேரிக் கரைக்கு எப்படியும் வருவான்' என்ற கருதி, அங்கே போய் நெடுநேரம் காத்திருக்கத் தொடங்குகிறான்.

'ஜலப் பிரவாக'மாய் காவிரி ஓடிக்கொண்டிருக்கிறாள்.

நீர் மட்டத்தின் மேல் ஜிலேபி கொண்டைகளின் துள்ளல்.

கரையோரத் தென்னைமரக் கூட்டங்களின் பச்சைக் கிளைகளில் ஆங்காங்கே ஒற்றை நாரைகள் வெள்ளைத் தழும்பாய்த் தெரிகின்றன. சாமர வீச்சுப் போல் கிளைகளில் ஆட்டம்.

கரையோரத்தில் கோவணம்கூட கட்டாத சில சிறுவர் மாமரக் கிளை மேல் ஏறி ஆற்றுக்குள் 'சொருகுவால்' அடிக்கிறார்கள்.

ஒரு நடுவயதுப் பெண் பித்தளைக் குடத்தைக் கவிழ்த்துப் போட்டு அதனைத் தன் மோவாய்க்கு அண்டங் கொடுத்து நீரில் மிதந்து, நீச்சல் அடிக்கப் பார்த்து, நீரின் இழுவையால் கொஞ்ச தூரத்துக்குப் போய் 'கர்புர்' என்று மூச்சு முட்ட எழுந்து நின்று திணறுகிறாள்.

சகலத்தையும் வேடிக்கை பார்த்தபடி, மரத்தடிப் பிள்ளையார்.

நிதானமான சூரிய வெளிச்சம் இதமாக உடம்பில் உறைத்துக் கொண்டிருக்கிறது.

பெயர்ந்துபோன ஒரு கல்தூண் மேல் அமர்ந்தபடி, சின்னைய்யா போடும் நோட்டத்தில் தென்பட்ட காட்சிகளால், அவனுக்குள் சற்றே அழுத்தம் குறைந்த மாதிரி ஓர் இதம்.

அவனறிய காவிரி மாறவேயில்லை.

ஆடியில் வெள்ளப் பிரவாகம், சித்திரை வைகாசியில் அடங்கி ஒடுங்கிய ஓட்டம். ஐப்பசி, கார்த்திகையில் ஸ்படிக ரூபம் – பிரபஞ்ச நலனை உத்தேசித்து அவள் அயராமல் ஒருநாள் ஓய்வின்றி ஓடிக்கொண்டேயிருக்கிறாள்! அவள் மட்டுமா? நட்ட விதைக்குப் பழுதின்றி முறைத்துவிட்ட எந்த மரம், பழம் கொடுக்கவோ – நிழல் கொடுக்கவோ தவறியிருக்கிறது?

விடிந்தால் சூரியன் வந்துவிடுகிறான்.

பௌர்ணமிக்கு சந்திரனும் ஆஜர்.

பூமியும், அச்சு முறியாமல் சுழன்று, மனிதக் கூட்டத்தின் தேவைக்குக் குறை வைப்பதேயில்லை.

மார்கழிக்குக் குளிர்கிறது.

ஐப்பசி அடை மழை கொட்டுகிறது. ஆடிக்கு காற்றடிக்க மறப்பதில்லை.

சித்திரை வைகாசியில் உஷ்ணத்தால் பூமி விஷங்கள் கருகிச் சாம்பலாகிவிடுகின்றன.

இயற்கை, தனது திட்டமிட்ட போக்கில் சின்ன பின்னடைவும் செய்யவில்லை. கடமைக்கு இலக்கணமாய் அவை செயல்பட்டுக் கொண்டேயிருக்கின்றன.

ஆனால் மனிதன்?

மனிதனைப் பற்றி நினைத்த மாத்திரத்தில், சின்னையய்யாவுக்குள் க்ளுக்கென்ற சிரிப்பு.

'மனிதனுக்கான இலக்கணம் எது?'

கேள்வியில் ஊஞ்சல் ஆடுகிறது அவன் மனம்.

அரைச் சாண் வயிற்றைப் பார்க்கிறான்.

ஒட்டிப் பிறந்துவிட்ட உபாதை! பிறந்தது முதல் இறப்பது வரை பிய்த்தெறிய முடியாதபடி ஒட்டிக் கிடக்கும்.

அந்தப் பகுதியில், உணவிட்டு நிரப்பாவிட்டால், தன்னை சுமப்பவனையே அது உண்டு இல்லை என்றாக்கிவிடுவதை எண்ணிப் பார்த்தான்.

இந்த நிரந்திரமான எதிரியை விடவா, உலகில் வேறு எதிரிகள் இருக்க முடியும்?

இருக்கிறார்களே...! அந்தஸ்து, ஜாதி என்கிற ரூபத்தில் சிலர். பேராசை, பொறாமை என்ற உணர்வாலே சிலர் – இது எதைப் பற்றிய அறிவுமில்லாமல் தெளிவுமில்லாமல் அரைகுறைகளாகப் பலர்.

சிலுசிலுவென்று காற்று...

சின்னையாவின் வெளிப்புறத்தை நீவிச் செல்கிறது. உள்ளே எண்ணங்களின் நீவல். ஊரே கையெடுத்துக் கும்பிடும் அந்த

மனிதரை ஏனோ சின்னையாவின் மனத்தினால் மட்டும் மதிப்பாக நினைத்துப் பார்க்கவே முடியயவில்லை. இவர் எந்த வகை மனிதர்?

சதா சர்வ காலமும் கடவுளைப் பற்றிச் சிந்தித்துப் பேசிவிட்டாலே ஒருவர் முழு மனிதனாகிவிட முடியுமா என்ன? ஆசாரம் அனுஷ்டானம் என்கிற கடங்குத்தனங்கள் மனிதனைத் தூக்கி நிறுத்தவா? இல்லை சாய்த்துக் கவிழ்க்கவா?

தீட்சதர் வரையில் சாய்த்துக் கவிழ்க்கத்தான் என்பதாக அவன் மனம் நம்புகிறது. இல்லாவிட்டால், "வேசி வேசி" என்று வேணிமேல் துளியும் யோசிக்காமல், அவரும் முத்திரை குத்துவாரா என்ன?

சராசரி மனிதன் இப்படி நடந்துகொள்ளலாம்.

ஒரு வேத வித்து இப்படி நடந்து கொள்ளலாமா என்ன?

"அவளை முதல்ல இந்தச் சபையை விட்டு வெளிய போகச் சொல்லுங்கோ... அழுதா? பாத்தாலே எனக்கு பத்திண்டு வர்றது! இது சுத்தபத்தமான மனுஷ கூடற இடம். பகவத் சிந்தனை துளிர்க்க வேண்டிய இடத்துல இவளெல்லாம் வந்தா பாவச் சிந்தனென்னா வரும்? முதல்ல வெளிய போகச் சொல்லுங்கோ!"

தன் முன் உள்ள மைக்கைக்கூட அணைக்காமல், அன்று உபன்யாச மேடையில் அவர் அத்தனை பேச்சுப் பேசியதும், ஏறத்தாழ இருபது வருஷமாகியும், அழியாமல் சின்னையயாவுக்குள் ஓடுகிறது.

ஆனந்தா கலரில் அரக்கு பார்டர் போட்ட புடவை எனக்கு வேணும்... கிளிப்பச்சை நிறத்தில் கையகல ஜரிகை இழையும் பட்டு எனக்கு வேணும்... வைரக்கல் பேசரி, ரஜ்ஜி நெக்லஸ் கொலுசெல்லாம் வேணும். என்றுதான் பருவத்தில் பெண்கள் ஆசைப்படுவார்கள்.

பார்த்துப் பார்த்து, தலைசீவி, கனகாம்பரத்தைச் சடையில் பொருத்தி, அப்படியே அதை முன் தோள்மேல் தூக்கிப் போட்டு திமிறத் திமிற நடப்பதும் அப்பொழுதுதான்...

அவர்கள் கண்களை அப்பொழுது உற்றுப் பார்த்தால் கலர் கலராய் கனவுகள்தான் அதில் தெரியும். ஆசை பொங்கி வழியும்.

ஆனால் இது எதுவுமேயில்லாமல், 'எனக்கு உபன்யாசம் கேக்க ஆசையா இருக்கு சின்னைய்யா' என்று அந்த வயதில் வேணி சொன்னது, ஏதோ சின்னைய்யாவுக்குள் இப்பொழுதும் தோன்றிக் கலைகிறது ஆச்சரியக்குவியலோடு!

"வயசுக்கு தகுந்த பேச்சு சிந்தனை எதுவுமில்லையே உங்கிட்ட?"

"எது வயதுக்குத் தகுந்த பேச்சு?"

"சினிமாவுக்கு கூட்டிகிட்டு போகச் சொல்லு. எம்.ஜி.ஆர். படம் நல்லா இருக்கு? சிவாஜி படம் நல்லா இருக்குன்னு சொல்லு, குமுதம் விகடன் வாங்கித் தான்னு சொல்லு, கண்ணாடி முன்னாடி அரை மணியாவது நில்லு. இதெல்லாம்தான் தாயி உன் வயசுக்கு பொருந்தற விஷயங்கள்...!"

"இப்படித் தீர்மானிச்சது நீயா? இல்லை, ஊரா சின்னைய்யா?"

"எல்லாரும்தான்..."

"அப்ப எப்பவும் ஊர் தீர்மானிக்கிற மாதிரிதான் ஒரு பொண்ணு நடந்துக்கணுமா? என் அம்மாவும் அப்படித்தானே நடந்துக்கறா? அவளை மட்டும் ஏன் கேலி பேசுது...?"

"நீ இப்படிக் கேட்டா நான் என்ன பதிலை சொல்ல... நான் பொத்தாம் பொதுவா சொன்னேன். உன் அம்மா இதுல விதிவிலக்கு..."

"அதுதான் ஏன்?"

"பொண்ணுக்கு ஒழுக்கம் உசுரைவிடப் பெரிசு தாயி. அது இல்லாதவங்களை உலகம் கேலி பேசத்தான் செய்யும்..."

"ஒழுக்கம்கறது என்ன?"

"நான் என்ன தீட்சதர் சாமி மாதிரி நிறையப் படிச்சவனா? அவருன்னா ஒரு வார்த்தைக்கு ஒருநாள் பூரா அர்த்தம்

சொல்லுவார். எனக்குச் சொல்லத் தெரியாது. ஒழுக்கம்னா, ஒழுங்கா இருக்கறதுன்னு மட்டும்தான் எனக்குத் தெரியும்..."

"அதான் கேக்கறேன் ஒழுங்கா இருக்கறதுன்னா என்ன?"

"பொய், திருடு, புரளி பேசறது இதெல்லாம் இல்லாம இருக்கறது..."

"எங்கம்மாகிட்ட இதெல்லாம் இருக்கா என்ன?"

"அது இருந்தாதான் பரவாயில்லியே? ஒரு பொண்ணுக்கு எது கூடவே கூடாதோ அது இருக்குதே..."

"எது அது?"

"கற்புன்னு சொல்லுவாங்க தாயி!"

"கற்புன்னா?"

"நான் சொன்ன ஒழுக்கம்தான்."

"நீ என்னைக் குழப்பறே சின்னைய்யா. நான் இப்படி வந்தா அப்படி வரே, அப்படி வந்தா இப்படி வரே..."

"சுருக்கமாச் சொல்றேன் தாயி, ஒரு பொண்ணு ஒருத்தனையே நினைச்சு அவனுக்கே முந்தி விரிச்சு அவனுக்காகவே வாழ்ந்து, குழந்தை குட்டி பெத்து, அவன் நினைப்போடயே சாகறதுதான் ஒழுக்கம்! அதாவது நம்ம ராமாயணத்துச் சீதை மாதிரி..."

"உனக்கு சீதை கதை தெரியுமா?"

"தெரியும். ஆனா நீ ரசிக்கும்படி சொல்லத் தெரியாது..."

"பரவாயில்ல, சொல்லு..."

"அட என்ன தாயி நீ. நான் என்ன தீட்சதரா, சொக்கி விழற மாதிரி கதை சொல்ல?"

"ஆமா அது யார் தீட்சதர்? அவர் பேரை அடிக்கடி சொல்றியே?"

"அவர் சாமி மாதிரி. மாதிரி கூட இல்ல... சாமியேதான்!"

"அப்படின்ன, நான் அவரைப் பார்க்கணுமே?"

"நினைச்சா பாக்க அவர் ஒண்ணும் சினிமா இல்ல. மலைமேல இருக்கற சாமி மாதிரி அவரு!"

"ஏறிப்போய்ப் பார்த்துட்டா போச்சு..."

"இந்த ஜன்மத்துல உன்னால முடியாது..."

"ஏன்?"

"நீ மிட்டா, மிராசு, மைனர்னு இளசுகளை வேணா பார்க்கலாம். இவங்கள்ளாம் உனக்கு ஆகாதவங்க..."

"அதை நான்ல சொல்லணும்?"

"நீ சொல்றதை யாரும் கேக்கப் பொறதில்லை. இனி மத்தவங்க சொல்றதைத்தான் நீ கேக்கணும்..."

"இது என்ன அநியாயம்?"

"நீ பொறந்ததே அநியாயம்தான். ஒரு தே***ளுக்கு எதுக்குக் குழந்தை? அதுலையும் பெண் குழந்தை. உனக்கு அப்பா யாருன்னு தெரியுமா? தெரியாதுல்ல... இப்படி ஏகப்பட்ட அநியாயத்துக்கு நீ சொந்தக்காரி. ஆகையால் மத்தவங்க அநியாயமா நடந்துக்கறதை நீ தாங்கிக்கத்தான் வேணும். இதுதான் உன் தலை எழுத்து."

"எங்கம்மா தப்பு செஞ்சா, அது எப்படி என்னை பாதிக்கும்?"

"புரிஞ்சுதான் பேசறியா நீ... என்னை சோதிக்காதே தாயி... உன்னை பாதிக்காம அது வேற யாரை பாதிக்கும்? 'மாதாபிதா பாவம் மக்களைச் சாரும்'னு பழமொழியே உண்டு தாயி. உலகத்துலே யாருக்கும் இல்லாத கட்டுப்பாடு ஒரு பொண்ணுக்கு மட்டும் எதனாலன்னு நினைக்கறே? அவ மகா சக்தி ஆக்கித் தர்ரவ! அவகிட்டதானே கர்ப்பம்கற கர்ப்பக்கரகம் இருக்கு! கோவில்ல இருக்கிற கர்ப்பக்கிரகமும், அவ கர்ப்ப வயிறும் ஒண்ணு தாயி. இரண்டும் சுத்தமா இருக்கணும். இல்லாட்டி கக்கூசுக்கும் அதுக்கும் என்னா வித்தியாசம்?"

"நீ என்ன சின்னைய்யா புரியாத பாஷையெல்லாம் பேசறே?"

"நான் பேசறது புரியலைன்னா யார் பேசறதும் உனக்குப் புரியாது தாயி. உனக்குப் புரிஞ்சுதான் என்ன ஆகப்போகுது? நீ ஒரு பாவப்பட்ட ஜென்மம்!"

"அப்படின்னா?"

"இதுக்கு விளக்கம் வேற வேணுமாக்கும்? இந்த உலகத்துலேயே மோசமான ஒரு கெட்ட வார்த்தை எது தெரியுமா? தே***ப் பயலேங்கற வார்த்தைதான். கோபத்துல யாராவது இந்த வார்த்தையைச் சொல்லித் திட்டுனா அதைக் கேட்டுகிட்ட நபர், சொன்னவனை மிதிச்சு மேஞ்சுடுவான். 'டேய், நீ என்னை என்ன சொல்லு. எங்கம்மாவை எப்படிடா தே***ன்னு சொல்லலாம்?'னு கேட்டா, பஞ்சாயத்துப் பண்ண வந்தவங்களும் பேசாமதான் நிப்பாங்க. ஏன்னா, உலகத்துல ஒருத்தன் போற வழி எவ்வளவு தப்பா இருந்தாலும், விமோசனம் உண்டு. வந்த வழி மட்டும் தப்பா இருக்கவே கூடாது. இருந்தா அதுல இருந்து மீள்றதும் முதலை வாயிலே இருந்து மீள்றதும் ஒண்ணு தாயி!"

இப்படியெல்லாம் அன்று நிகழ்த்திய தர்க்கங்களில் வேணி பெட்டிப் பாம்பாய்ச் சுருண்டு, உறைந்த பாலாய் இறுகி, மௌனப் பள்ளத்தில் விழுந்தது முதல் அதன்பின் அவனே அவள் விருப்பத்தைத் தட்டாமல் தீட்சதர் உபன்யாசம் நடக்கும் ஜலபாணேஸ்வரர் கோயிலுக்கு வண்டி கட்டிக்கொண்டு வந்ததெல்லாம் ஒரு திரைப்படச் சுருள் போல அவனுக்குள் ஓடி முடிந்ததில், அது கோபாலனைத் தொட்டு நிற்கிறது!

"சின்னைய்யா, இந்த உலகத்துல என்மேல அனுதாபப்படறதுக்கு உன்னை விட்டா ஆள் இல்லைன்னு நினைச்சேன். இன்னொருத்தரும் இருக்காரு சின்னைய்யா..."

"யாரு அது?"

"மிலிட்ரிகாரர் கோபாலன்தான் அவர்!"

"யாரு, தீட்சதர் சாமியோட மச்சினனா?"

"ஆமாம்... என்னைக் கோயில்ல உபன்யாசம் கேக்கக்கூடாதுன்னு சொல்லி வெளியே போகச் சொன்னதுக்காக தீட்சதர்கிட்ட எப்படிச் சண்டை போட்டார் தெரியுமா?"

"நிஜமாகவா?"

"உபன்யாசகம்கறது, மனசை சுத்தப்படுத்தற விஷயம். சுத்தமாக இருக்கறவாளைவிட இல்லாதவளுக்குத்தான் ரொம்ப முக்கியம். நீ வேசிங்கற இவ, உன் உபன்யாசத்தால ஒழுங்கான வாழ்க்கைத் திரும்பினா, அதுதாண்டா உன் உபன்யாசத்துக்குப் பெருமை. வெறும் கதை கேட்டு ஆ ஊன்னு வாயைப் பிளக்கிற மேட்டுக் குடிகளுக்கு கதை சொல்றதுனால உன் கதைக்கும் பெருமை கிடையாது. அவங்களுக்கும் பெருமை கிடையாது'னு அவர் போட்ட போட்டைப் பார்த்து நான் ஆடிப் போயிட்டேன்!"

"ஆமா உன்பேர்ல அவருக்கு ஏன் அப்படியொரு கரிசனம்?"

"தீட்சதர் உள்ளே விடாட்டியும், கோயிலுக்குப் பின்னால கல் தொட்டிகிட்ட நான் தினமும் உக்காந்து லேசா காதுல விழற கதையை கேக்கறதை அவர் பார்த்து பரிதாபப்பட்டிருக்காரு. அதான்..."

"ஆடு நனையுதேன்னு ஓநாய் பரிதாபப்பட்டுச்சாக்கும்?"

"அப்படிச் சொல்லாதே சின்னைய்யா, அவர் ஓநாயும் இல்ல, நானும் ஆடு இல்லே."

"அதுசரி, கதை கேட்டு நீ திருந்தணும்கற மாதிரி பேசியிருக்காரே? அது, நீ கெட்டுப்போனவள்ணு நினைக்கிறதாலேதானே?"

"ஒரு வேசியோட பொண்ணும் வேசியாத்தான் வாழ முடியும்ணு ஊரே நினைக்கும்போது, அவர் மட்டும் எப்படி இல்லைன்னு நினைச்சுப் பேச முடியும்?"

"அப்ப ஊரைப்போலவே சராசரித்தனமா சிந்திக்கற ஒரு மனுஷனை நீ எதை வெச்சு இத்தனை பெரிசா எடுத்துக்கறே?"

"சிந்திச்சாலும் அவங்களைப் போல என்னைக் கேலி பேசாம, வெறுத்து ஒதுக்காம, நானும் இந்தச் சமூகத்துல ஒருத்தி, எனக்கும் எல்லா உரிமைகளும் உண்டுன்னு யார் சொல்லியிருக்காங்க இவரைத் தவிர?"

"இப்படிப் பேசிட்டாலேயே உயர்வா நினைச்சிடாதே தாயி! ஆண்களைப் பத்தி உனக்கு தெரியாது."

"நீ சொல்றதைப் பார்த்தா, ஆண் சமுகமே மோசம்கிற மாதிரி தெரியுதே? உன்னையும் சேத்துதான் சொல்றியா?"

"வெச்சுக்கையேன். இது பாசாங்கு உலகம். உன் மாதிரி பெண்ணைப் பார்த்து ஒரு ஆண் பரிதாபப்படறான்னா, அதுக்கு என்ன அர்த்தம்னு எனக்குத்தான் தெரியும்..."

"என்ன அர்த்தம்?"

"உன் அம்மாகிட்ட போய்க் கேளு..."

"அவளைப் பார்க்கக்கூட நான் பிரியப்படலை. அப்படி இருக்க அவகிட்ட போய்க் கேளுன்னா?"

"சரி நானே சொல்றேன். பார்த்துக்கிட்டே இரு. இன்னும் ஒரு வாரம் பத்து நாள்லே மல்லிகைப் பூவும் அல்வாவும் உன் அம்மா கைல காசை வெட்டிட்டு, அவன் உன்கிட்ட வருவான். அப்ப தெரிஞ்சுப்பே!"

"அப்படி வந்தா, இதுக்கு முந்தி வந்தவங்களுக்கு நேர்ந்த கதிதான் அந்த ஆளுக்கும் ஏற்படும். அதை ஞாபகத்தில வெச்சுக்கோ..."

"எத்தனை நாளைக்கு நீ உன் அம்மாவையும் இந்தச் சமுக வர்க்கங்களையும் மீறி, தூய்மையா வாழ்ந்துட முடியும்? ஒரு நாள் சலிச்சுபோய், நீயும் யாருக்காவது முந்திவிரிச்சுத்தான் தீரணும்?"

"சாகற வரைக்கும் வாழ்வேன் சின்னைய்யா. யாராலேயும் என்னைத் தீண்ட முடியாது, மீறித் தீண்டினா, என் உடம்புல உயிர் இருக்காது..."

"நீதானே உன் அம்மாவோட சொத்து? அவளை மீற, உன்னால சாகக்கூட முடியாது, தாயி, சர்க்கஸ்ல சிங்கம் புலியைக் கட்டிப் போட்டு வெச்சுப் பயன்படுத்திக்கிற மாதிரி, உன்னையும் அவ பயன்படுத்திக்குவா, அவ கைதேர்ந்த தொழில்காரி!"

"நீ இப்படிச் சொல்லச் சொல்ல எனக்குள்ள அந்த ஒழுக்க உணர்வு சமுத்தரமா விரிவடைஞ்சுகிட்டே போகுது சின்னைய்யா! –

என் அம்மா மட்டுமல்ல, இந்த உலகமே என்கிட்ட தோற்கப்போவுது பார்!"

"முதல்ல, நீ அந்த கோபாலன்கிட்ட தோற்காம இரு! அப்புறம் மற்றதைப் பார்க்கலாம்..."

இப்படிச் சொல்லியும், வேணி அந்த கோபாலனிடம், 'தோற்காமல் தோற்றுவிட்டதை' என்னென்று சொல்ல?

குமுறுகிறது சின்னைய்யாவின் மனது.

அத்தியாயம்

14

> 'ஆதியிலே ஓர் ஆணும் பெண்ணும்
> ஆடிய ஆட்டமிது!
> அவன் அவளுக்குள்
> ஒளிந்து கொண்டான் – அவள்
> அவனுக்குள் ஒளிந்து கொண்டாள்!
> அவனுக்கவளோ – அவளுக்குவனோ
> அகப்படவே இல்லை!
> ஆட்டம் இன்னும் தொடர்கிறது
> அந்த ஆட்டம் முடியவில்லை...!'
>
> – நேயர் விருப்பத்தில், அப்துல் ரகுமான்.

குமுறி என்ன பயன்?

'மனிதன் எத்தனைதான் சந்திரன், நட்சத்திரம் என்று ஆகாசத்தை அளந்தாலும், எல்லாமே விதிப்படிதானே நடக்கிறது...?'

'ஓர் இம்மி இப்படி அப்படி அவனால் மீறி நடக்க முடியவில்லையே...?' பெருமூச்சு விடுகிறது, சின்னையயா மனம்.

வந்து, நெடுநேரம் ஆகிவிட்டது.

இப்படியெல்லாம் தனியாக வந்து விசாரமாகச் சிந்திக்கக்கூடத் தோன்றாமல், நாளைக் கடத்திவிட்டதை எண்ணி, தனக்குத்தானே நொந்துகொள்கிறான் அவன்.

இப்படித் தன்னை மறந்து, பழைய நினைப்புகளில் விழுந்து புரண்டதில், எதிரே யார் வருகிறார், போகிறார் என்கிற பிரக்ஞைகூட இல்லாமல் போய்விட்டதே? ... 'ஒரு வேளை சுந்தரேசன் வந்துவிட்டுப் போயிருப்பானோ?' – சின்னைய்யா மெலிந்த தடுமாற்றத்துடன் சுற்றிச் சுற்றிப் பார்த்து, ஒரு வாரம் வழிக்காத தன் தாடிமுடியை வருடி வருடிச் சலனப்படுகிறான்.

கரையோரமாக நல்லவேளையாக, ஊரின் வண்ணாத்தி, வள்ளிக்கண்ணு தெரிகிறாள்.

மருத்துவச்சி மருதாயியின் மகள்.

"வள்ளிக்கண்ணு, சொகமா?"

"ஊம்... எம்மா நேரமா ஒக்காந்துருக்கே? இப்பத்தான் கேக்க தோணிச்சா உனக்கு?"

"தப்புதான்; ஏதோ நினைப்புல இருந்துட்டேன்."

"நீ இப்படியெல்லாம் வந்து கவலைப்படற ஆள் இல்லியே...?"

"அதை விடு... நம்ம தீட்சதர் சாமி மகன் ஆத்துக்கு வந்திச்சா? நீ பாத்தியா?"

"ஆமா, என்ன இப்பெல்லாம் அது – அந்தப் பொண்ணு மீனாட்சி பத்தி ரொம்பக் கவலைப்படற மாதிரித் தெரியுதே...?"

"கேட்டதுக்குப் பதில் சொல்லு, வள்ளிக்கண்ணு."

"நான் கேட்டதுக்கு நீ பதில் சொல்லு..."

"நான் சொல்ல என்ன இருக்கு? ஒரு வேலைக்கார நாயி நான்..."

"நாயோ – பேயோ? அததுக்கு இருக்கற இடத்தை வெச்சுதான் மதிப்பு. போயும் போயும் ஒரு தே*** குடும்பத்தோடதானா, நீ ஒடுங்கி ஓடாப் போவே...?"

சின்னாய்யாவுக்குள் பிடறியை வெட்டிக்கொண்டு ரத்தம் வடிகிற மாதிரி வலி... இப்படி எத்தனையோ பேர் கேட்டாகி விட்டது. அப்பொழுதெல்லாம் தாங்கிக் கொள்ள முடிந்தது. ஆனால், இப்பொழுது முடியவில்லை. அழலாமா என்று தோன்றி, அழுகையும் வந்துவிட்டது.

"யோவ்! என்னைய்யா பொட்டச்சி மாதிரி அழுதுட்டே? நான் தப்பா கேட்ருந்தா மன்னிச்சுடு..." வள்ளிக்கண்ணுவும் அதன் நிமித்தம் கதறுகிறாள்.

சின்னைய்யா, பெரிதாக விசும்புகிறான். நெடுநாள் அழுகை ஒன்று, அழுது தீர்க்கப்பட வேண்டி, கண்களை விட்டுப் புறப்பட்டுவிட்டதாகவே தோன்றுகிறது.

வள்ளிக்கண்ணு, தான் அழுக்குத் துணி மூட்டையைக் காவிரி ஈரத்தில் கனப்படுத்தியவளாக, அவனை நெருங்கின அந்த விநாடிகளில், சின்னைய்யா ஆவலாக எதிர்பார்த்து வள்ளிக்கண்ணுவிடம்கூட விசாரித்த சுந்தரேசன்... அதோ...!

சுந்தரேசனைப் பார்த்து வள்ளிக்கண்ணு ஊன்றிக் கசிகிறாள்.

அவனும் அவளைப் பார்க்கிறான். எதார்த்தப் பார்வைதான். அருகில் சின்னைய்யாவைப் பார்க்கவும் முகத்தில் புழுதி விழுந்த மாதிரி, துளி சலனம்.

"வாங்க சாமி... உங்களைப் பத்திதான் என்கிட்ட கேட்டாரு. இப்ப என்னதான்னா, விசும்பி விசும்பி அழுவாறாரு..."

வள்ளிக்கண்ணு சுந்தரேசனை நோக்கி பேசிய பேச்சில், சின்னைய்யாவும் பிரக்ஞை மீள்கிறான். சுந்தரேசனைப் பார்த்துக் கண்களை அவசர அவசரமாகத் துடைத்துக்கொண்டு பதட்டத்தோடு கை கூப்புகிறான்.

"வாங்க தம்பி... உங்களுக்காகத்தான், ரொம்ப நேரமாகக் காத்திருக்கேன்..." என்கிறான்.

"எனக்காக எதுக்கு நீங்க காத்திருக்கணும்?"

"வாங்க சொல்றேன். இங்க ஜனங்க இருக்காங்க."

"பரவால்ல, சும்மா சொல்லுங்க. நான்லாம் நாய் மாதிரி உங்க பொண்ணு பின்னே அலையறவன்தானே?"

"ஐயோ அந்த தியேட்டர்காரனை வெச்சுக்கிட்டுப் பேசின அந்தப் பேச்சைச் சொல்றீங்களா? தப்பு தம்பி, தப்பு, என்ன நடந்துச்சுன்னா...?"

"மிஸ்டர்! நான் கதை கேட்க வரலை. எனக்கு நிறைய வேலை இருக்கு. நீங்க போகலாம்..."

"தம்பி, சொன்னா கேளுங்க. உங்க கோபத்துல நிறைய ஞாயம் இருக்கு. அதே அளவு, மீனாட்சி செயல்லையும் இருக்கு. ஆத்திரம் கண்ணை மறைச்சதனால, நடக்கக் கூடாததெல்லாம் நடந்த கதைதான் உங்களுக்குத் தெரியும். கொஞ்சம் காது கொடுங்க... ஓடுற இந்தக் காவேரிமேல சத்யமா சொல்றேன். மீனாட்சி, ஒரு பாவமும் அறியாதவ!"

சிலீரென்று மீன் குஞ்சுகள் நீந்திக் களிக்கும் காவிரி ஓட்டத்தை ஒரு பார்வை உடனேயே பார்க்கிறான், சுந்தரேசன்.

'எத்தனை பாவிகள் தங்கள் பாவங்களைக் கரைத்த போதிலும் எவ்வளவு சாக்கடை வந்து கலந்த போதிலும், அவள் அழுக்காகவில்லை. சகலத்தையும் தூய்மைப் படுத்தியபடி அயர்வில்லாதபடி ஓடிக்கொண்டிருக்கிறாள். இவளை சாட்சி வைத்து ஒருவன் பொய்யே சொன்னாலும், கேட்பதுதான் தர்மம்' என்று அவனுக்குள் படுகிறது.

அவரோடு அங்கிருந்து ஓரமாகக் கரை ஏறி, மாந்தோப்புச் சாலைமேல் நடக்க ஆரம்பிக்கிறான். படபடப்பான விவரிப்பு சின்னைய்யாவிடம்!

ஆச்சரியத்தில் கண்கள் காதுவரை விரிய, வள்ளிக்கண்ணு அவர்களையே பார்க்கிறாள்.

"என்ன வள்ளி, நம்ம சின்னசாமியைப் பார்த்து வாய் விளந்துட்டே? அதும் போக்கு சமீப நாளா கொஞ்சமும் சரியில்ல.

தீட்சதர் எப்படித்தான் இதையெல்லாம் சகிச்சுக்கிட்டு இருக்காரோ தெரியலை?"

"ஒரே மகன். தோளுக்கு மேல ஒசந்துட்டவன். தவமிருந்து பெற்ற பிள்ளை. வரிசையா பொண்ணு பிறந்தும், கொள்ளி போட மவன் வேணுமின்னு தீட்சதர், சாமிகிட்ட சண்டையே போட்டுப் பெத்துக்கிட்ட பிள்ளை. அதை எதிர்த்துப் பேச அவருக்கு மனசு வருமா என்ன?"

"தீட்சதர் சாமிக்கு எதையும்விட, ஒழுக்கம் பெரிசு. மகன்னு அவர் சும்மாயிருக்கமாட்டாரு!"

கரையோரமாக ஊர் ஜனங்களின் சளம்பல்கள். அனைத்தையும் புறந்தள்ளியபடி, சின்னைய்யா சொல்வதைக் காது கொடுத்துக் கேட்ட சுந்தரேசன், ஒரு கட்டத்தில் தன் அவசரத்தை உத்தேசித்து, வருத்தப்பட்டு, ஆஸ்பத்திரிக்கு வந்து மீனாட்சியைப் பார்ப்பதாக சின்னையாவிடம் கூறியபோது, சின்னையாவுக்கு சிலிர்த்துப் போகிறது.

"இப்பவே வர்றீங்களா?"

"கூடாது. வேளை பார்த்து வரேன். இனியாவது அவசரமும் பதட்டமும் என்னை ஆட்டி வைக்காம இருக்கணும் அதுக்குத் தோதா வரேன்..."

"சீக்கிரமா வாங்க தம்பி! உங்க வருகையிலதான் அதுக்குத் தெம்பே இருக்கு. நான் போய், நீங்க வரப்போறதைச் சொன்னாக்கூட அது நம்பாது..."

"வாஸ்தவம்தான். நீங்க போங்க சின்னையா. நான் மத்ததைப் பார்த்துக்கறேன். ஒவ்வொரு அடியும் இனி, திட்டமிட்டு வைக்கணும். மீனாட்சி அந்தத் தியேட்டர்காரன்கிட்ட இருந்து தற்காலிகமாகத்தான் தப்பியிருக்கா!"

"சரியாச் சொன்னீங்க. அவளை நிரந்தரமாத் தப்பிக்க வைக்க உங்களாலதான் முடியும்!"

"என்னால முடிஞ்ச உதவியைச் செய்வேன். அது மீனாட்சின்னு இல்லை, அவளைப் போல எந்தப் பெண் இருந்தாலும்..."

"ரொம்ப சந்தோஷம் தம்பி. நான் வரேன்."

அன்று இரவே சொன்னது போல சுந்தரேசன், மீனாட்சியைப் பார்க்க ஆஸ்பத்திரிக்கு வந்துவிட்டான். அவனைப் பார்த்த மீனாட்சிக்குக் கண்கள் பனித்துப் போகிறது. வாய்ப்பேச்சு மறந்துபோகிறது.

ஒதுங்கி நிற்கத் தொடங்குகிறாள் வேணி.

ஆனால் ஒரு புயலைப்போல எதிர்பாராமல் அங்கே நுழைந்த மனோன்மணி, சுந்தரேசனை நோக்கி ஆவேச கதியுடன் நடந்து, அவன் சட்டையைப் பிடித்து...

அத்தியாயம்

15

> 'நீ பூக்கும் வரை
> காத்திருப்பதில் பொருளில்லை;
> மொட்டே!
> மெல்லவே மலர்தல் செய்.
> நான்
> வேற்றுச் செடிக்குள் தேடுகிறேன்
> இருந்தும்.
> உன்னையே பிரேமிக்கிறேன்
> என்றும்.'
>
>   – 'தீபாவளிப் பகல்' நூலில் இரா. மீனாட்சி.

சட்டையைப் பிடித்து ஆவேசமாக இழுத்த மனோண்மணியை அதிசயமாக... மிக அதிசயமாக பதட்டமே இல்லாமல் பார்க்கிறான் சுந்தரேசன். வெள்ளிக் குத்து விளக்கு போல் பளிச்சென்ற முகம். அதில் பரவிக்கிடக்கும் திருநீறு இப்படி ஒரு முகத்தை மனோன்மணி, தன் வாழ்நாளில் பார்த்திருக்க சாத்தியமே இல்லை.

முதல் தடவையாக அத்தனை நெருக்கத்தில் அவனைப் பார்க்க நேர்ந்தும் இறுகிய அவள் கைப்பிடி தளிர்கிறது.

ஏதோ ஒரு உணர்வு அவளைக் குத்துகிறது. எங்கிருந்தோ ஒரு நெகிழ்ச்சி மனத்தை வியாபிக்கிறது. அறிவை மீறி அன்பும் பாசமும் வலுக்கத் தொடங்கிவிட்ட மழையாய் திடுமென்று கொட்டத் தொடங்கிவிட்ட பிரமை அவளிடம்...

எல்லாம் சில விநாடிகளில் நடந்து முடிந்தாலும் மனோன்மணியின் அந்த அரக்கப் போக்கினாலும் பாதிக்கப்பட்டு இமைக்கக்கூட மறந்து நிற்கிறாள் வேணி. மீனாட்சி, பார்வையாலேயே எரித்துவிடுவதைப் போல் மனோன்மணியை முறைத்துக் கொண்டிருக்கிறாள்.

"என்னை... ஒரு ரவுடியைப் போல சட்டையைப் பிடிச்சீங்க. இப்ப விட்டுட்டு மலங்க மலங்க விழிச்சா எப்படி? நீங்க மாறி மாறி என் கன்னத்துல கூட அறையலாம்." சாவதானமாக எடுத்துக் கொடுக்கிறான் சுந்தரேசன். மனோன்மணி பதிலே பேசாமல் அவனை வெறிக்கிறாள்.

"ஏன் என் பேர்ல உங்களுக்கு இத்தனை வெறுப்பு? நான் என்ன தப்பு பண்ணினேன்?"

அவன் கேள்விமுன் மனோன்மணியின் வெறுப்பு தொடர்கிறது.

"மீனாட்சி யாருன்னு தெரியாதப்பவே நான் அவகிட்ட மனிதாபிமானத்தோட நடந்துண்டவன். இப்ப இவ என் மாமா பெண். எனக்கான உரிமை இப்ப அதிகமாயிடுத்து. இவளை நான் பாக்கறதும், பேசறதும் உங்களை ஏன் பாதிக்கறது?"

வாழற நினைப்பைவிட சாகற நினைப்புதான் மீனாட்சிகிட்ட அதிகம் இருக்கு. அவளுக்குத் தேவை மனோபலம். அதாவது வாழ்க்கைபேர்ல நம்பிக்கை. இப்படியெல்லாம் கோழையா இருக்கலாமான்னு கேக்கதான் ஒவ்வொரு முறையும் நான் வந்தேன். இப்பவும் வந்திருக்கேன். இது ஒரு தப்பா?"

அவன் கேள்விகளை வரிசையாக அடுக்க, மனோன்மணி ஒடிந்து விழுந்துகொண்டே போகிறாள். இவனிடம் என்ன சொல்ல... எதைச் சொல்ல? பெருமூச்சோடு நிமிர முடியாமல் நிமிர்கிறாள். இப்போது கண்களில் தீர்க்கம்.

"தோ பாரு. நீ சுத்தமான கங்கைத் தண்ணி. நாங்க சாக்கடை. எங்களை எந்த காரணத்தை வெச்சு நீ பார்க்க வந்தாலும் அது உனக்கு நல்லது இல்லே."

"கௌரவமா வாழறதுக்குன்னே பிறந்தவன் நீ! அகௌரவம்தான் எங்களோட முதல் சீதனமே. நீ கிழக்குன்னா, நாங்க மேற்கு. அதுமட்டுமல்ல, என் பேத்தி தலையெழுத்துப்படிதான் எதுவும் நடக்கும். இவ இப்ப வேற ஒரத்தனுக்கு நிச்சயமாயிட்டவளும்கூட. இவளை நீ எந்த அர்த்தத்துல பார்த்தாலும் பேசினாலும் நான் தப்புதான் சொல்வேன். முதல்ல இடத்தைக் காலி பண்ணு."

மனோன்மணியின் பேச்சைக் கேட்டு கலகலவென்று சிரிக்கிறான் சுந்தரேசன்.

அது அவளை, துளியும் பாதித்தமாதிரியே தெரியவில்லை.

"என்ன நீ, நான் பேசப் பேச சிரிக்கிறே? ஊரோட சிரிப்பு போதாதா நீயும் சேர்ந்துக்கிறியா?"

நறுக்குகிறாள் மனோன்மணி.

"பாட்டியம்மா, பாவம் நீங்க. எதையாவது பேசி என்னைத் துரத்தவே பார்க்கிறீங்க. கங்கை சாக்கடைன்னு தேவையில்லாத உதாரணங்கள் வேற... அதான் சிரிப்பு வந்திடுச்சு..."

"தோ பாரு... நான் சொன்னதுலே என்ன தப்பிருக்கு?"

"என்ன சரியிருக்கு? அதை முதல்ல சொல்லுங்க..."

"எல்லாமே சரி! நாங்க சாக்கடை, சாக்கடை, சாக்கடை! நீ இப்ப வெளிய போறியா இல்லியா?"

"அப்படின்ன சாக்கடைதான் முதல்ல சுத்தமா இருக்கணும். அது சுத்தமில்லேன்னா சமூகக் கேடு. ஆகையால, அதைச் சுத்தப்படுத்தாம போகமாட்டேன்."

"நீ யார் எங்களைச் சுத்தப்படுத்த? புத்திசாலித்தனமா பேசறதா நினைப்பா உனக்கு?"

"நான் மனுஷன்! பிரக்ஞையுள்ள மனுஷன். என்னைச் சுத்தி நடக்கற நல்லது கெட்டதைக் கண்டும் காணாம இருக்க என்னால முடியாது."

"அப்படின்னா இந்த சமூகத்துல எவ்வளவோ நல்லது கெட்டது இருக்கு. போலீஸ்காரன் லஞ்சம் வாங்கறான். ரேஷன்ல எடையைக் குறைக்கறான். தியேட்டர்ல பிளாக்ல டிக்கெட் விக்கறான். அங்கெல்லாம் போய் உன் பிரக்ஞையைக் காட்டு? அப்புறமா இங்க வா."

"ஏன் இங்க காட்டிட்டு அங்க போகக் கூடாதோ?"

"முடிவா என்ன சொல்றே?"

"நான் வந்தா போனா அலட்டிக்க வேண்டாம். பாம்பு, தேளை கண்டு மிரள்ற மாதிரி மிரள வேண்டாம். கங்கை – சாக்கடை வசனம் பேச வேண்டாம்."

"அப்படின்னா மீனாட்சியோட நன்மைக்காக நீ எதையும் செய்வே அப்படித்தானே?"

"ஏன் அவளோட அம்மாவை, உங்களையெல்லாம் விட்டுட்டீங்க எல்லாருக்காவும் தான்."

"அப்படின்னா எங்க சந்தோஷம்தான் உன் சந்தோஷம், அப்படித்தானே?"

"உம்... அப்படியும் வெச்சுக்கலாம்."

"அதுதான் நிஜம்னா இனி நீ எங்களைப் பார்க்க வரக்கூடாது. பேச முயற்சிக்கக்கூடாது. அப்பதான் எங்களுக்குச் சந்தோஷம். மீனாட்சிக்கு இனி ஒரு குறையும் கிடையாது. அவ ராணி மாதிரி தியேட்டர்காரர் மனைவியா வாழப் போறா. நீ இடத்தைக் காலி பண்ணு..."

பேச்சில் எங்கெங்கோ போனாலும், இறுதியில். இடத்தைக் காலி பண்ணு என்று அவனைத் துரத்தும் மூர்கத்திலேயே வந்து முட்டி முட்டி நின்றவளை, சுந்தரேசன் முதல் தடவையாகச் சற்று

கோபத்துடன் பார்க்கிறான். அப்படியே வேணி, சின்னைய்யா, மீனாட்சி என்று பார்வையைப் பரவ விடுகிறான்.

மீனாட்சியின் இமைகளில் தந்திப் படபடப்பு.

'போக வேண்டாம். போக வேண்டாம்... எது வந்தாலும் எதிர்த்து என் பக்கம் நில். நீ போனால் என் உயிரும் போய் விடும்.' என்கிற கெஞ்சல் பார்வை கண்களில் பற்றி எரிகிறது.

'சும்மா இடத்தைக் காலி பண்ணுன்னு நீங்க சொன்னாப் போதுமா? இவங்க சொல்லட்டும்' என்று வேணியையும் மீனாட்சியையும் பார்க்கிறான். அவர்கள் மெளனம் காக்கின்றனர். அதிலும் வேணியிடம் மிக அழுத்தமான மெளனம்.

"வாயைத் திறந்து சொல்லுங்கடி" அலறுகிறாள் மனோன்மணி.

அவர்களிடம் அழிச்சாட்டியம். மளாரென்று வேணியைப் பிடித்து இழுத்துக்கொண்டு தனியாக ஒதுங்கி, அவள் காதில் ஏதோ கிசுகிசுக்கிறாள் மனோன்மணி. மீனாட்சி முகத்தில் தீயின் ஜ்வாலை. பதிலுக்கு வேணி, மனோன்மணியிடம் ஏதேதோ வாதிட... 'என்ன நடக்கிறது அங்கே?'

மீனாட்சி கண்ணீருடன் சுந்தரேசன் பக்கம் திரும்ப அவன் துளியும் பதட்டமின்றி அவளைப் பார்க்கிறான்.

"தம்பி. அந்த கெழவி பயங்கர அடாவடிக்காரி. அவ பிடிச்சா பிடிச்சதுதான். நீங்கதான் அவகிட்ட இருந்து மீனாட்சியைக் காப்பாத்தணும். உங்களால்தான் முடியும்." என்று குறுக்கில் நுழைகிறாள் சின்னைய்யா.

"மீனாட்சியை நீங்க கல்யாணம் பண்ணிக்கிறேன்னு சொல்லி இந்தப் பிரச்சனையில் ஒரு முடிவுக்கு வாங்க" என்று எடுத்தும் கொடுக்கிறாள்.

சுந்தரேசன், அதைக் கேட்டு விருட்டென்று நிமிர்கிறான். அந்த வார்த்தையை எதிர்பார்க்காத பரபரப்பு அவனிடம் ஊறத் தொடங்குகிறது.

"ஏன் கல்யாணம்னா உடனே மிரள்றீங்க. நான் ஒண்ணும் தப்பா சொல்லலியே...?" சின்னையா பேசப் பேச, மீனாட்சியும் சுந்தரேசனையே தீனமாக வெறிக்கிறாள். அவனது மௌனம் அவளைக் குத்திக் கிழிக்கின்ற மாதிரி வதைக்கிறது.

"எதுவா இருந்தாலும் வாயைத் திறந்து சொல்லுங்க தம்பி. உங்க பதில்லதான் இதோட எதிர்காலமே இருக்கு..."

"எனக்கு ஆட்சேபணையில்ல. ஆனா..." சுந்தரேசன் தனது பதிலை ஒரு நிபந்தனையுடன் துவக்குகிறான்.

"என்ன ஆனா...?"

"எனக்கு ஆறு அக்கா. அவங்களுக்குக் கல்யாணம் ஆகணும். அதற்குப் பிறகுதான் எனக்குக் கல்யாணம் நடக்க முடியும். கல்யாணம்கறது என்வரையில் ஆயிரம் காலத்துப் பயிர். ஓடிப்போய் அல்லது வேறமாதிரி கட்டிக்கிற தாலியால கல்யாணம் முடிஞ்சுட்டதா சொல்லிக்கலாம். ஆனா நிஜம் வேற! ஒரு கல்யாணம் ஆசீர்வாதங்களால் தான் நடக்கணும். நிர்ப்பந்தங்களால இல்ல..."

"கல்யாணத்தைப் பத்தி எனக்கு இருக்கற அபிப்பிராயங்கள் விருப்பங்கள் எல்லாமே வேற. ஆனா மீனாட்சியோட நிலையோ எனக்கு நேர் எதிர்..."

"சுருக்கமா என்னால முடியாதுன்னு சொல்லிடுங்களேன். எதுக்கு சுத்தி வளைச்சுக்கிட்டு..." சின்னையாவிடம் ஆதங்கம் கொப்பளிக்கிறது.

"சேச்சே... முடியாதுங்கறது என் சூழ்நிலையோட பதில். முடியணுக்கறதுதான் என் மனநிலையோட விருப்பம்."

"ஒரே நேரத்துல இரண்டு குதிரைச் சவாரி சரிப்படாது தம்பி..."

"அது எனக்கும் தெரியும்."

"தெரிஞ்சுமா ஊசலாட்டம்?"

"என்னோட இரண்டு நிலைக்குமே சம பலம் இருக்கும் போது நான் என்ன செய்யட்டும்?"

"சீக்கிரமா ஒரு முடிவுக்கு வாங்க. அந்தக் கிழவி அங்க வேணியை பிடுங்கி கொதறிக்கிட்டு இருக்கறதைப் பாருங்க..."

சின்னைய்யாவின் நிமிண்டல் நிமித்தம், ஆழமாக யோசிக்கத் தொடங்குகிறான் சுந்தரேசன். மீனாட்சி அமர்ந்த நிலையில் முழுங்காலை உயர்த்தி அதன்மேல் முகம் சரித்து, இருவரின் தர்க்கங்களாலும் பாதிக்கப்பட்டு இறுகிக் கிடக்கிறாள். அங்கே கிழவியிடம் வேணி... இங்கே சின்னைய்யாவிடம் சுந்தரேசன்.

தன் ஒருத்தியின் நிமித்தம் நாலு பேர் இங்கே அடித்துக்கொள்ளாத குறையாக தர்க்கித்துக் கொண்டிருப்பதை நினைக்க அவளுக்கே என்னவோ போல் ஆகிறது.

சுந்தரேசன் சொல்வதும் வாஸ்தவம்தான். அடுக்கடுக்காய் ஆறு அக்காக்கள்! என்ன தைரியத்தில் இவன் என் கை பிடிக்க முடியும்?

அதன்பின் அவர்களுக்கு வாழ்க்கை தர யார் முன் வருவார்கள்?

'சுத்தமாய் வாழும்போதே காரித் துப்பும் உலகத்துக்கு வேசி சம்பந்தம் என்றால் தூற்ற, சொல்லியா தர வேண்டும்? அதன்பின் சுந்தரேசனைத்தான் யார் மதிக்க முன் வருவார்கள்?

இந்த நிமிஷம் வரை புனிதனாய், புகழின் உச்சிக்குப் போய்க் கொண்டிருப்பவனைத் தன் சுயநலத்திற்காக இழுத்துப் பிடித்து சகதியிலா தள்ளுவது? தனக்காக அனுதாபப்பட்டு கை பிசைந்து நிற்பவனுக்கு நாம் காட்டும் நன்றி இதுவா என்ன?'

சட்டென்று இறுக்கம் கலைக்கிறாள் மீனாட்சி. மேகம் விலகி சூரியன், பொல பொலவென்று முகம் காட்டிவிட்ட மாதிரி முகத்தில்கூட ஒரு வகை ஒளி.

"நீங்க தவிக்க வேண்டாம். என்பேர்ல எந்தக் கரிசனமும் உங்களுக்குத் தேவையில்லை. உங்க அப்பாவோட பவித்ரம். உங்க அக்காக்கள் வாழ்க்கை இதெல்லாம் என் தனி ஒருத்தி வாழ்வை விட ரொம்பப் பெரிசு. உங்க கவனம் எல்லாம் அதைக் கட்டிக் காப்பாத்தறதுலதான் இருக்கணும். நான் உங்களை ரொம்ப

கஷ்டப்படுத்திட்டதா நினைக்கிறேன் சுந்தரேசன். என்னை மன்னிச்சுடுங்க..." என்கிறாள்.

அவள் பேசப்பேச அதிர்ந்து போகிறான் சின்னையயா. மாறத் தொடங்குகிறது சுந்தரேசன் முகம்.

"நான் என்னைப் பத்தியே சிந்திச்சதால என்னால தெளிவா செயல்பட முடியலை. இப்ப உங்க நிலையைப் பார்க்கும்போது எனக்கே பிடிக்கலை. ச்சே... என்ன பெண் நான்! எனக்காக அனுதாபப்பட வேண்டாம். ப்ளீஸ் சுந்தரேசன்...!"

மீனாட்சியின் அந்தத் தீர்க்கம் சுந்தரேசனை நிஜமாலுமே வியப்பில் புரட்டுகிறது.

"நீங்க கவலைப்படாமல் போங்க. எனக்கு அந்தத் தியேட்டர்காரர்தான் புருஷன்னா அதை யாராலையும் மாற்ற முடியாது. வாஸ்தவத்துல அவரைக் கல்யாணம் பண்ணிக்கறதே எனக்குப் பாக்யமான ஒரு விஷயம்தான்..."

"தாயி, என்ன ஆச்சு உனக்கு? நீயா இப்படிப் பேசறே...?" சின்னையயாவின் சந்தேகத்துக்கு விரக்தியான முகம் காட்டி தீர்க்கம் கமழ, சிரிக்கிறாள் மீனாட்சி.

"உன் சந்தேகம் நியாயம்தான், சின்னையயா... நான் ரொம்பக் குழம்பி உங்களையும் குழப்பிட்டேன். எனக்குங்கற சுயநலம் இப்ப செத்துப்போச்சு. நான் இனி யாருக்கும் பாரம் இல்லை பறக்கறதுக்கு ஆசைப்பட்டு, இருக்கறதை இனி விடமாட்டேன். எனக்கு நீண்ட வாழ்க்கை இருக்கு அதனால்தான் இரண்டு தற்கொலையிலே இருந்தும் நான் மீண்டிருக்கேன். இனி என் வாழ்க்கையிலே தற்கொலைக்கு இடம் இல்லை. கல்லோ, முள்ளோ – வாழ்க்கைப் பாதையிலே நடக்கப் போறேன். முடிஞ்சா தியேட்டர்காரரைத் திருத்தி என் வழிக்குக் கொண்டு வருவேன். இல்லையா? அவர் வழியே என் வழி."

"தாசி முத்திரையோட வாழற எனக்கு நல்ல வாழ்க்கையைப் பத்தி யோசிக்கிற யோக்யதையே கிடையாதே. இதுபுரியலையே எனக்கு... ச்சே என்ன பெண் நான்!"

விடுவிடுவென்று பொரிந்து தள்ளும் மீனாட்சியை, சோகமாக அங்கு நிற்கும் வேணியும் ஆச்சரியம் தாளாமல் பார்க்கிறாள்!

மனோன்மணியிடம் மட்டும் மந்தகாசம். "நல்ல வேளை! இப்பவாவது உனக்குப் புத்தி வந்ததே. இது நடிப்பில்லையே...?" என்று கேட்கிறாள்.

பாட்டியைக் கொஞ்சமும் கோபமின்றி ஏறிடுகிறாள் மீனாட்சி.

"சத்யமா இல்லை பாட்டி, என் அம்மா மேல ஆணையா..." என்று எழுந்து வேணி தலையில் அடித்து சத்யம் செய்ய முனைந்தவளை வேணி தடுக்கிறாள்.

அவசரப்படாதே என்கிறாளா?

சுந்தரேசன், இலேசாகி விட்டிருந்தான். ஆனாலும் முழுமையாக இறுக்கம் விலகின மாதிரி தெரியவில்லை. இனி, தனக்கு அங்கே வேலையில்லை என்பதை உணர்ந்து கூப்பின கையோடு திரும்பி நடக்க ஆரம்பிக்கிறான்.

ஆஸ்பத்திரி வாசலைத் தாண்டும்போது யாரோ விசும்பும் சப்தம். திரும்பினால் முக்காடிட்ட நிலையில் கோபாலன்!

வீதியின் ட்யூப் லைட் வெளிச்சத்தில் அவரை சுந்தரேசனால் உடனேயே ஓரளவு அடையாளம் காண முடிகிறது.

"மாமா இங்க என்ன பண்றேள்?" கேள்வி கேட்ட சுந்தரேசனை நெருங்கிய அவர், அவன் மார்போடு முகம் புதைத்து ஓங்கலாகவே அழ ஆரம்பிக்கிறார்.

"மாமா, என்ன இது? சின்னக் குழந்தை மாதிரி... ஏன் அழறேள்...?"

அவரால் பதில் சொல்ல முடியவில்லை.

"கொஞ்சம் சொல்லிட்டு அழுங்களேன்..." சுந்தரேசன் அவரை உலுக்கிப் பதற, அவர் கேவலுடன் வாயைத் திறக்கிறார்.

"நான் மகா பாவிடா சுந்தரேசா... மகா பாவி..." என்கிறார்.

"இப்படி பூடகமா சொன்னா எப்படி... ஏன் இப்படி அழறேள்?"

"நீங்க உள்ளே பேசினதை நான் கேட்டுண்டுதான் இருந்தேன். இந்தச் சின்ன வயசுல நீயும் சரி அந்தப் பெண் மீனாட்சியும் சரி ரொம்பப் பொறுப்பா சிந்திச்சு எதார்த்தம் புரிஞ்சு பேசினேள். உங்களுக்குத்தான் என்ன ஒரு பெரிய மனசு? உனக்குள்ளே காதல் இருந்தும் கடமையை நீ பெரிசா காட்டினே..."

"அவளும் அப்படித்தான். தன் சுயநலத்தை விட, மத்தவா விஷயம்தான் பெரிசுன்னு பேசினா. ஆனா அன்னிக்கு இப்படி சிந்திக்க எனக்குத் தெரியாமப் போயிடுத்து..." விசும்பியபடி தலையில் அடித்துக் கொள்கிறார் கோபாலன்.

"என்ன மாமா சொல்றேள்...?" அவன், அவர் கைகளைப் பிடித்துத் தடுத்தபடி அவரை ஏறிடுகிறான்.

"என்னை இனி மாமாங்காதே... நான் உன்னைப் பெத்தெடுத்த அப்பன்! வேணிதான் உன்னோட அம்மா."

கோபாலனின் அந்தப் பதிலைத் தொடர்ந்து சுந்தரேசனின் பாதத்துக்குக் கீழே பூமி நழுவ ஆரம்பித்தது.

அத்தியாயம்

16

'தந்தையைவிட
தகுதியை அடைவதுதானே
தலைமுறைத் தத்துவம்?
ஏ...!
சூரியன் பெற்றெடுத்த
சின்னப் பூமியே!
ஏன் சாதி என்றும் மதம் என்றும்
சிதைந்து கிடக்கிறாய்?'

'ஆறறிவு மரங்கள்' நூலில், தமிழ்மகன்.

"**நீ**ங்க என் அப்பாவா? – அந்த வேணிதான் என் அம்மாவா?"

ஆஸ்பத்திரி வாசலில் நெஞ்சைக் கைகளில் பிடித்தபடி விசும்பியழும் கோபாலன் எதிரே, ஈனசுரத்தில் கேள்வி கேட்கிறான் சுந்தரேசன். கோபாலன் ஆமோதிப்பாய்ப் பார்க்கிறார்.

"நான் சொல்றது மட்டுமில்லே, சொல்லப் போறதும் சத்யம். இனியும் நான் வாய் மூடிக் கிடந்தா அந்தப் பாவத்துக்கு எனக்கு விமோசனமே இல்லாமல் போயிடும்..." என்கிறார்.

சுந்தரேசனின் உடம்பெல்லாம் நடுங்கிக்கொண்டு இருக்கிறது. கேட்கக்கூடாதைத் கேட்ட பதைப்பு, நாடி நரம்பில் ஊர்வலம் போகும் பிரமை.

'இவர் என்ன சொல்கிறார்? இதெல்லாம் நிஜமா?'

நல்ல இருட்டு!

மாந்தோப்பு, கரி பூசிக் கிடக்கிறது.

மரக்கிளைகள் காற்றோடு விளையாடும் சப்தம். ஊடே பட்சிகளின் குசல விசாரிப்புகளும் கடலை மூக்கு உடைபடும் சப்தத்தில் காதில் விழ கோபாலன், சுந்தரேசனை இழுத்துக் கொண்டு தோப்பில் நடக்கிறார். தனிமையில் மனம் விட்டுப் பேச ஏற்ற இடமாய்க் கருதி, கல்மண்டபத்தை எட்டி உட்கார்ந்து ஆசுவாசிக்கிறார்.

"இந்தப் பக்கம் ஊரே வர பயப்படுமே?" சுந்தரேசன் அவர் அருகில் உட்கார்ந்துபடியே கேட்கிறான்.

"நான் பயப்படலை. இங்க வர மட்டுமில்லே... பல பாதங்களுக்கும் நான் பயப்படலே."

"புரியும்படி சொல்லுங்கோ மாமா. எனக்குள்ளே குழப்பம் கூத்தாடறது..."

"மாமாங்காதே! அப்பான்னு கூப்பிடு. இனியாவது நான் நிஜ தகப்பனா காது குளிர அந்த அழைப்பைக் கேட்டு சந்தோஷப்பட்டுக்கிறேன்..."

"நீங்க அப்பான்னா, அப்ப தீட்சிதர்?"

"உன் அத்திம்பேர்..."

"அப்ப மீனாட்சி?"

"அவ, அவரோட பொண்ணு..."

"என்னது. மீனாட்சி அவர் பொண்ணா?"

"ஆமா, மீனாட்சி சாட்சாத் தீட்சதர் பொண்ணுதான். அதாவது என் தங்கை ராஜத்தோட கடைசிப் பொண்ணு! உன் அத்தையோட பொண்ணு."

"என்ன மாமா இது, விக்ரமாதித்தன் கதைப் புதிர் மாதிரி...?"

"மாமா, மாமா... மாமா! என்னை அப்பான்னு கூட்டுன்னு சொல்றேனோல்லியோ?"

"வரமாட்டேங்கறதே... திடீர்னு ஒரு ராத்திரியில வந்து நான் உன் அப்பான்னா, நான் அப்பான்னு கூப்பிட முடியுமா? அது என்ன லேசுப்பட்ட உறவா?"

"அப்ப, நீ என்னை அப்படிக் கூப்பிடமாட்டியா? உனக்கு என் வார்த்தையிலே நம்பிக்கை இல்லையா?"

"நான் கூப்பிடறது அப்புறம், மொதல்ல என்ன நடந்ததுன்னு சொல்லுங்கோ. உங்க பேச்சு சினிமா மாதிரி இருக்கு எனக்கு..."

"சினிமா என்னடா பெரிய சினிமா! மனுஷனோட வாழ்க்கைல இதைப் போல ஆயிரம் ரகசியமும், அதிசயமும் ஒளிஞ்சிருக்குடா. இதையெல்லாம் கற்பனை பண்ண யாராலையும் முடியாது. நிஜம் நிஜம்தான், பொய் பொய்தான்!"

"அந்த நிஜம்தான் என்ன? நான் எப்படி தீட்சதர் பிள்ளை ஆனேன்? மீனாட்சி எப்படி தீட்சதர் பெண்ணா இல்லாமா, என் அம்மான்னு நீங்க சொல்ற வேணியோட மகளானா? இந்த மாற்றங்கள் எதுக்காக? யாருக்காக?"

"சொல்றேன். இனிமே என்னால சொல்லாம இருக்க முடியாது. இருபது வருஷத்துக்கும் மேலான ரகசியம் இது. கவனமாய்க் கேட்டுக்கோ. எல்லாத்துக்கும் காரணம் ஒரு ராமாயண கதைன்னா. நீ நம்புவியா?"

கோபாலன் நினைவில் பின்னோக்கிச் செல்கிறார். பின்னோக்கி என்றால், துல்லியமாக 1969க்கு...

ஜலபாணேஸ்வர் கோயிலில் கூட்டமான கூட்டம். எள் விழ இடமில்லை. கோயில் பிரகாரங்களில் வழிந்து, கோயில்

மதில் ஓரம் எல்லாம் கடந்து, கோயிலுக்கான பாதையைக் கூட ஆக்ரமித்துக் கிடக்கிறது. அந்தக் கூட்டம்.

அத்தனை பேருக்கும் தீட்சதரின் உபன்யாசம் ஒன்றில் தான் நாட்டம்.

மேடையில் உருகிக் கொண்டிருக்கிறார் தீட்சதர். தசரதன் புத்திர காமேஷ்டி யாகம் செய்ய அயத்தமாகிக் கொண்டிருக்கிறான். அவர் கதையில், தீட்சதரது குரலிலேயே சொல்லப்போனால் ''அதே சிந்தையாக இருக்கிறான் தசரதன். மகா முனிவர்களையெல்லாம் அணுகி 'எனக்குப் புத்திர பேறு உண்டுதானே – உண்டுதானே' என்று கேட்டுப் புலம்பறான்...

ஹே ஜெகத் பிரபு...! உனக்கேன் கலக்கம்? புத்திர காமேஷ்டி யாகம் செய். உனக்கு புத்திர பாக்யம் சத்யமாய்க் கிட்டும்!'' என்கின்றனர் ரிஷிகள்.

''அப்படி என்ன இருக்கு அந்த புத்திர காமேஷ்டி யாகத்தில்? இந்த பூ உலகத்தையே கட்டி ஆளும் ராஜாதி ராஜனுக்குப் புத்திரபாக்யம் இல்லைங்கறது ஒரு குறையா என்ன? எதுக்கு இந்த யாகமெல்லாம்னு. சிலர் கேக்கலாம்...''

''அரிதரிது மானிடராய் பிறத்தலரிது... அதனினும் அரிது கூன் குருடு பேடு நீங்கிப் பிறத்தல் – ங்கறா!'' அவ்வை!

''அப்படி அரிதாய் எடுக்கிற பிறப்புக்கு ஒரு அர்த்தம் வேணும்னா லௌகீக வாழ்க்கையில அவாளுக்கு புத்திரப் பிராப்தி வேணும்... அந்தப் பிராப்திதான் வம்சத்தோட பேர் சொல்லும். அந்த பிராப்திதான் நம்ம உயிர்போன பிறகும் நமக்கு எள்ளுத் தண்ணி விடும்! அந்தப் பிராப்தி ஒண்ணாலதான் நமக்கு மோட்சம்! அந்தப் பிராப்தியால மட்டும்தான் வாழ்க்கைக்கே அர்த்தம்! இல்லேன்னா, பிள்ளை பெறாதவா மட்டும் மலடி இல்லே; அவா வாழ்க்கையே மலடு தட்டிடும். இது புரியாதவனா தசரதன்?''

''காந்தாரி நூறு பெத்தா! குந்தி அஞ்சு பெத்தா... பார்வதி வினாயகன், முருகன்னு இரண்டு பெத்தா! தேவகி கண்ணனைப்

பெத்தெடுத்தா...! இப்படி தேவ புருஷர்களே... பரம்பொருட்களே வம்ச விருதி செய்திருக்கச்சே தரசதன் மட்டும் இளைக்கலாமா? இதை அப்படியே விடலாமான்னுதான் கர்ம சிரத்தையா தசரதன் புத்திர காமேஷ்டி யாகம் செய்தான். அதோட பலன் ராம – லட்சுமண – பரத – சத்ருக்னர்கள்!"

தீட்சதர் தன் பேச்சில் ஒரு சின்ன இடைவெளி விட்டவராய், பக்கத்தில் பார்வையைத் திருப்ப, காத்திருந்த மாதிரி இதமான சூட்டில் பாதாம் பாலை எடுத்து நீட்டுகிறார் ஒருவர்.

நெருப்புக்கோழி போல் விழுங்கிவிட்டு, உபன்யாசத்தை விட்ட இடத்தில் பிடிக்கும் அவசரம் அவரிடம்... கூட்டம் வைத்த கண் வாங்காமல் அவரையே பார்த்துக் கொண்டிருக்கிறது. எல்லோரையும்விட, அவரை விழுங்கிவிட்டது போலவே பார்த்துக் கொண்டிருக்கிறாள் ராஜம். 'தசரதனுக்கு ஒண்ணுக்கு நாலு பிறந்தது. நாலும் பிள்ளைகள். இங்க எனக்கு ஒரு ஆண் குழந்தைக்கு வக்கில்லையே...?

அவளுக்குள் ஏக்கக் கொதிப்பு. கண்களில் அதன் வீச்சு. யாருக்கு அது தெரிகிறதோ இல்லையோ தீட்சதருக்கு நன்றாகவே தெரிகிறது.

தன் அருமைப் பத்தினியின் பார்வைத் தகிப்பைத் தாளமாட்டாமல் குரலில் உடைகிறார்.' தொடர்ந்த உபன்யாசத்தில் அது எதிரொலிக்கிறது.

"தசரதன் ஒரு பிள்ளைக்குத்தான் ஏங்கினான். ஆனா, நாலு பிள்ளைகள் பிறந்தன! பிள்ளைகள்னா அதுதான் பிள்ளைகள்! ராமன் தர்மத்தின் இலக்கணம்! லக்ஷ்மணன் கடமைக்கு இலக்கணம்! பரதன் பக்தி அடக்கத்துக்கு இலக்கணம்! சத்ருக்கன் இந்த மூன்றுக்குமே இலக்கணம்!"

"இப்படி இலக்கணங்களைப் பெற்ற தசரதனுக்குச் சந்தோஷத்துக்குக் கேக்கவா வேணும்? என் குலம் விளங்க பிள்ளைகள் பிறந்தாச்சு. என் வம்சம் செழிக்க இந்த ராஜ்யத்தை பரிபாலிக்கப் பிள்ளைகள் பிறந்தாச்சு. ரகுவம்சம், இனி அழியாப்

பெரு வம்சம் ஆனந்த வம்சம்னு குதூகலிச்சுப் போறான். ஆனால், இதற்கு நேர்மாறான நிலை மிதிலை நகரத்து ராஜா ஜனகனுக்கு!

என்னடா, இப்பதான் ராமனே பொறந்திருக்கான், அதுக்குள்ளே நான் ஜனகனைப் பத்தி பேசறேனேன்னு தோணலாம். காரணம் இருக்கு! ஆண் சிங்கங்களைப் பெற்றதால இங்கே தசரதனுக்கு வீராப்புன்னா, அங்கே பூ மாதா சீதையைப் பெற்றதால ஜனகனுக்கு தவிப்பு!

சீதை என்ன சாமானியப்பட்டவளா? அந்த மகாலட்சுமியோட அவதாரமாச்சே...? அப்போ அந்த தேவதைக்கு ஏற்ற தேவனைத் தேடி பிடிக்கனுமே...? அது லேசுப்பட்ட காரியமா என்ன? ஒரு பெண்ணைப் பெத்து வளர்த்து ஆளாக்கிறதைவிடப் பெரிசு, அவளை நல்லபடியா ஒருத்தன் கைலே பிடிச்சுக் கொடுக்கிறது. ஆகையால, அந்தக் கவலை ஜனகனுக்கு! ஆனா தசரதனுக்கோ குதூகலம், கும்மாளம், பரமானந்தம்!

அந்த நாளிலேயே ஆண் குழந்தைன்னா சந்தோஷம். பெண் குழந்தைன்னா கவலை வந்துடுத்து பாத்தேளா? பெண்களை சக்தி சொருபமா வழிபட்டாலும் வாழ்க்கைலே அவளால ஏற்படற சுபச் செலவுக்காகக் கவலைப்படாதவா யாரு? ஆனா, இப்படி ஆசைப்பட்டு பெத்துக்கற ஆண்கள் பாசமா இருக்காளா? பெத்தவாளைப் பொறுப்பா இந்தக் காலத்தில கவனிச்சுக்கறாளான்னா, அது வேற விஷயம்...

நம் இறப்புக்குப் பின்னால கொள்ளி போட ஒரு பிள்ளை இல்லைன்னா, நமக்கு புத்து-நரகம்-கறது சாஸ்திரம். கொள்ளி போடறதோட தெவசம், திங்கள்னு பண்ண வேண்டியதும் பிள்ளையோட கடமை. பொண்ணுதான் இன்னொரு வீட்டுக்குப் போறவளாச்சேன்னு இந்தக் கடமையை ஒதுக்கலையோன்னு பலர் நினைக்கலாம்.

பித்ரு கர்மா பண்ண தேகசுத்தம், மனோ ப்ரியம் ரொம்ப முக்கியம். பொம்மனாட்டிகள் தேகம் சில இந்திரிய நிக்ரஹம் உடையது. அதோட அவா கர்மா வேற! பகவான் அவாளுக்கு

பத்து மாசம் சுமக்கிற பளுவைக் கொடுத்தது ஒண்ணு போதும். ஸ்திரீகளுக்கு பெக்கறது, பால் கொடுக்கறது, குழந்தைகளை ஆளாக்கறதுங்கற கடமைன்னா ஆண்களுக்கு சம்பாதிக்கறது, குடும்பத்தைக் காப்பாத்தறதுங்கற லெளகீக கடமையோட தர்ப்பணம் பண்றது, தெவசம் பண்றதுங்கற ஆன்மிகக் கடமைகள்.

இதுல வாழறப்போ, தேவையானதை ஒரு தாயாவும், மனைவியாவும் ஸ்தானமெடுத்து பெண் கொடுத்துடறா...! வாழ்ந்து முடிச்சப்புறம் தேவையானதைப் பிள்ளைன்னா கொடுக்கணும்? அதனாலதான் இறப்புக்குப் பிறகு என்னாவோமோங்கற கவலை உள்ளவா ஆண்பிள்ளை -ஆண்பிள்ளைன்னு அலைமோதறா?

சாண் பிள்ளைன்னாலும்; ஆண்பிள்ளை, சிங்கக் குட்டி தங்கக் கட்டின்னல்லாம் சொல்லிச் சந்தோஷப் பட்டுக்கறா. பேறுலே பெரிசு பிள்ளைப்பேறு. அதுலயும் பெரிசு ஆண் பிள்ளைப்பேறு. ஒரு பெண்ணுக்கு இந்த பாக்யம் மட்டும் இல்லைன்னா, அவ பிறந்ததிலேயே அர்த்தம் இல்லை..."

தீட்சதரின் இந்த நீண்ட பேச்சு மக்கள் கூட்டத்தை நிமிண்டியயடி முடிந்த எல்லை வரை போனது.

அதுபோன தூரத்தில் கோயிலின் பின்பக்கம் கல்தொட்டி, அதன்மேல் கிருஷ்ணவேணி!

கிருஷ்ணவேணி, 'தான் பிறந்ததில் ஏதாவது அர்த்தம் இருக்கிறதா?' – என்கிற கேள்வியில் விழுந்து 'அர்த்தம் கொடுத்தாக வேண்டும்' என்கிற ஆசைக்குள் நுழைந்த போது, எதார்த்தமாக அந்தப் பக்கம் கோபாலனும் நுழைகிறார்...

அத்தியாயம்

17

'ஒரு விதை முளைக்குமுன்னே
கவிதைபோல்
கருப்பையில் தூங்குகிறது.
மிதக்கிறது – விழிக்கிறது;
வெளியே தலை நீட்டுகிறது.
பந்தம் உதறி,
சொந்த உலகின்
வெளிச்சத்தில் கண் திறக்கிறது.
பின், ஏன் அழுகிறது
தேவ மனிதனைத் தேடி...?'

'தீபாவளிப் பகல்' நூலில் – இரா. மீனாட்சி.

அங்கே நுழைந்த கோபாலனைப் பார்த்த மாத்திரத்தில், சேலைத் தலைப்பால் கழுத்தைச் சுற்றி மூடியபடி எழுந்திருந்து, தலையைச் சரித்துக் கூப்பிய கரத்தை மட்டும் உயர்த்துகிறாள் வேணி.

"வணக்கம் இருக்கட்டும். உள்ளே போய் உக்காந்து கதை கேக்கலாமே? யாரும் உன்னை ஒண்ணும் சொல்ல மாட்டா. நேத்து நான் போட்ட போர்டைப் பாத்துமா, இங்க உக்காந்திருக்கே?"

"பரவால்லே... இங்க நல்லா காதுல விழுது..."

"உனக்கு உபன்யாசம்னா இஷ்டமா என்ன?"

"நான் இஷ்டப்படற அளவு கதையைச் சொல்றாரே தீட்சதர் ஸ்வாமி...?"

"ஆமாமா அவன் கதை சொல்றதுல கில்லாடி. நாக்கால எல்லாரையும் கட்டிப் போட்டுடுவான்..."

"ஆனா என்னைத்தான் வெட்டிப் போட்டுட்டாரு..." வேணி அப்படிச் சொல்லும்போது, கோபாலனின் முகத்தில் சோகம். சில விநாடி, அந்தச் சோகத்துடன் மௌனிக்கிறார்.

நடுவில் நுழைகிறது, திரும்பவும் தொடங்கிவிட்ட உபன்யாசம். அதைப் புறந்தள்ளியபடி அவளைப் பார்த்து விரக்திச் சிரிப்பு சிரிக்கிறார்.

"உங்க சிரிப்புக்கு என்ன அர்த்தம்னு தெரிஞ்சுக்கலாமா?"

"ஒரு வேசியா இருந்தும், உன் ஆசைகள் என்னை ரொம்ப யோசிக்க வைக்கறது..."

"நான் வேசி இல்ல... நீங்களும் அப்படிச் சொல்ல வேண்டாம்." வேகமாகப் பதில் சொல்லும்போதே. வேணியின் கண்களில் கண்ணீர் முண்டுகிறது.

"நீ என்ன சொல்றே?"

"அம்மா பண்ணின தப்புக்கு அவஸ்தைப்படற அடுத்த தலைமுறை நான்..."

"புரியும்படி சொல்லேன்..."

"அம்மா எப்படியோ கெட்டழிஞ்சு, எவனுக்கோ என்னை, பெத்துப் போட்டுட்டா. முழுக்க நனைஞ்சப்புறம் முக்காடு எதுக்குன்னு, விரிச்ச முந்தானையை அவ, இழுத்துக்கவே இல்லை, ஆனா நான் இந்த நிமிஷம் வரை மட்டுமில்லே சாகறவரைக்கும் தீட்சதர் வர்ணிக்கற சீதையா வாழத்தான் ஆசைப்படறேன்..."

"உன்னால முடியுமா?"

"முடியலேன்னா, தூக்குல தொங்கிடுவேன்."

"அடேயப்பா! அத்தனை வைராக்யமா?"

"எப்படி வேணும்னாலும் வெச்சுக்கலாம்."

"பலம் உள்ளவா வீரம் காட்டி வாழறது ஒண்ணும் பெரிசில்ல. உன்போல பலவீனமானவா அதுக்கு முயற்சிக்கறதே பெரிசு..."

"நீ கேளு... நான் வரேன்..."

கோபாலன் அவளைப் பார்த்தபடியே நகர்கிறார்... தீட்சதரின் குரல் திரும்பவும் நுழைகிறது. லயிக்கிறாள் வேணி. சொக்கிப் போகிறது மனது...

சோர்ந்து போய் கிடக்கும் வறண்ட மனத்தில் பாலை வார்க்கும் தினுசில், அந்த இதிகாசப் புராணம் அவளுக்குள் நெகழ்சியூட்டுகிறது...

ஒரு நாள்...

இரண்டு நாள்...

மூன்று நாள்...

ராமாயணப் பிரவேசத்தால் அவளுக்குள்ளும் புதுப்புது முடிவுகள் மனமாற்றங்கள்!

கோபாலனும் இப்பொழுது அடிக்கடி அவளைச் சந்திக்கிறார். அதிக உரிமை எடுத்துக் கொள்கிறார்.

அவளது அடக்கம் - மன உறுதி அழகு - எல்லாமே. அவரை என்னவோ செய்கிறது. நாற்பது வயதைத் தொடப் போகிறார். 'இதில் ஏறத்தாழ 12 வருஷ காலம் மிலிட்டரி வாசம். சீனாவுடன் யுத்தம் மூண்ட கட்டத்தில் ஏகப்பட்ட சீனர்களைச் சுட்டு வீழ்த்தி, பிராம்மணன் என்கிற ஸ்தானத்தில் கூத்திரிய குணத்தை வளர்த்துக் கொண்டாயிற்று.'

'ரௌத்ரம் பழகு' என்கிற பாரதியின் வாக்குக்கு அப்படியே இலக்காகிவிட்டதுபோல் அடிக்கடி நினைத்துக் கொள்வார்.

மனத்தில் பெண்களைப் பற்றி நினைக்க – வியக்க சந்தர்ப்பமே இல்லாத வாழ்க்கை...

ஏனோ, கல்யாண ஆசை அவருக்கும் வரவில்லை. செய்து வைக்கவும் ஒருவருக்கும் தோன்றவில்லை.

'தர்பையைப் பிடிக்க வேண்டியவன் துப்பாக்கியைப் பிடிச்சுட்டான். சந்தியாவந்தனத்துக்குப் பதிலா எக்ஸைஸ். விரதத்துக்குப் பதிலா உடம்பை வளர்க்க, வேளை தவறாத விருந்து, மார்புல பூனூல் தவழனும்.

ஆனா இவன் மார்பு முழுக்க மெடல்!'

"வேதம் படிக்க வேண்டியவன், தேசம் படிக்கப் போயிட்டான். யார் இவனுக்குப் பொண் கொடுப்பா? கொடுத்துட்டுத் தாலியைக் கையில பிடிச்சுண்டு தினம் செத்துப் பொழைக்க எவளுக்கு துணிச்சல் வரும்...?" என்கிற மாய்ப்பில் தீட்சதர்கூட அக்கறை எடுத்துக் கொள்ளவில்லை.

"அண்ணா, ஒரு கல்யாணத்தைப் பண்ணிண்டுடேன். காலம் பூரா ஒண்டிக்கட்டையா வாழறது கஷ்டம். நம்ம வாரிசுன்னு ஒண்ணு வேணும். அந்திம காலத்துல வெச்சு சாதம் போட மட்டுமில்லே – செத்தா கொள்ளி போட ஒரு பிள்ளை வேண்டாமா?"

ராஜம் மட்டும் இப்படி பிலாக்கணம் பாடி என்ன பயன்?

ஆனால், கோபாலனின் ஜாதகத்தில் கல்யாண ராசிக்கு இதுவரை இடமே இல்லாமல் போய்விட்டது.

மிலிட்டரியை விட்டு நீங்கி வந்தபிறகு ராஜமும் அவள் பெண்களுமே தன் சொந்தம் என்று நினைக்கத் தொடங்கிவிட்டது மனம்.

நல்ல ஆகிருதியான உடம்பு. இந்த உடம்பை வைத்துக் கொண்டு விஸ்வநாதபுரத்தையே இனி, காவல் காக்க வேண்டியதுதான்...!

சாகும்வரை பென்ஷன் வரும்.

சாப்பாட்டுக்கும் கவலை இல்லை. காவேரி பாயும் நஞ்சை நிலம் ஒரு பாதி, நாலு ஏக்கர் இருக்கிறது. சொந்தமாக வீடு ஒன்று அப்பன் வழிச் சொத்தாக வந்தது, அதில் வாடகை வருகிறது.

பணத்துக்குப் பஞ்சமில்லை. ஆனால், மனத்துக்குள் ஒரு வெறுமை!

வெறுமையை எவ்வளவு வேண்டுமானாலும் தாங்கி விடலாம். இந்த வெறுமை இருக்கிறதே மகா கொடியது! சமீப நாளாகக் கோபாலனுக்குள் அதன் ஆதிக்கம்தான்!

தீட்சதருக்கு உதவியாகச் செயல்படி, சுயக் கருத்தும் கொண்ட கொள்கையும் இடம் தரவில்லை.

பேசாமல் இன்னும் கொஞ்ச நாளைக்கு மிலிட்டரியில் இருந்து ஹவில்தார், ஆட்டுக்குட்டி என்று பெரிய அளவிற்காவது வந்திருக்கலாம்...

அவசரப்பட்டாயிற்று... இனி அதை நினைத்து என்ன பயன்? என்று போகிற போக்கில் போய்க்கொண்டிருந்தவருக்குள், வேணி வந்து விழுந்துவிட்டாள்! இதை விதி என்பதா, இல்லை, இப்படி நடப்பதே விதியாகி விடுகிறதா? புரியவில்லை கோபாலனுக்கு...

பெண்மை ஒன்றும் லேசுப்பட்டதில்லை என்று அவள் சொல்வது போல் ஒரு பிரமை! வாலிபத்தில் எப்படியோ அடங்கிச் சுருண்டு கிடந்த இந்திரிய உணர்ச்சிகள், இப்பொழுது பற்றிக்கொண்டு எரியத் தொடங்கிவிட்டன அவருக்குள்.

தினமும் அதற்கு வேணி எண்ணெய் விடுகிறாள். அவள் சிரிப்பு ஒன்றே போதும், கோபாலனைச் சலனப் பள்ளத்தில் தலைக்குப்புறத் தள்ளிவிட!

"வேணி, உன்னை எனக்கு ரொம்பப் பிடிச்சிருக்கு..."

"என்னை எந்த ஆளுக்குத்தான் பிடிக்காது?"

"மத்த ஆண்களும் நானும் ஒண்ணா?"

"இல்ல... நிச்சயமா நீங்க வித்யாசமான மனுஷர். ஊரே என்னை ஒதுக்கினப்போ, நெருங்கி வந்து எனக்காகப் பேசியவர்..."

"அப்படிப் பேசினதுதான் என் தப்பு...!"

"தப்பா?"

"ஆமா... தெரிஞ்சோ தெரியாமலோ, நீ என்னைப் பாதிச்சுட்டே! உன் குணாம்சம், லட்சணம், தன்னடக்கம் இதெல்லாம் என்னை ரொம்பப் பாதிச்சுடுத்து..."

"பாதிப்பு எனக்கும்தான்... எனக்குள்ள அதனால வரக் கூடாத ஆசையெல்லாம் வர ஆரம்பிச்சாச்சு..."

"ஒண்ணைச் சொல்லேன்..."

"கல்யாணம்!"

"கல்யாணம்ங்கறது வரக்கூடாத ஆசையில்லையே? அது ஒரு பெண்ணுக்குக் கட்டாயம்தானே?"

"அப்ப என் ஆசை நியாயமானதுதானா?"

"சந்தேகம் என்ன அதுல?"

"ஆனாலும், என்னைக் கல்யாணம் பண்ணிக்க யாருக்குத் துணிச்சல் வரும்?"

"வாஸ்தவம்தான் உன் பின்புலத்தை நான் மறந்து பேசிட்டேன்!"

"பாத்தீங்களா... பாத்தீங்களா... இப்ப நீங்களே ஜகா வாங்கறீங்களே...!"

"இது ஜகா இல்ல வேணி, நியாயமான தயக்கம்."

"எப்படி... எப்படி...?"

"கல்யாண ஆசை, எனக்கு வயசுல வரலை. ஆனா காலம் கடந்து, இப்ப எனக்கு வந்திருக்கு! ஏறத்தாழ நான் இப்ப அரைக் கிழம். என் ஆசை ஊருக்குத் தெரிஞ்சா அது சிரிக்கும்."

"அதோட நான் பிறப்பால பிராம்மணன். சாஸ்திரத்தில எனக்கு சொல்லப்பட்ட கடமைகள் எதையும் இதுநாள் வரை நான் ஒழுங்காச்

செய்யலை. அந்தத் தப்பையெல்லாம்கூட சரி செஞ்சுடலாம். ஆனா, சாதி விட்டுச் சாதி மாறி, உன்னைக் கல்யாணம் பண்ணிண்டா, அந்தப் பாதிப்பை சரி செய்யவே முடியாது!"

வேணி அதைக் கேட்டு கலகலவெனச் சிரிக்கிறாள்.

"ஏன் சிரிக்கறே...? உள்ளதைத்தானே சொல்றேன் நான்?"

"உள்ளதுதான், ஆனா உங்களுக்குள்ளே உள்ளதில்லே – ஊருக்குள்ளே உள்ளது..."

"வாஸ்தவம்தான். ஆனா நமக்காக, தனியா தான்யம் விளையலே, காவேரி பாயல்லே, ஊருக்குத்தானே எல்லாம்! ஊருக்குள்ளேதானே நீயும் நானும் அடக்கம்?"

"அப்பா, ஊருக்குப் பயந்து நம்மோட ஆசையை நாம நெஞ்சுல சுமந்து ஏங்கியே சாக வேண்டியதுதானா?"

"பொறுத்துப்பார்ப்போம், ஏதாவது வழி கிடைக்கிறான்னு?"

"பொறுத்தால்லாம் வழி கிடைக்காது. மீறணும்."

"எதை?"

"நம்மைச் சுற்றியுள்ள போலியான கட்டுத் திட்டங்களை..."

"சில கட்டுதிட்டங்கள் நியாயமானதும்கூட..."

"போலியானதும் இருக்குதானே?"

"ஆனா நியாயமானதைத்தான் நாம பார்க்கணும்."

"எது நியாயமானது?"

"நான் ஆறு பெண் குழந்தைகளுக்குத் 'தாய் மாமா!' இந்த வயசில உன்னைக் கல்யாணம் பண்ணிண்டா அது அவாளைப் பாதிக்கும்! நெருப்புன்னு சொன்னா வாய் வெந்து போயிடறதில்லே. ஆனா பெண்கள் விஷயத்தில சிறிசா ஒரு பழியைக் கற்பனைலே சொன்னாலும், அவா வாழ்க்கையே வெந்து போயிடறது."

"என் சகோதரி கணவரான தீட்சதருக்கு சமூகத்துல பெரிய இடம் இருக்கு. என் செயலால, அந்த இடமே விமர்சிக்கப்

படறதை நான் விரும்பல்லே. 'ஆசார சீலர் தீட்சதர். ஆனா அவர் மச்சினனோ, காலம் கெட்ட காலத்திலே, போயும் - போயும் ஒரு தாசியைக் கல்யாணம் பண்ணிண்டுட்டான்னு யோசிக்காம ஊர் பேசும்...' பேசினாப் பேசட்டும்னு என்னால விட முடியாது. அப்பழுக்கில்லாதவ நீ! ஆனா உன் அம்மா பாவத்தை நீ சுமக்கறே! ஒருக்கால் நீ சுத்தமானவளாகக்கூட இருக்கலாம்னு, மறந்தும் யாரும் நினைக்கமாட்டேங்கறா! இந்தச் சமுக மனோபாவங்கள் வினோதமானதா இருக்கு. குறிப்பா, பெண்கள் விஷயத்திலே இந்தச் சமூகத்தோட எண்ணமும் பார்வையும் ரொம்ப விசித்திரம்."

"அதோட பாதிப்பை நீ ரொம்ப நன்னா உணர்ந்தவ. நீயும் நானும் புருஷன் - பொண்டாட்டியானா, அதே பாதிப்பை என் குடும்பத் தொடர்பிலே பலர் சுமக்க வேண்டி வரும். நம்ம இரண்டுபேர் சந்தோஷம், பல பேர் துக்கம்னு மாறிடும்...!" என்றார் கோபாலன்.

"நீங்க சொல்றது சரிதான்... நம்ம சந்தோஷத்துக்காக யாரும் துக்கப்படத் தேவையில்லை. அதுக்கு - என் வரைல சன்யாசம் எவ்வளவோ மேல்!" வேணியிடம் சோகப் பெருமூச்சு. மார்பில் தழைவு. மனத்தில் நெருப்பு கண்ணில் பிரவாகம்!

"ரொம்ப நல்ல முடிவு - சன்யாசம்! அதுதான் உனக்கு பாதுகாப்பு. ஆனா இந்தச் சன்யாசத்திலே எல்லாம் எனக்கு நம்பிக்கையில்லை..."

"நீங்க நாஸ்திகரா இருக்கறதால அப்படித்தான் சொல்வீங்க..."

"நான் நாஸ்திகனோ, ஆஸ்திகனோ...? அது வேற விஷயம். வாழ்க்கை, பிடிபடலைன்னா, சன்யாசம்கறது மகாத் தப்பு. அது என்ன, விரக்தியடைஞ்சாவா - வெறுப்படைஞ்சவா தஞ்சம் அடையற இடமா? இல்லை, மடமா?

மனுஷனை அறியவும் புரியவும், எங்க இருந்து வந்தோம். எங்க போகப்போறோம்கறதைத் தெரிஞ்சுக்கவும் உதவற தத்துவம்

அது – மனசுல பிரியத்தோட அதை அங்கீகரிச்சு அந்தப் பாதைல போகணும்.

சந்தோசமா வாழ முடியல்லே. அதனால இந்தப் பாதைக்கு வந்துட்டேன்னா, காலம் பூரா காஷாயத்தோட வேணும்ணா திரியலாம். ஆனா, சன்யாசம் பிடிபடாது அதுக்கு – வாழ்க்கைல போராடி தோத்துண்டே இருக்கிறது. ஆயிரம் மடங்கு மேல்...!"

கோபாலனின் அந்தப் பேச்சில் வேணி அசாத்யமான ஒரு நியாயத்தைப் பார்த்துவிட்டாள்.

"வாஸ்தவம்தான். சன்யாசம் என்பது வாழ வழியும், வளமும் இருந்தும், அதைப் புறந்தள்ளி மேற்கொள்ளும் மனோதைரியம், சோற்றுக்கிருந்தும் மேற்கொள்ளும் விரதம் அது. கௌரவமாக வாழ வழியில்லாதவர்கள் தான் 'சோற்றுக்கில்லாதவன் தனது பட்டினியை விரதம் என்று கூறுவது மாதிரி' தங்களது இயலாமையை சன்யாசமாக்கிக் காட்டுவார்கள்..."

வேணி, யோசனையில் ஆழ்ந்து, மெல்ல அதில் தன்னை அறிகிறாள். முடிவாகப் போராடியாவது வாழ்ந்து காட்டுவது என்ற முடிவிற்கு வருகிறாள்!

"அப்ப, உன் சன்யாச ஆசை அவ்வளவுதானா?"

"நீங்க சொன்ன மாதிரி வாழ்க்கைல தோத்து ஒரு சன்யாசியாகிறதைவிட, ஜெயிச்ச பிறகே ஆக நான் விரும்பறேன்..."

"ஜெயிக்க முடியுமா உன்னால?"

"நீங்க மனசு வெச்சா..."

"உன் வரைல, நான் ஒரு அனதாபி. மத்தபடி, நான் மனசு வெக்க ஒண்ணுமில்லை...!"

"இல்ல, நீங்க உதவினா, நான் ஜெயிக்க முடியும்?"

"எப்படி?"

"எனக்கு ஒரு குழந்தையைக் கொடுங்க. நான் ஜெயிச்சுக் காட்றேன்."

"என்ன சொல்றே வேணி நீ?"

"என்னைத் தாயாக்கச் சொல்றேன்."

"ஆகி..."

"என் மகன் மூலமா எனக்கொரு பாதுகாப்பு. என் சமூகத்துக்கு ஒரு விடிவு, என் பிறப்புக்கும் ஒரு கௌரவமான முடிவைத் தேடிக்கறேன்."

"உன் தாயோட பழியையே உன்னால சுமக்க முடியல்லே. நீ ஒரு குழந்தையைப் பெத்துப் போட்டு, அது உன் பழியைச் சுமந்து உன்னைப் போலவே வேதனைப்பட்டு வாடணுமா? விசித்திரமா இருக்கு உன் ஆசை...!"

"என் தாய்க்கும் எனக்கும் எவ்வளவோ வித்யாசம் இருக்கு. அவ என்னை 'வேசியாக்கியே தீரணும் - அதன் மூலமா வாழணும்'கற வெறியில என்னைப் பெத்தா... வளர்த்தா. அதனாலதான் எனக்கு இத்தனை பழிபாவம். அவமானம்...! ஆனா நான் அப்படியில்லை. ஒரு லட்சியத்தோட என் பிள்ளைய வளர்ப்பேன். ஊர் என் மேல் தடவின் கறையை அவனைக் கொண்டே அழிப்பேன்...!"

"இதெல்லாம் என்ன, கொக்குத் தலையிலே வெண்ணெய் வெச்சு அதைப் பிடிக்கற மாதிரி..."

"பிடிக்கற வழிமுறை அபத்தமா இருந்தாலும், நோக்கம் உன்னதமானதுதானே?"

"நல்ல நோக்கங்களை நல்ல வழிமுறையால சாதிச்சாதான், அதுக்குப் பெருமை. இல்லேன்னா எல்லாம் நாசமாயிடும்..."

"உங்களுக்கு உதவ இஷ்டமில்லேன்னா, சொல்லிடுங்க. என் நோக்கத்தைக் குறை சொல்ல வேண்டாம்!"

"வேணி, பைத்தியம் மாதிரி பேசாதே. வேற வகைல வாழ்க்கையோட போராடு, உன் அம்மா உன்னைப் பெத்துப் போட்டுச் செய்த தப்பை நீ தொடராதே..."

"நிச்சயமா நான் தொடரமாட்டேன். முடிச்சு வைப்பேன். ஜீஜீபாய், வீர சிவாஜியை உருவாக்கலையா? அதுமாதிரி என் மகனை உருவாக்குவேன்...!"

"அவன் என் பாதுகாப்பு அரண். என்னைப் பத்தி யாராவது தப்பாப் பேசினா, பேசினவங்க நாக்கை இழுத்து வெச்சு அறுத்துடுவான். அவன் உழைச்சு என்னைக் காப்பாத்துவான். அவன்கிட்ட நான் எதையும் மறைக்க மாட்டேன். 'அம்மா உன்னைப் பெத்ததே ஒரு லட்சியத்துக்காகன்னு' சொல்லிச் சொல்லி வளர்ப்பேன். ஒரு பெண் முழுமையடையறதே தாய்மையில்தானே? தாய்மையடையாத பெண்ணும் ஒரு பெண்ணா? வேதம் புராணம் இதை எவ்வளவு அழுத்தமாச் சொல்றது தெரியுமா? இந்தப் பிறப்புக்கே முடிவு, பெத்த பிள்ளை கையால கொள்ளி வாங்கறதிலேதானே? அனாதையா, வாரிசில்லாமச் செத்தா, புத்து நரகமாமே...?"

"உன்னை, தீட்சதர் உபன்யாசம் ரொம்பவும்தான் பாதிச்சிருக்கு..."

"நல்லது பாதிக்கறது தப்போ இல்லை!"

"ஆமா, என் மகன் – என் மகன்னு சொல்றியே? மகன்தான் பிறப்பான்னு என்ன நிச்சயம்? தப்பித் தவறி, பெண் பிறந்துட்டா?"

கோபாலனின் கேள்வி முன்னால், மலையோடு மோதின பூ மாதிரி, ஒரு திகைப்பு வேணியிடம்...!

அத்தியாயம்

18

"என்னுடைய மரத்தில்
கனிகளே இல்லை!
விழிக் கற்களை ஏன்
வீசி எறிகிறாய்?
உதிர்ந்து
விழுந்து விட்டதே
என் உள்ளம்?
உன்னிடம் நான்
வந்த போது –
உன் கடந்த காலமும்,
என் எதிர் காலமும்,
மறந்து போய்விட்டது!"

'நந்தவன நாட்கள்' நூலில், மு. மேத்தா

"**பெ**ண் பிறந்துவிட்டால்...?"

கோபாலன் கேள்வியில் சிக்கிக்கொண்டு மூச்சு முட்டுகிறாள் வேணி.

"என்ன ஸ்தம்பிச்சுப் போயிட்டே... தப்பித்தவறிப் பெண் பிறந்தா, அவ நிலை என்ன ஆகறது? யோசிச்சுப் பாத்தியா?"

வேணி, மலங்க விழிக்கிறாள்.

மாந்தோப்புக் கல்மண்டபத்தில்தான் இத்தனை தர்க்கமும்... பக்கத்து மாமரத்துக் காக்கைகூட வேணியைப் பார்த்துச் செருமாந்து போகிறது.

"சரி, நான் கௌம்பறேன்... உன் எண்ணத்தைத் தூக்கி ஓடப்புலல் போடு, வேற வழி இருக்கா? யோசி!" பேச்சோடு எழுந்துகொண்டவரை, கண்ணீருடன் பார்க்கிறாள் வேணி.

"எவ்வளவுன்னு அழுவே? அழுதது போதும், வேற வழியைப் பாரு!"

"வேற வழி காவேரியோட போறதுதான்!" விசும்பிக்கொண்டே பதில் வருகிறது வேணியிடம்.

"காவேரியோட போனா, உயிர் வேணாப் போகலாம்! பழி...?"

வேணியின் விழிகள் மழை மேகமாகி விடுகின்றன அதை கேட்டு...

"நான் நாளைக்குப் பார்க்கறேன்..." கோபாலன் நகர்ந்துகொள்ள, சின்னைய்யா வந்து சேருகிறான்.

"இங்க வந்து இந்த ஆளைப் பார்த்தா மனசுக்குச் சந்தோஷமா இருக்குன்னு சொல்லி வந்தே! இப்ப என்னடான்னா அழறே! அப்படி என்ன, அந்த ஆள் சொல்லக் கூடாததைச் சொல்லிட்டான்."

சின்னைய்யாவின் கேள்விமுன், விரக்திச் சிரிப்பு தொற்றுகிறது, அவள் உதட்டில்.

"பெண்களுக்குச் சிரிப்பும் ஒரு பாஷை! ஆனா அதைப் புரிஞ்சுக்கற சக்திதான் எனக்கு இல்லை. சரி, சரி, கிளம்பு. வீட்ல ஒரு மைனர் காத்துருக்கான். எப்படிச் சமாளிக்கப் போறியோ?"

சின்னைய்யா அப்படிச் சொல்லும்போதே, பாதி உயிர் போய்விட்டது, வேணிக்கு.

சொச்சம் அந்த மைனரிடம் போய்விடுமோ?

"வெற்றிவேல் முருகனுக்கு அரோகரா!
ஞானவேல் முருகனுக்கு அரோகரா!
பழனி தண்டாயுதபாணிக்கு அரோகரா!
வள்ளி மணாளனுக்கு அரோகரா...!"

மகாதீர்க்கமாய் அரோகரா முழக்கம். தீட்சதர் வீட்டுமுன் வீதியே திரண்டு நிற்க, தோளில் பால் காவடியுடன் ராஜம் - பக்கத்தில் புஷ்பக் காவடியுடன் தீட்சதர்.

சின்னச் சின்னக் காவடி சுமந்தபடி வரிசையாக அவர்களின் பெண்கள்.

கடைக்குட்டி, இடுப்புக் குழந்தை ஆகையால், அவள் மட்டும் மாமா கோபாலன் அருகில், ஓர் உறவினரிடம்!

"வருஷம் தவறினாலும் நம்ம தீட்சதர் பழனிக்குப் பாதயாத்திரை போகறது தவறுவதில்லை..."

"என்ன நேர்த்திக் கடனோ...? என்ன பிரார்த்தனையோ?"

"எல்லாம் ஒரு ஆண் குழந்தைக்காகத்தான்பா. தனக்கொரு பிள்ளை இல்லைன்னு அவர் மனசு படற பாடு அவருக்குத்தான் தெரியும்..."

"எவ்வளவு பெரிய நபரா இருந்தாலும், ஆண்டவன் அவங்களுக்கும் ஒரு குறைய வைக்காம விடறதில்லை, பாத்தீங்களா?"

சுற்றி நிற்கும் வீதிக்கூட்டம் பிரஸ்தாபிப்பது, கோபாலன் காதில் விழாமல் இல்லை.

அவர் பார்வை, அருமைத் தங்கை ராஜத்தின் மேல் விழுகிறது.

முப்பத்தெட்டு வயதில் ஆறு பெண் குழந்தைகளுக்குத் தாய்... பிள்ளைப் பேற்றிலேயே பாதி உடம்பைத் தொலைத்துவிட்டு நிற்கிறாள். சொச்சம் இருக்கும் தொத்தல் உடம்போடு, இவளால் எப்படிப் பழனிவரை நடக்க முடியும்? கேள்விக் குமைச்சலில் அவளுடன் நடத்திய வாதப் பிரதிவாதங்களின் ஊர்வலம்...

"நடப்பேன்னா... நடப்பேன். அந்தப் பழனி முருகன் அவனைப் போலவே எனக்கொரு பிள்ளையைக் கொடுக்கற வரை விடமாட்டேன்..."

"அப்படி என்ன, ஆணுண்ணா ஒசத்தி? – பெண்ணுன்னா இளப்பம்?"

"பெண்இளப்பம்னு நான் சொல்லலையே? அப்படி நெனைச்சிருந்தா எனக்குப் பொறந்த பெண்களைக் கழுத்தைத் திருகியா கொன்னிருப்பேன்? எனக்குப் பெண்கள் போதுமான அளவுக்கு மேலே பொறந்தாச்சு. இந்தப் பகவானுக்கு ஏன் ஒர வஞ்சனை? ஒரே ஒரு பிள்ளையைக் கொடுக்கப்படாதோ?"

"பிள்ளைப் பேறே இல்லாதவாளை நினைச்சுப் பாரு, ராஜம் உன் நிலை எவ்வளவோ மேல்...?"

"ஏன் நிறைய ஆண்களைப் பெத்த சம்சாரிகளை நான் நினைக்கப்படாதோ? எப்பவும் கீழ்ப்பாத்து ஆறுதல் அடையறதுங்கறது என்ன சரி?"

"தம்மின் மெலியாரை நோக்கின்னு நான் சொன்னா, அதுல என்ன தப்பு?"

"யார் வலியார்? ஆண் குழந்தை உள்ளவாளா?"

"இல்லியா பின்ன...? எத்தனை பெண் பிறந்து எனக்கென்ன பிரயோஜனம்? இந்தக் குலத்தோட பேரைய இவா சொல்லப்போறா? யாரைக் கல்யாணம் பண்ணிக்கப் போறாறோ? அவாளோட குலம்தானே இவாளோட குலம். கல்யாணத்துக்கப்புறம் இனிஷியல்கூட மாறிடுமே...? பிள்ளைன்னா அப்படியில்லையே...?"

"இனிஷியல், குலம் – அது எல்லாம் மனுஷக் கண்டு பிடிப்பு. நாமா வகுத்துண்டது..."

"ஆயிரம் சமாதானம் சொன்னாலும் ஆண்பிள்ளை ஆண்பிள்ளைதான்! பெண் பெண்தான்!"

"டேய் கணபதிராமா! உன் ஆத்துக்காரி பேசறது சரியில்லடா... ஊரக்கே கதை சொல்ற ஞானவான் நீ! பிறப்பிலே பேதம் பார்த்து அதுக்கு தகுந்தமாதிரி சிந்திக்கறது தப்புடா... பெண் எதுலையும் தாழ்ந்தவ இல்லை..."

"அட, என்னடா கோபால நீ...? அவ ஒசந்தவளாவே இருந்துட்டுப் போகட்டும். அதுக்காக, அவ ஒரு ஆணாகி விட முடியுமா?"

"நாளைக்கே நான் செத்தா எனக்கு தெவசம் பண்ண அவளுக்கு ரைட்ஸ் கிடையாதே...? கொள்ளி போட சாஸ்திரத்துல இடம் இல்லையே...? எனக்கு வம்சம் விளங்க வழியும் இல்லையே...?"

"செத்ததுக்குப் பிறகு நடக்கப்போறதைப் பத்தி இப்ப என்ன கவலை? இப்ப நடக்க வேண்டியதைப் பாரு."

"நீ ஒரு பிரம்மச்சாரி... பெண்டாட்டியா, பிள்ளையா உனக்கு? சம்சாரத்தைப் பத்தியோ – பிள்ளை குட்டிகளைப் பத்தியோ என்ன தெரியும் உனக்கு? மிலிட்டரியில ஆடுமாடு தின்ன பய நீ... உனக்கு சாஸ்திரம் தெரியுமா? இல்லை. கிரஹஸ்த தர்மம்தான் தெரியுமா? போடா வாயை மூடிண்டு...!"

தீட்சதரின் அந்த எடுத்தெரிந்த பேச்சால் கோபாலனுக்குள் திக்குமுக்காடல்.

'ஒருவேளை, இவர்கள் சொல்வதெல்லாம் நிஜமோ? நமக்குதான் வாழத் தெரியவில்லையோ?'

நெஞ்சைக் கையில பிடித்துக்கொண்டு நிமிர்கிறார் ஊடே, கடைக் குட்டிக்கு முந்தியவள் ஓடிவந்து 'மாமா' என்று கழுத்தை வளைத்துக் கட்டிக் கொள்கிறாள்.

அந்த மழலையின் இனிமை காதுக்கு இதமாக இருக்கிறது. அந்தப் பிஞ்சு முகம் அவருக்குள் கிலேசம் மூட்டுகிறது.

"தனித்த மனிதனே... உனக்கென்று உனது ரத்தத்தில் ஒரு உறவிருந்தால், இப்படியெல்லாம் மற்றவர்கள் எடுத்தெரிந்து பேச முடியுமா உன்னை?"

அந்த பிஞ்சுப் பெண் பிரம்மாஸ்திரமாக ஒரு கேள்வியைக் கேட்பதாகப் பிரமை!

"ஆமா, பாதயாத்திரை போறேளே? இந்த தடவையும் பெண் பிறந்துட்டா...?"

ராஜத்தை உறவில் யாரோ கேட்பது நடுவில் காதில் விழுகிறது.

"அந்தப் பெண்ணை பார்க்க என் உடம்புல உசிர் இருக்காது..." சட்டென்ற பதில் ராஜத்திடம்!

"இந்தத் தடவை மட்டும் அந்த முருகன் கைவிடட்டும் - உபன்யாசம் பண்றதையே நிறுத்திப்பிட்டு, நான் நாஸ்திகனாயிடுவேன். ஆத்துல ஒரு ஸ்வாமி படம்கூட இருக்காது. முச்சந்தியில் போட்டு உடைச்சிடுவேன்!"

குமுறுகிறது தீட்சதர் மனம்!

வெற்றி   வேல்   முருகனுக்கு...   அரோகரா! பழனி தண்டாயுதபாணிக்கு... அரோகரா!

கோஷத்துடன் கூட்டமாகத் தீட்சதர் தம்பதியினர் நடக்கத் தொடங்கிவிட்டனர். கூட்டம் பின் செல்கிறது.

"ஏறத்தாழ நூறு மைல் தூரம் பழனி நோக்கி ஆண் பிள்ளைக்காக நடக்கும் அவர்கள், புத்திசாலிகளா இல்லை, போகிற போக்கில் வாழும் நான் புத்திசாலியா?"

கோபாலனிடம் குழப்பம்.

'இவர்கள் கௌரவத்துக்காக, தன் ஆசையைக்கூட, குழி தோண்டிப் புதைத்தது எந்த வரைக்கும் சரி?

எல்லோரும்   போனபின்,   தனிமையில்,   மொட்டை மாடியில் அமர்ந்து சிந்திக்கத் தொடங்கிவிட்ட கோபாலனிடம் என்றைக்குமில்லாத யோசனை,' தீட்சதரின் அந்த எடுத்தெறிந்த குத்தலான பேச்சு, மனத்தைப் புரட்டிப் புரட்டி எடுக்கிறது.

பைத்தியக்காரன்... பிறப்புல இவ்வளவு ஒசத்தி – தாழ்த்தி பார்க்கற இவனுக்கு ஊர் முழுக்க ஒரே மரியாதை மதிப்பு...

'ஆனா இதெல்லாம் தப்புன்னு சிந்திக்கற எனக்கு சாஸ்திரம் தெரியாதாம். கிரஹஸ்த தர்மம் தெரியாதாம், என்னோட மனசைப் பத்தித் துளியும் கவலைப்படாம், என்னமா பேசிப்பிட்டான் இந்த தீட்சதன்? இனியும் இவாளோட நலனுக்காக நான் எதுக்குச் சிந்திக்கணும்?

ஊர் தூத்தும், உலகம் தூத்தும்னு என் ஆசையை எதுக்குத் தடுக்கணும்?'

டேய் கணபதி... இனிமே எனக்கேது வாழ்க்கைங்கற நினைப்புலதானே அப்படிப் பேசிப்பிட்டே? உன் எதிரில், நான் வாழ்ந்து காட்றேன். எனக்கும் வாரிசு வழின்னு உண்டுங்கறதை நிரூபிக்கறேன். ஒரு குலப் பெண்ணைக் கைப் பிடிச்சு, நீ அடையப்போராடற விஷயத்தை – வேசி முத்திரை விழுந்த ஒருத்தியைக் கைப்பிடிச்சு நான் அடைஞ்சு காட்றேன்...!

மனத்தில் ஆவேசப் பந்துகளை அடித்தபடி மாந்தோப்பை நோக்கி நடக்கத் தொடங்கிவிட்டன கோபாலனின் கால்கள்.

ஆனால் அங்கு வேணி இல்லை!

துணிந்து, அவன் வீட்டுப் பக்கமே கால்கள் நடக்கத் தொடங்கிவிட்டன.

ஆனாலும் யாரும் அவரைப் பார்த்துத் தப்பாக விவாதிக்க இடமில்லாதபடி, சூரியன் மறைந்து, இருட்டை வானில் பீச்சிவிட்டான்.

வேணியின் வீட்டுக்குள் யுத்த களம். அதன் பிரதான நாயகியாக மனோன்மணி.

"எவன் வந்தாலும் இப்படி விரட்டி விரட்டி அடிச்சா, நாம எப்படிப் பிழைக்கிறது? உன் மனசுல நீ என்ன பெரிய கண்ணகின்னு நினைப்பா...?"

"அவளுக்கும் மேலம்மா நான்...?"

"நீ கண்ணகின்னா, உனக்கு யாரும் சிலை வைக்கப் போறதில்லே! மாதிவின்னா காரித் துப்பாம இருக்கப் போறதும் இல்ல. இது சுயநல உலகம்டி! ஊருக்குத்தான் கற்பு கத்தரிக்காய்

எல்லாம்! உள்ளுக்குள்ள யாருக்கும் அது கிடையாது. எந்த ஆம்பளை இன்னொரு பொம்பளைய நெனைக்காதவன்? எந்தப் பொம்பளை ஒரே புருஷனை மனசுல வெச்சுவ...? தனக்கு வரப்போற புருஷன் எம்.ஜி.ஆர். மாதிரி இருக்கணும்னு – சிவாஜி மாதிரி இருக்கணும்னு ஒப்பு வைக்கும்போதே, அவங்க கற்பு செத்துப் போச்சுடி! பைத்தியக்காரி, என் பேச்சைக் கேட்டு நல்லபடி வாழப் பாரு...!"

மனோன்மணியின் அந்தப் பேச்சு, கோபாலனை உடனேயே கை தட்ட வைத்துவிட்டது.

"சபாஷ், எக்ஸலண்ட்!" கை தட்டியபடி வீட்டுக்குள் நுழைந்தவரை அனைவரும் ஆச்சரியத்துடன் பார்க்கின்றனர்.

"மணிம்மா! நீங்க சொன்னது நூத்துக்கு நூறு சரி இது சுயநல உலகம். பிறர் நலனைப் பத்தி நாம நினைச்சா, நம்மளை ஏறி மிதிச்சுடுவாங்க..."

கோபாலனா இப்படிப் பேசுவது? வேணி, வாய் பிளக்கிறாள். சின்னைய்யா அதிசயிக்கிறான். ஆனால், மனோன்மணியோ, தன் கருத்துக்கு ஒரு ஒப்புதல் கிடைத்த சந்தோஷத்தில் "வாங்க வாங்க... நீங்கள்ளாம் இங்க வருவீங்கன்னு நான் எதிர்பார்க்கவேயில்லை!" என்கிறாள்.

"காலநேரம் யாரை – எங்க, எப்படி அனுப்பும்னு சொல்லவே முடியாது மணிம்மா..."

"வந்திருக்கிறது அதுக்குத்தானே?"

"எல்லாத்துக்கும்தான்!"

"ஐயோ... ஐயோ... இப்படி எத்தனைபேர் வந்து எனக்கு என்ன பிரயோஜனம்? இவ யாரையும் கிட்ட விடமாட்டேங்கறாளே...?"

"என்னை விடுவாங்கன்னு நம்பறேன்."

அர்த்த புஷ்டியுடன் வேணியைப் பார்த்து அவர் பேச, மனோன்மணி இங்கிதத்துடன் அங்கிருந்து நகர்ந்து கொள்கிறாள். நகரும்போது,

"உங்க மூலமாச்சும் அரங்கேற்றம் நடந்த சரி. ஒண்ணுக்கு மூணு வயிறு இருக்கு, தாராளமா அள்ளி வீசத் தவறிடாதீங்க...!" என்கிறாள்.

வேணியிடம் தலைதாழ்ந்த நிலை. கோபாலன் பாத்திரம் புரிபடாமல் குழம்பும் மனக்களேபரம் வேறு!

"வேணி, நான் உன் அம்மாகிட்ட பேசினதைக் கேட்டுப் பயந்துட்டியா?" நெருங்கிச் சென்று அவளைப் பார்த்துக் கேட்டவரை, அவள் பதட்டத்துடன் நிமிர்ந்து பார்க்கிறாள்.

"வேணி, எனக்கு இப்ப நீ வேணும். உன் அன்பு வேணும் எனக்கு உன் மடியில் படுத்து அழணும்போல இருக்கு. நான் யாருக்காவெல்லாம் கவலைப்பட்டேனோ, அவர்கள் யாருக்கும் என்னைப் பற்றிக் கவலையிருக்கற மாதிரி தெரியலை...!"

படபடவென்று பொரிந்து தள்ளும் கோபாலனைச் சற்று நெகிழ்ச்சியுடன் பார்க்கிறாள் வேணி.

"வா, உள்ளே போய்ப் பேசுவோம்." பேச்சோடு, மளமளவென்று அறைக்குள் அவர் நுழைந்துவிட்டார். ஆனால், வேணியிடம் எல்லையில்லாத் தயக்கம்.

இருந்தபோதிலும், தயங்கித் தயங்கி உள்ளே நுழைந்தவளை மளாரென்று தழுவிக்கொள்கிறார் கோபாலன்! வேணியின்மேல் மின்னல் வெட்டு!

ஓர் ஆண் மகனின் முதல் ஸ்பரிசம்! – வேணியால் தட்டி விடவும் முடியவில்லை – தழுவிக்கொள்கிறார் கோபாலன்!

கோபாலனின் ரத்தம்கூட, ஒரு பெண் ஸ்பரிசத்தால் கூத்தாடத் தொடங்கிவிட்டது. சகலமும் மறந்துபோக, அந்த ஆலிங்கனத்தில் உலகம் ஒரு கால் தூசு ஆகி நழுவிப் போகிறது. அடேயப்பா...! எத்தனை பெரிய இன்பம்! கோபாலனின் முரட்டுப் பிடி, வேணியையும் துவட்டி எடுக்கிறது.

நா வறண்டு, உதடு வெளிற, உடம்பில் இன்ப நெருப்பின் தகதகப்பு...!

அது, வேணி கேட்ட பிள்ளை வரத்தைத் தர ஆயத்தமாகிவிட்டது.

ஆனால்...?

அத்தியாயம்

19

> "மாந்தோப்பு, வசந்தத்தின்
> பட்டாடை உடுத்தியிருக்கிறது
> மலர்கள் வாசம் கமழ்கிறது
> மரத்திலிருந்து ஆண் குயில் கத்துகிறது
> என்ன மதுரம்! என்ன துயரம்!
> ஆண் குயில் சொல்லுகிறது
> காதற்கனல் பெருக்கெடுத்துவிட்டது
> கரைகள் உடைந்து போயின
> நெஞ்சத்தின் வேர்கள் கருகுகின்றன
> குயிலி! காதல்நீரை வார்த்துத்
> தீயை அணைப்பாய்!
> கருகிய வேர்களுக்கு உயிரை ஊட்டுவாய்
> க்காஆ... க்காஆ..."
>
> — பிச்சமூர்த்தி கவிதை.

கோபாலனின் அந்த அணைப்பிலிருந்து சட்டென்று விடுபட்டு நழுவினாள் வேணி. மேனியில் குதி தாளம் போடும் உணர்ச்சிகளை அவளால் உடனடியாகக் கட்டுப்படுத்த முடிந்தது. ஆனால், கோபாலனால் முடியவில்லை...!

"ஏன் வேணி மறுக்கறறே...? ஏன் விலகறே?"

"வேண்டாம், இது நல்லதுக்கில்ல... ஏதோ ஒரு மன அழுத்தத்தால உந்தப்பட்டு, இப்ப இப்படி நடந்துக்கிட்டு, பின்னால அவஸ்தைப்பட வேண்டாம்!"

"அவஸ்தையா...?"

"ஆமாம்... அதுல என்ன சந்தேகம்?"

"அப்ப, நீ என்கிட்ட பிள்ளை வரம் கேட்டது எதை வெச்சு?"

"அப்படின்னா, எனக்குக் குழந்தையைக் கொடுக்க உங்களுக்குப் பரிபூரண சம்மதமா?"

"சம்மதிக்கிறேன். என்னைப் பார்த்து 'உனக்கு பிள்ளையா குட்டியா?'ன்னு கேட்ட கணபதிராமன் முகத்துல நான் கரியைப் பூசணும்!"

"அப்ப, அவருக்காகத்தான்! இந்த முடிவா...? என் ஆசைக்காக இல்லியா?"

"எல்லாத்துக்காகவும்தான்! இது பேசற நேரமா?" வாரித் தழுவி, காமப்பள்ளத்தில் திரும்பவும் விழ ஆரம்பித்தார் கோபாலன். 'ஊஹும்...' இந்த முறை வேணியால் கோபாலனை ஜெயிக்க முடியவில்லை. விஸ்வாமித்திரனையும் இந்திரனையும் அன்று மயக்கிய அதே உணர்வு, அவளையும் ஆக்கிரமிக்க ஆரம்பித்தது.

காட்டுத்தனமாக ஆக்கிரமிப்பு.

விளைவு...?

இப்பொழுதெல்லாம், முன்போல் இல்லை கோபாலன். கலகலப்பு குறைந்து, சதா வானம் பார்த்த சிந்தனை.

ராஜம் மட்டும் ஒரே ஒருநாள் அதுபற்றி விசாரித்தாள்;

"அண்ணா, ஏன் ஒரு மாதிரி இருக்கே?"

"ஒண்ணுமில்ல ராஜம்... எனக்கு மனசே சரியில்லை..."

"இத்தனை குழந்தைகளுக்கப்புறமும் ஒரு ஆணுக்காக நாங்க ஏங்கறது உனக்குத் தப்பா படறதா?"

"சேச்சே... அதெல்லாம் ஒண்ணுமில்லே."

"அப்ப, ஏன் அன்னிக்கு அப்படிப் பேசினே...?"

"எப்படி?"

"ஆணுன்னா ஒசத்தி – பெண்ணுன்னா தாழ்த்தின்னு நினைக்க வேண்டாம்னியே? நாங்க அப்படி நினைக்கலியே? கொள்ளி போடத்தானே ஒரு பிள்ளையைக் கேக்கறோம்!"

"கேக்கறது தப்பில்லே ராஜம். அதுக்காக, தவிக்கறது தான் தப்பு! வந்தா ஏத்துக்கணும் வரலேன்னா கவலைப் படக்கூடாது."

"நீ சுலபமாச் சொல்லிடுவே... ஆனா, பிள்ளைப் பாசத்தை அனுபவிக்கிறவாளுக்குத்தான் சிலதெல்லாம் தெரியும்."

"அப்ப உங்களோட உணர்ச்சிகள் எனக்குச் சரியாப் புரியலைங்கறது உன் அபிப்பிராயமா?"

"ஆமாண்ணா. நீ கல்யாணமே பண்ணிக்கலை. தாம்பத்யம்னா உனக்கு என்னன்னு தெரியாது. பிரம்மச்சரியம், சன்யாசம் இதெல்லாம் ஒரு போக்குன்னா, சம்சாரம் குழந்தைகள் மறுபோக்கு. உனக்கு 'கோவிந்தா கொள்ளி' போட்டா, ஒண்ணும் ஆயிடப்போறதில்ல. ஆனா எங்களுக்கு அப்படியில்லே...."

"கோவிந்தா கொள்ளியா?"

"ஆமா; பிள்ளைப் பேறில்லாதவாளுக்கு போடற கொள்ளி கோவிந்தா கொள்ளி...."

ராஜம் பேச்சோடு ஒரு வேலையாக நகர்ந்துகொள்ள... அந்தப் பேச்சு, கோபாலன் மனத்தில் அவிந்து கிடந்த பழைய தணலை ஊதிவிட்டது.

குமைச்சலில் கண்கள் நீர்ச் சேர்க்கைகூட...

இந்த நேரம் பார்த்துத்தானா, ராஜம் வாந்தியெடுக்க வேண்டும்?

கண்களைத் துடைத்துக்கொண்டு கோபாலன் நிமிரவும். வாயைக் கழுவிப் பெருமூச்சு விட்டபடி ராஜம் எதிரே தள்ளாடவும் சரியாக இருந்தது.

"என்ன ராஜம் ஓடம்புக்கு?"

"ஒண்ணுமில்லேண்ணா..."

"வாந்தி வந்துதே?"

"இது பிள்ளை வாந்தி – பழனி பாத யாத்திரை பலன் தந்துடும்னு நினைக்கிறேன்."

கோபாலன் விக்கித்து வாய் மூடி, அவளின் ஏழாவது கர்ப்பம் குறித்து மாய்ச்சல் கொள்கிறார்.

மனத்தில் சகலத்திலும் பிடிமானம் அற்றதுபோல் ஒரு குழப்ப நிலை. ராஜம் சொன்ன 'கோவிந்தா கொள்ளி' என்கிற வார்த்தை மட்டும் ஒரு தனி மீன், எண்ணெயில் பொறிகிற திணுசில் நெஞ்சில் பொறிகிறது.

'ஒன்றுக்கு எட்டு பெற்றுக்கொள்ள உடன்பிறந்தவளுக்கு முடிகிறது. ஒன்றுக்குக்கூட வக்கற்றுப் போய் விட்டோமோ?' பெரிய தவறு செய்துவிட்டது போல் ஒரு பிரமை வழுக்கைத் தலையில் எறும்பு ஊறுகிற மாதிரி, மனத்தில் ஊறுகிறது.

மாடி ஏறி, கிட்டிச் சுவரில் சரிந்து ஊரைப் பார்த்தபடி விசனப் பெருமூச்சு விட்டபோது, வீதியில் சின்னைய்யா தெரிந்தான்.

இவனுக்காகவே காத்திருந்தவர் போல் கோபாலன் அவனைப் பார்க்கவும், தோள் துண்டை எடுத்து பெரிதா ஆட்டி வரும்படி சைகை காட்டினான்.

அவனைப் பார்த்த மாத்திரத்தில் வேணி ஞாபகம் ஊற்றுப் பீறலாய்க் கிளம்பிவிட்டது.

அவள் – அந்தப் பெண்மை ஸ்பரிசம் – இனக்கம் எல்லாமே அமிர்தக் கலவையாய் மனத்தில் கும்மி கொட்டியது.

"வேணி... எனக்குத்தான் நீ இருக்கியே...?"

வீட்டுக்குள் நுழையும்போதே அதிசயமாய் மனோன்மணி முறைக்கிறாள்.

"என்ன ஆயிற்று இந்த குந்தாணிக்கு?" கேள்வி பிடறியில் விசும்ப உள்ளே நுழைந்தவனை, வேணி காலில் விழாத குறையாக வரவேற்கிறாள்.

அவள் முகத்தில் இனம் பிரிக்கமுடியாத ஒரு பிரகாசம்.

"வேணி, உன் முகத்துல ஒரு தனிக்களை தெரியறதே...?"

கோபாலனின் கேள்விக்கு மனோன்மணி உலுப்பிக் கொண்டு பதில் தருகிறாள்;

"உக்கும்... களை தெரியுதாக்கும்?" இவ என் வயித்துல இருந்தப்ப, என் மூஞ்சியிலேயும் களை இருந்துச்சி!

"என்ன சொல்றா உன் அம்மா...?"

"உம்...   சுரைக்காய்ல   உப்பில்ல...   சொந்த   பந்தம் துப்பில்லேங்கறேன்..."

"இதோ பாருங்க... ஏன் இப்படி ஜாடை பேசறீங்க? என்ன ஆச்சு உங்களுக்கு?"

"வந்தோமா – படுத்தோமா போனோமான்னு இல்லாம, என் பொண்ணு மனசைக் கெடுத்து அவளைத் தாயாக்கிட்ட உன்னைப் பார்த்து ஜாடை பேசாம, உனக்கு மேடையா போட்டுக் கொடுக்கச் சொல்றே...?"

"என்னது? வேணி, நீ கர்ப்பமா இருக்கியா?"

அவர் கேட்ட மறு நொடி வேணி, கோபாலனின் காலில் வந்து விழுந்தாள்.

கோபாலன் உடம்பில் திடீரென்று நடுக்கம். "கால்ல விழறியா? பெரிசா தாலி கட்டி முதலிரவெல்லாம் நடந்து பிள்ளை பெத்துக்கப் போறே பாரு? அதுக்குக் கால்ல விழுந்துதான் ஆகணும்!"

மனோன்மணியின் அந்த இடையீட்டில், கிருஷ்ணவேணி முகம் கசங்குகிறது.

"அம்மா, கொஞ்சம் உன் திருவாயை மூடறியா?" கெஞ்சுகிறாள்.

"என் வாயை மூடறது இருக்கட்டும். ஊர் வாயை எப்படி மூடப்போறே?"

"இப்ப யார் நம்மைப்பத்தி நல்லா பேசிக்கிட்டு இருக்காங்க? இனிமேல் தப்பாப் பேசினா என்ன பண்றதுன்னு கவலைப்பட...?"

"தப்பா நம்மைப் பேசினா பரவால்லடி...! குழந்தைக்கு அப்பன் யாருன்னு கேட்டு குடைவாங்களே? அதை யோசிச்சுப் பாத்தியா?"

மனோன்மணி பக்குவமாகத்தான் விஷயத்துக்கு வந்தாள்.

கோபாலன் ஆற்றில் குளித்துவிட்டு ஈரம் சொட்ட எழுந்து வந்த தினுசில் வியர்வைத் தெப்பமாய், அப்படிப் பேசிய மனோன்மணியைப் பார்க்கிறார்.

வேணியின் பார்வை கோபாலனிடம் ஊன்றுகிறது.

'நீ என் மனைவி... உன் வயிற்றுக் குழந்தைக்கு நான் தான் தகப்பன்...' என்று வாயைத் திறந்து உரக்கச் சொல்லமாட்டாரா? என்கிற எதிர்பார்ப்பில் கண்ணிமைகள் கூட துடிக்கின்றன.

கோபாலனால் பேசவே முடியவில்லை. ஒரு பக்கம், புதிய இந்த உறவின் வரவை நினைத்து மனம் களிப்பெடுத்தாலும், மறுபக்கம் ஊரும் உறவும் பேசப்போகும் பேச்சை நினைத்துக் குமைந்து போகிறது.

"என்ன வாயைத் திறக்க காணோம்? ஊரறிய வேணிய பொண்டாட்டியா ஏத்துக்க அந்தஸ்தும் கௌரவமும் இடம் தரமாட்டேங்குதோ? எனக்குத் தெரியுமே...! உங்க வர்க்கப் புத்தியை நான் இன்னிக்கு நேத்தா பார்க்கறேன்? பொட்டச்சின்னா, அவ வாழ இலைதான் உங்களுக்கு. சாப்பிட்டப்புறம் குப்பைத் தொட்டிங்கற மாதிரிதானே எங்க நிலை? போகட்டும் போ... அவ வயித்தைக் கழுவிக்கிறதுக்காவது ஏற்பாடு பண்ணுங்க. அதாவது முடியுமா? இல்லை, முடியாதா?"

மனோன்மணியின் இந்தக் கேள்விக்கு மட்டும் கோபாலனிடம் இடவலமான தலையசைப்பு.

"முடியும்கறீங்களா...? முடியாதுங்கறீங்களா?"

"யோசிச்சுச் சொல்றேன்..."

அந்த வார்த்தைக்குப் பிறகு, அரை விநாடிகூட கோபாலனால் அங்கு நிற்க முடியவில்லை. விறுவிறுவென்று கிளம்பிவிட்டார்.

"தாயி, அபார்ஷன் பண்ணிக்கச் சொல்லி அந்த ஆள் வந்து நின்னா, என்ன பண்ணப் போறே?" இது சின்னையயா.

"இந்த ஜென்மத்துல அது நடக்காது சின்னையயா! என் கர்ப்பம், எனக்குத் தெய்வம் பண்ணியிருக்கிற கருணை!"

"அந்த ஆள் யோசிச்சுச் சொல்றேன்னு சொன்னதை நெனைச்சா, எனக்குச் சங்கடமா இருக்கு. அவரு உன்னை ஏத்துக்குவாருன்னுதோணலை!"

"போகட்டும்..."

"என்ன, நீ இவ்வளவு சாதாரணமா, சொல்லிட்டே? பொறக்கப் போற குழந்தைக்கு தாய் யாருன்னுகூட தெரியாமப் போகலாம். அப்பாங்கற ஸ்தானம் அப்படியில்லே..."

"அதுக்காக...?"

"உனக்காக இல்லை அந்தக் குழந்தைக்காகவாவது கர்ப்பத்தைக் கலைச்சிடு, அது இந்த மண்ணுல பொறக்கும் போதே, கௌரவமாப் பிறந்து அசிங்கப்பட வேண்டாம்!"

சின்னையயா நறுக்கென்று பேசிவிட்டு நகர்ந்து கொள்ள நெடுநேரம் யோசிக்கிறாள் வேணி, வீட்டுத் திண்ணை மேல் காற்றோட்டமாக வந்து உட்காருகிறாள். இப்படியெல்லாம் வாசல் பக்கம் வந்து நின்றோ உட்கார்ந்தோ அவள் ஒருநாள், ஒரு பொழுதைக் கூடக் கடத்தியதில்லை.

நெடுநேரம் அங்கே அவள் உட்கார்ந்திருக்க ஆவேசமாக அவள் முன் திரும்பவும் வந்து நின்றாள் மனோன்மணி. கையில் பணக்கட்டு! வேணி எதிரே கற்றையை விரித்தாள்.

"ஏதும்மா, பணம்?"

"ஊம்... உன் பக்கத்துல படுத்திருந்தானே அந்த அழகு மன்மதன், அவன் கொடுத்து அனுப்பியிருக்கான்! நானோ நீயோ, வெளிய மூச்சு விடக்கூடாதாம். அவசியப்பட்டா நிலத்தை வித்துக்கூட பணம் தரானாம். ஆனா விஷயம் வெளிய தெரிஞ்சா 'தூக்குல தொங்கிடுவேன்'னு சொல்லி விட்டிருக்கான்...!"

சுருக்கென்று ஆகிப்போனது வேணிக்கு. அம்மா அடிக்கடி சொல்வதுபோல, இதுதானா ஆண் புத்தி?

'பாழாய்ப்போன இந்தக் கரிசனம் இரக்கம் எல்லாம் இவர்களிடம் நடிப்புக்குப் பயன்படும் சமாசாரங்களா?'

வேணி குமுறத் தொடங்க, வாசலில் வண்டி கட்டி வந்து நின்றான் சின்னையயா.

"எங்கம்மா?"

"வேலூருக்கு டாக்டர் ஞானசௌந்தரியைப் பாக்க."

"கலைச்சே தீரணுமாம்மா?"

"சுமக்கறதுக்கு அது என்ன புண்ணிய மூட்டையா? இல்லை, காசு பணமாடி? நம்மளை மாதிரிப் பெண்களுக்கு, கர்ப்பப் பைங்கறது ஒரு வேண்டாத உறுப்புடி! நம்ப பணப்பை நிரம்பணும்னா, இந்தக் கர்ப்பப்பையை வெட்டி எடுத்துடணும்!"

"வேண்டாம்மா... என்னை என் போக்குல போக விடும்மா! உன்னைப்போல என்னை ஆக்கப் பார்க்காதே?"

"அடி, விவரங்கெட்டவளே...! என்னைப் போல நீ ஆனாலும் ஆகலைன்னாலும், ஊரைப் பொறுத்து நீயும் ஒரு விபசாரிடி! கௌரவமா நாம வாழ வழியே கிடையாது. அதுக்கு அவங்க நினைக்கற மாதிரியே, இருந்துட்டுப் போய்டுவோமே?"

"ஊர் ஆயிரம் சொல்லட்டும். நமக்கு மனச்சாட்சி உண்டே? எனக்கு அதுதான் பெரிசு!"

"பிடிச்சா பிள்ளையார் - வழிச்செறிஞ்சா சாணி அப்படித்தான் மனச்சாட்சி சமாச்சாரமெல்லாம். தர்ம நியாயம் பேசாதே! வயிறு காயும்!"

"நான் பத்துப் பாத்திரம் தேய்க்கறேன்."

"நீ தொட்ட பாத்திரத்தைத் தொடக்கூட மாட்டாங்க. அதான் இன்றைய நிலை. வியாக்யானம் பண்ணாம, வண்டியில ஏறு..."

வேணியை அள்ளிப் போட்டுக்கொண்டு ஏறத்தாழ, பத்து மைல் பயணம் செய்து ஞானசெளந்தரியைப் போய்ப் பார்த்தபோது...

"டாக்டர்... எனக்குக் குழந்தை வேணும். இந்தக் குழந்தை என் எதிர்காலத்துக்குக் காவல். என் மனசுக்கு ஆறுதல். வேசி முத்திரை இருக்கற ஒரே காரணத்துக்காக, என் அம்மா அதுக்கு மறுக்கறா, இந்தக் குழந்தையைக் கொடுத்தவரும் கௌரவம் - அந்தஸ்துன்னு பார்த்து, அபார்ஸனக்கு சப்போர்ட் பண்றாரு! எனக்கு இந்த உலகத்துல எதுவும்வேண்டாம். ஆனா இந்தக் குழந்தை வேணும்! தயவுசெய்து அபார்ஸன் பண்ண முடியலைன்னு சொல்லிடுங்க டாக்டர்..."

காலில் விழுந்து கேவியழும் வேணியை டாக்டர் அதிர்ச்சிப் பார்வைபார்க்கிறார்:

"உன் அம்மா முடிவுதான் பிராக்டிகலா சரி, ஆனா உன் முடிவுலேயும் ஒரு நியாயம் இருக்கு. குழந்தை பெக்கறது பெரிசுல்ல. கௌரவமா வளர்க்கணும். அது முடியுமா உன்னால?" டாக்டரின் எதிர்க் கேள்வி முன், என்ன பதில் சொல்வது என்று பிடிபடாத அவஸ்தை வேணியிடம். ஆழத் தொடங்குகிறாள். பிறக்கக்கூடாதவள் வயிற்றில் பிறந்துவிட்டதற்காக என்றில்லாமல், வாழ்க்கைச் சக்கரத்தில் இப்படியெல்லாம் நசுங்க வேண்டியிருப்பதை உத்தேசித்து, வலி தாங்காமல் அவள் அழுவது டாக்டருக்கு நன்றாகவே புரிகிறது.

"இது அழற நேரமில்ல... யோசிக்க வேண்டிய நேரம். நீ எடுக்கப் போற முழவிலே உன் வாழ்க்கை மட்டுமில்லே உன் குழந்தை வாழ்க்கையும் சேர்ந்து இருக்கு..."

"எவ்வளவு நாளைக்கு நான் இப்படி என்மேல விழுந்த முத்திரைக்காகக் கவலைப்படுவேன்? இதனாலதானே எல்லா சிக்கலும்?"

"திரும்பவும் சொல்றேன். இப்படிப் புலம்பறதிலே பிரயோஜனம் இல்ல. ஒரு குழந்தையோடே உன்னால நல்லபடி வாழமுழயும்னு உன் மனசு சொன்னா, அப்படியே செய்! இதிலே அடுத்தவங்களைப் பத்தின கவலை வேண்டாம். உனக்காகக் கவலைப்படாத சமூகம், உனக்கெதுக்கு?" டாக்டரின் பேச்சில் புதுத்தெம்பு பெற்ற மாதிரி நிமிர்ந்தவள், "என்ன ஆனாலும் சரி... பிள்ளை பெத்துக்கறேன் டாக்டர்!" என்கிறாள்.

அடுத்த விநாடியே டாக்டரிடம் மாற்றம்.

"இவங்களுக்குக் கருக்கலைப்பு பண்ண முடியாது, பண்ணினா, உயிருக்கு ஆபத்து!" என்கிறார் டாக்டர் மனோன்மணி எதிரில்.

"என்ன டாக்டர் சொல்றீங்க...? இவ பிள்ளையைச் சுமந்தாலே செத்தவதானே?"

"அப்படி ஏன் நினைக்கிறீங்க...? அழகா ஒரு பெண் பிறந்தா, உங்களுக்கு நல்லதுதானே? சினிமாவிலே சேர்த்து பெரிய ஸ்டாராக்கலாமே? முயற்சி செஞ்சா முடியாதது தான் உண்டா?"

"பொண்ணாப் பிறந்தா, நீங்க சொல்ற மாதிரி ஸ்டாரா ஆக்கிடலாம். வருமானம் தான். ஆனா, ஆணாப் பிறந்துட்டா?"

"நம்புங்க, பெண்ணே பிறக்கட்டும்!"

"தப்பித் தவறி ஆணா பிறந்துட்டாலும், கவலைப்பட மாட்டேன். அடுத்த நிமிஷமே அரளிப் பாலைக் கொடுத்தும் கதையை முடிச்சுடுவேன்!"

மனோன்மணி என்னும் அவள் உருவத்தில் பெண்ணாக உள்ளத்தில் அரக்கியாகப் பேசும் பேச்சைக் கேட்டு, ஞானசெளந்தரி என்னும் அந்த டாக்டர் திறந்த வாயை மூடவில்லை.

"நிச்சயம் ஆண் குழந்தைதான்... நீ வயித்தை சாய்ச்சி நடக்கறதுலையே அது தெரிஞ்சுபோச்சு, மத்த குழந்தைக்கெல்லாம் இடது கையை ஊன்றிதான் எழுந்திருப்பே, ஆனா இந்தத் தடவை வலது கையை ஊன்றி எழுந்திருக்கிறே. ஆகையால், எனக்குச் சந்தேகமே இல்லை!"

இப்படி ராஜம் எதிரே சொல்லிக் கொண்டிருப்பவர் வேறு யாருமில்லை தீட்சதர்தான்.

"நீங்க என் மனசுத் திருப்திக்காக சொல்லக்கூடாது."

"இல்ல ராஜம்... மனசாரச் சொல்றேன். உள்ளதைச் சொல்றேன்."

"ஒருகால் இந்த தடவையும் பெண்ணாப் போயிட்டா...?"

"உன்னை இந்த சந்தேகம் விடாதா...? இவ்வளவுதானா உன் தெய்வ நம்பிக்கை?"

"ஆறு தடவை தோத்துப்போனவ நான், எப்பவும் என் பக்தியிலே நான் குறை வெச்சதில்லியே..."

"சிலந்தியை விடவா நாம கேவலம்? எத்தனை தடவை அதோட கூட்டை நாம கலைச்சாலும் அது அடுத்த கூட்டைக் கட்டாம விடறதில்லையே...?"

"நம்ப நிலையைப் பாத்தேளா...? ஓரறிவுகூட இல்லாத ஐந்துவோடே ஒப்பிட்டுக்கற அளவு ஆயிட்டோம்!"

"ஆசூயைப்படாதே ராஜம், நிச்சயம் ஆண் குழந்தைதான் பிறக்கும். அப்படிப் பிறக்கலைன்னா, நான் உபன்யாசம் பண்றதையே நிறுத்திடுவேன், என் வாயால பகவத் நாமாவைச் சொல்லமாட்டேன். அப்புறமா, அது என்னைப் பொறுத்தமட்டுல ஒரு சொல், அவ்வளவுதான்!"

"ஆணுண்ணாதான், நான் பிறக்கப்போற குழந்தையோட முகத்தையே பார்ப்பேன். பெண்ணா இருந்தா, என் பிராணன் அந்தப் படுகையிலேயே போயிடும்னா..."

இருவரின் தர்க்கத்துக்கு நடுவில், மூன்றாவதாக நுழைபவர் கோபாலன்.

"எங்க போய்ட்டு வரே...? நாங்க பேசறதைக் கேட்டுண்டு இருந்தியா?"

"ஆஹா... புருஷனும் பொண்டாட்டியும் ஒரு ஆண் குழந்தைக்காக வாழக்கையையே அடகு வைக்கற அளவுக்குப் போன அந்த விவாதங்களைக் கேட்காம இருப்பேனா?"

"கிறுக்குத்தனமாகப் பேசாதே கோபாலா. உன்னைப் பத்தி நான் கேள்விப்படற விஷயங்கள் அவ்வளவு சரியில்லை."

"என்ன கேள்விப்பட்டே...?"

"நீ அடிக்கடி அந்த மனோன்மணிங்கற வேசி ஆத்துக்குப் போறியாமே...?"

"அது வந்து அது வந்து..." கோபாலன் மிரண்டு போய்ப் பதற ராஜமும் சேர்ந்து கேட்கிறாள்.

"ஐய்யய்யோ! என்னண்ணா இது? நம்ம ஜாதி என்ன! குலம், கோத்ரமென்ன? என் போக்கு, இவ்வளவு மோசமாவா இருக்கணும்...?"

கோபாலன் உடனடியாக நிமிர்ந்து சுதாரிக்கிறார். "பைத்தியம். அந்த மனோன்மணி தன் வீட்டை விக்கற எண்ணத்துல இருக்கா. என் ஸ்னேகிதர்களுக்காக அந்த வீட்டை வாங்கலாம்னு ரெண்டொரு தடவை போய் வந்தேன்."

"அதான பார்த்தேன்? நாப்பது வயசுல உனக்கு ராவண ஆசை வந்துட்டதோன்னு பயந்துட்டேன்!" இது தீட்சதர்.

"அப்படியே வீடு வாங்கணும்ம்னாலும், அவ வீடு வேண்டாம். அவ காத்துப்பட்ட இடம் கூட வேண்டாம் நமக்கு. பொண்ணுன்னா அடக்க ஒடுக்கமா இருக்கணும். வயித்துப் பிழைப்புக்காக இப்படியும் நடப்பாளோ?"

ராஜம் சலித்துக்கொண்டே எழுந்திருக்க, தீட்சதர் உதவுகிறார்.

கோபாலனிடம் குமுறல்.

"முறையா கல்யாணம் ஆனதால, உன்னால இவளை இப்படி பாத்துக்க முடியறது. என்னால முடியலையே...?" கண்கள் ஜலக்கட்டில் மிதக்க, விழுகிறார் கோபாலன்.

"டேய் கோபாலா... வீடு வாசல் வாங்கணும்னா உன் சினேகிதாளை – புரோக்கரை போய்ப் பார்க்கச் சொல்லு. உனக்கு வேண்டாம் அந்த உத்யோகம். மானமுள்ள குடும்பம் நம்ப குடும்பம். பனை மரத்தடியில் நின்னு பாலைக் குடிச்சாலும் கள்ளுன்னு சொல்ற உலகத்திலே வாழ்ந்துண்டிருக்கறவா நாம்! இந்த லட்சணத்திலே, நீ வீட பாக்கப்போனேங்கறது நிஜமாவே இருந்தாலும், பொய்யுன்னும் நாலுபேர் சொல்லலாம். எப்பவும் நிஜத்தைவிட, பொய்க்கு வேகம் அதிகம். நிஜம் நின்னு ஒரு தெருவைச் சுத்தி வரதுக்குள்ள, பொய் பத்துத் தெருவை சுத்தி வந்துடும்கறது பழமொழி. பாத்து நடந்துக்கோ! ஏடாகூடமா ஏதாவது பண்ணி, எங்களைக் குடும்பத்தோட தூக்குல தொங்க விட்டுடாதே...!"

தீட்சதரின் பொருள் பொதிந்த பேச்சின் அந்த முடிப்பு? கோபாலனைப் பிடறியில் பிடித்து ஒரு ஆட்டு ஆட்டியது.

'ஐய்யய்யோ!' என்று மனம் பதறியது.

"பதற வேண்டாம்! உயிர் போனாலும், என் கர்ப்பத்துக்குக் காரணம் நீங்கன்னு சொல்லமாட்டேன், என் ஒருத்தியோட ஆசைக்காக, ஒரு குடும்பமே தூக்குல தொங்க நான் காரணமாக மாட்டேன். என் அம்மாவைச் சமாளிக்கறது என் பொறுப்பு. பெண் பிறக்கும். சினிமாக் காரியாக்கலாம்கற ஆசைல கொஞ்சம் வாயை மூடிக் கிடக்கறா. அப்பப்ப நீங்க போடற பிச்சை. அறவே வாயைத் திறக்கவிட்றதில். ஆமா... ஆத்தோரத்து அந்த மூனு ஏக்கரை வித்துட்டிங்களாமே?"

மாந்தோப்புக் கல் மண்டபத்தில் வேணி இப்படிக் கேட்டபோது, அவள் மடியில் தலைவைத்துப் படுத்தபடி அழுது கொண்டிருக்கிறார் கோபாலன்.

"என்மேல உங்களுக்கு நம்பிக்கை இல்லியா? உங்க மேல ஆணையாச் சொல்றேன். இது ரகசியம், நீங்க தைரியமா இருக்கலாம்."

"அதுக்கில்ல வேணி, உறவிருந்தும் இப்படி ரகசியமாச் சந்திச்சுப் பேசி, முழுப் பூசணிக்காயைச் சோத்துல மறைக்கிற மாதிரி நடந்துக்கற என் செய்கை, எனக்கே பிடிக்கல்லே...!"

"என்ன பண்றது...? உங்க போக்கு கோழைத்தனமானது இல்ல...! அது தியாகம்! மத்தவங்களைப் பத்தி நான் எதுக்குக் கவலைப்படணும்ணு நினைக்காம, நீங்க இப்படி நடந்துக்கறதை நினைச்சு நான் பெருமைப்படறேன். ஆரம்பத்துல உங்களைப் புரிஞ்சுக்காம நான் வருத்தப்பட்டிருக்கலாம். ஆனா இப்ப, நிச்சயமா அப்படி இல்லை..."

அவள் பேச்சைத் தொடர்ந்து, அவளது கர்ப்ப வயிற்றில் காது கொடுத்து, பிள்ளையின் இட வலப்புரளலை ரசிக்க ஆரம்பிக்கிறார் கோபாலன்.

"ஆமா பையன் என்ன சொல்றான்?"

"நான் வெளிய வந்து, என் அம்மாவை யாரும் ஒரு வார்த்தை பேச இடம் கொடுக்கமாட்டேம்மாங்கறான்...!"

"நெஜமாவா?"

"ஆமா, வேணி நான் பிறந்ததுக்கப்புறம் பாரு, அம்மாவோட கஷ்டமெல்லாம் தீரப் போக்குதுங்கறான்...!"

"ஐயோ... அப்புறம்...?"

கோபாலனின் அந்தப் பேச்சு கற்பனைதான் என்றாலும், அது வேணியை ஆனந்தக் கண்ணீர் சிந்த விட்டது. புளகாங்கிதத்தில் முகத்தில் கோடி சூரியப் பிரகாசம்.

அடேயப்பா... பையன் மேல் இத்தனை பாசமா? ஒரு பக்கம் ராஜம் மறுபக்கம் வேணி! இருவரிடம்தான், ஆண் வர்க்கத்தின்மேல் எத்தனை ஈடுபாடு...?

அத்தியாயம்

20

சூரியனுக்குக் கிரீடம்
சூட்டப்போய்
பொசுங்கிய ராணி மேகம்,
நிழலாய் அப்பிக்கிடந்த
பூவரசுமர வரப்பில்,
நான் தேடினது நேற்றுத் தொலைந்த
ஞாபக நாளங்களை
இதோ, இங்கே அவன்
என் கையில் விரல் நுனிகளால்
எழுதிய எழுத்தில் புள்ளிகள் இல்லை...!
கோடுகள் மாத்திரம்
ஏறுக்கு மாறாய்...

– தீபாவளி பகல் நூலில், இரா. மீனாட்சி.

படகு போன்ற, அந்தக் கார், தீட்சதர் வீட்டை விட்டுக் கிளம்பவும் கோபாலன் உள்ளே நுழையவும் சரியாக இருந்தது. "வாடா கோபாலா...! வந்துட்டுப் போறவா நம்ப இந்தியாவோட பிரசிடென்ட் ஆபீஸைச் சேர்ந்தவா...!" என்று உற்சாகமாக வரவேற்கிறார் தீட்சதர்.

"ஜனாதிபதிகிட்ட இருந்தா வரா?"

"ஆமாண்டா... டெல்லியில சேர்ந்தாப்பல இருபது நாளைக்கு உபன்யாசம், அதுல ஒருநாள் ஜனாதிபதி மாளிகையில் விருந்து வேற... பதம்பூஷன் பட்டத்துக்கு என் பேரை சிபாரிசு பண்ணியிருக்காளாம்! தெரியுமோ நோக்கு?"

தீட்சதர் அப்படிக் கேட்கும்போது நிஜமாகவே கோபாலனுக்கு ஒருமாதிரியாகிவிட்டது!

"ஈஸ்வரக் கிருபைங்கறது இதுதான். ஆனா என் ராஜம் இங்க எப்ப வலி வரும், எப்ப குழந்தை பெறப்பானேனே தெரியாத நிலைல நான் அவ்வளவு தூரம் போகணுமான்னு யோசிக்கிறேன்." பீறிட்ட உற்சாகத்தை உடனேயே ஆவியாக்கிக் கரைந்து போகிறார் தீட்சதர்.

"அண்ணாதான் இருக்காளே? நீங்க தைரியமப் போய்ட்டு வாங்கோ. ஜனாதிபதிகூட விருந்து சாப்பிடக் கிடைக்கற சந்தர்ப்பம்னா, சும்மாவா?"

உள்ளிருந்து வரும் குரல் ராஜத்தினுடையது.

"ஆமாம் கணபதி, நான் பாத்துக்கறேன். சந்தோஷமாப் போய்ட்டு வா..." கோபாலனும் ஒப்புதல் தருகிறார்.

"கோபாலா... நடுவில குழந்தை பிறந்துட்டா, உடனே நீ எனக்கு போன் பண்ணணும். பத்மஸ்ரீ, பத்ம பூஷன் விருதைவிட, எனக்கு ஆண் குழந்தை பொறந்துட்டுதுங்கற செய்திதான் பெரிய விருதுடா...!"

கோபாலன், தீட்சத்ரை வெறிக்கிறார். பேச்சு எங்கே சென்றாலும் எப்படிச் சுழன்றாலும், முடிவில் அது ஆண் குழந்தை என்று வந்து முடிந்துவிடுவதை நினைக்க எரிச்சலாக இருக்கிறது. இருந்தும், அடக்கிக் கொள்கிறார்.

தீட்சதரை ரயிலேற்றி விடும் முஸ்தீபுகள் ஆரம்பமாகின்றன ஒரு வழியாக அவரைத் திருச்சி ஜங்க்ஷனில் ரயிலேற்றிவிட்டுக்

காரில் வீடு திரும்பியபோது, ஊர் எல்லையிலேயே கார், இல்லாத மக்கர் எல்லாம் செய்தது.

"என்னப்பா ஆச்சு?"

"ஏர் லாக் ஆகுது சார்…" என்றான் டிரைவர். கஷடப்பட்டு ஒரு வழியாக ஓட்டி வந்துவிட்டான். இரவு மணி பதினொன்றைக் கடந்துவிட்டிருந்தது.

வீட்டிற்குள் காலை வைத்தபோது, பெரிய பெண் அன்னபூரணி ஓடி வந்தாள்.

"மாமா மாமா… அம்மா இடுப்பு வலின்னு ரொம்ப நாழியா அலறிண்டிருக்கா…"

பதறி அடித்து உள்ளே ஓடியவர், தரையில் புழுப்போல் நெளிந்து கிடந்த ராஜத்தைப் பார்த்து, ஒரு விநாடி செயலற்றுப் போனார்.

"அண்ணா, என்னை உடனடியாக ஆஸ்பத்திரிக்கு…"

ராஜத்தால் முழுவதுமாகப் பேசக்கூட முடியவில்லை.

"இந்த நாழி பார்த்துத்தானா கார் ரிப்பேராகும்?" கோபாலனிடம் கதறல்.

"அப்படின்னா, மருத்துவச்சி மருதாயியை வரச் சொல்…!"

"தோ, உடனே ஏற்பாடு பண்றேன்" என்றவர் அவளை அப்படியே தூக்கிப் படுக்கையில் சாய்த்து, தலையணைகளை அண்டக் கொடுத்து வெளியே தலைதெறிக்க ஓடினார்.

"சாமி நான் வீட்டுக்குக் கிளம்பறேன். என் சம்சாரத்துக்கும் இது மாசம்!" எனும் டிரைவரை வேறு வழியின்றி அனுப்பிவிட்டு, மருதாயியின் குடிசையை நோக்கி ஓடுகின்றன கோபாலனின் கால்கள்.

"அம்மா அந்த வேணி ஊட்டுக்குப் போயிருக்கு… சின்னைய்யா வந்து கூட்டிக்கிட்டுப் போனான். அதுக்கும் இடுப்பு வலியாமுல்ல…?" என்கிறான் மருதாயியின் மூத்த மகன்.

"என்னது? வேணிக்கும் இடுப்பு வலியா?"

உச்சியில் மின்னல் இறங்கினது மாதிரி ஓர் இன்ப அதிர்ச்சி கோபாலனுக்கு!

"ஐயோ! நான் இப்ப என்ன பண்ணுவேன்? யாரைப் பார்ப்பேன்?" சிண்டைப் பிய்த்துக் கொள்ளும் பதட்டம் சில விநாடிதான்.

கால்கள் வேணி வீட்டை நோக்கி ஓடுகின்றன. கரி பூசிய இரவு, கோபாலனின் ஓட்டத்தையும் பதட்டத்தையும் நன்றாகவே மூடி மறைக்க...

"வாங்க சாமி... வேணி புழுவா துடிச்சிக்கிட்டு இருக்கு!" என்று வரவேற்கிறான் சின்னையா. மனோன்மணி, சாவதானமாக வெற்றிலை மென்று கொண்டிருக்கிறாள்!

"பொண்ணாப் பொறந்தா, பிரசவம் பார்த்த உன் கைக்கு ஒரு பவுன்ல மோதிரமே பண்ணிப் போடறேன்! பையனா இருந்தா, நீயே அரளிப்பாலை விட்டுக் கொன்னுடு. வேணி முழிச்சிருந்தா விடமாட்டா! அவளை நல்லா மயக்கத்துலே போட்டுடு. இந்தா, குளோரோஃபாம் டப்பா..." என்று மருதாயி வசம் குளோரோஃபாம் வரை கொடுத்திருக்கும் அவள் பதட்டமில்லாத புத்திசாலித்தனம், மருதாயியையே குடைந்து கொண்டிருக்கிறது.

"எனக்கு ஆக்கித்தான் பழக்கம். அழிச்சுப் பழக்கமில்லை!" என்று சொல்லிவிட்டு வேணியிடம் மல்லுகட்டிக் கொண்டிருக்கிறாள்.

கோபாலன் வரவும் வியந்து போகிறாள் மருதாயி,

"சாமி, நீங்க எங்க இங்க...?"

"மருதாயி... என் தங்கைக்கு இடுப்புவலி... கொஞ்சம் உடனே வரியா?"

"இங்க ஒரு உசிர் துடிக்கிறச்சே, எப்படிங்க விட்டுட்டு வர முடியும்?"

"பிரசவமாக ரொம்ப நேரமாகுமோ?"

"இதெல்லாம் என்ன நம்ப கையிலே இருக்கிற விசயமா?" என்கிற மருதாயி, சின்னைய்யாவிடம் சில நாட்டு மருந்துகளைக் கேட்கவும், அவன் அதை வாங்கி வர வெளியே ஓடுகிறான்.

"அப்படியெல்லாம் சொல்லாதே... என் மச்சினன் என்னை நம்பி விட்டுட்டுப் போயிருக்கான்!" கோபாலன் அவள் கையைப் பிடித்து இழுக்காத குறை...

"இங்கேயும் அப்படித்தான், அதைவிடக் கொடுமை! நான் இங்க இல்லாதப்ப தப்பித்தவறி ஆண் பிறந்துட்டா, உடனேயே கழுத்தை நெறிச்சு கொன்னுடுவா அந்த மனோன்மணி! பொண்ணுபொண்ணுன்னு பறந்துக்கிட்டிருக்கா! நான் யாரைப் பாக்கட்டும்? நீங்களே சொல்லுங்க...?"

பேசியது போதும் என்பதுபோல் வேணி வீரிட்டு அலறி, மருதாயியைப் பக்கம் அழைத்தாள்.

"வலி உச்சிக்குப் போக ஆரம்பிச்சிடுச்சு. கொஞ்சம் பொறுங்க பிள்ளை வெளியே வர்ற நேரமாச்சு!" என்றபடி மருதாயி உள்ளே ஓடினாள்.

போன சில நிமிடங்களில், வியர்வையை ஒத்தியபடி வெளியே வந்தாள் மருதாயி.

கோபாலனும் மனோன்மணியும் அவள் முகத்தையே வெறிக்கின்றனர். சின்னைய்யாவை நாட்டு மருந்து வாங்கி வரும்படி நள்ளிரவென்றும் பாராமல் வெளியே அனுப்பியாயிற்று.

இருவர் மட்டும்தான்...!

இருவர் முகத்திலும் ஆவலான ஆவல்...!

"ஆணா? பெண்ணா?" தீ பறக்கும் கேள்வி அவர்கள் இருவரிடமும்.

மருதாயி தலை தொங்கிப் போகிறது. பதிலில்லை மனோன்மணி அவளைத் தள்ளிக்கொண்டு உள்ளே போனவள், தலையில் அடித்துக் கொண்டு வெளியே வந்தாள்.

கோபாலனாலும் பொறுக்க முடியயவில்லை, பாய்ந்து விட்டார்.

பச்சை ஆண் சிசு! அப்படியே கோபாலனை உரித்துக் கொண்டு, தொட்டிலில் இலேசான அழுகையுடன் கிடக்கிறது...!

பார்த்த மாத்திரத்தில், கோபாலனின் உடம்பில் பரவசமான பரவசம்!

மகிழ்ச்சி என்பது ரத்தத்தில் கலக்கிறது. சந்தோஷம் என்பது மூச்சில் கலக்கிறது. இன்பம் என்பது இதயத்தில் குதிக்கத் தொடங்குகிறது.

வேணி கனவு கண்டபடியே, எதிர்பார்த்தபடியே, ஆசைப்பட்டபடியே ஆண் வாரிசு!

ஆனால், அவளிடமோ இயற்கையான மயக்கம்! பிரசவ மயக்கம் என்றால் சும்மாவா?

வெளியே மனோன்மணி, மருதாயியிடம் பேரம் நடத்திக் கொண்டிருக்கிறாள்.

"என்னால முடியாது... என் கையால அரளிப்பால் நான் விடமாட்டேன். எனக்கு வேண்டாம் அந்தப் பாவம்."

"அப்ப, அந்தக் குழந்தையை நீயே எடுத்துக்கிட்டுப் போ...!"

"நான் பிரசவம் பார்க்க வந்தவ. குழந்தையை வாங்க வந்தவ இல்லே...!"

"அப்படியா...? அவ கண்ணு முழிக்குமுன்ன, நானே அந்தச் சிசுவை பரலோகம் அனுப்பறேன், பாரு...!"

"தாயி... பொம்பளையாப் பொறந்துவிட்டு உனக்கு, இப்படி ஒரு கல்மனசு கூடாது தாயி..."

"பைத்தியக்காரி! அவன் இந்த கேடுகெட்ட சமுதாயத்துல, தே*** மகனாச் சீரழியறதுக்கு இப்பவே வந்த வழியைப் பார்த்துத் திரும்பிடட்டும்! ஆண் சமூகம்கிறது எப்பவும் இனி நான் வாழத்தான் பயன் படணும் அது வாழ நான் பயன்படவே கூடாது. போதும்டி ஒரு ஆணால நான் தே***எது!"

"வேண்டாம், உனக்கு இருக்கற ஆத்திரத்தை அந்தப் பிஞ்சு மேலே காட்டாதே! அது மகாபாவம்!"

இருவரின் தர்க்கத்தைத் தடுத்தபடி முறைக்கிறார் கோபாலன்.

"ஒரு உயிர் இப்பதான் பூமிக்கு வந்திருக்கு... ஆனா அதை உடனேயே சாகடிக்க இங்க மோதல்! இதைவிட ஒரு கொடுமை என்ன வேணும்? எதுவா இருந்தாலும், காலைலே பேசிக்கலாம், அதுவரை குழந்தைக்கோ தாய்க்கோ சின்ன சேதம் கூட நேரக் கூடாது. மீறி ஏதாவது நடந்தா, அதுக்கு யார் காரணமோ, அவர்களைக் கடிச்சே கொதறிடுவேன்!"

உக்கிரமான உக்கிரத்துடன் கோபாலன் அப்படிப் பேசவும், மனோன்மணி அப்படியே சுருண்டுவிட்டாள்! அடுத்த விநாடியே மருதாயியுடன் தன் வீட்டுக்குப் பறக்கத் தொடங்குகிறது அவர் தேகம்.

நல்லவேளை...

ராஜம் இடுப்பு வலியில் இன்னும் துடித்துக்கொண்டு தான் இருந்தாள். மோசமாக எதுவும் ஆகிவிடவில்லை குழந்தைகளில் பெரியவர்களைத் தவிர மற்றுதுகள் தூங்கி விட, பக்கத்து வீட்டு மாமி துணையாக உட்கார்ந்து கொண்டிருந்தாள்.

"நீங்க போங்க மாமி, மத்ததை நான் பார்த்துக்கறேன்." என்ற கோபாலனை மாமி கொஞ்சம் நாணத்துடன் பார்த்தப்படி நகர்ந்து நிற்கத் தொடங்கினாள்.

மருதாயி படபடவென்று காரியத்தில் இறங்கினாள்! ஒரு மணிகால அவகாசம் ஓடிய நிலையில், எந்த அலறலும் பதறலும் இன்றி, ராஜத்தின் வயிற்றில் இருந்து அந்த ஏழாவது சிசுவும் மெல்ல எட்டிப் பார்த்தது.

ராஜம் பிரக்ஞையோடுதான் இருந்தாள்.

பிறக்கப் போவதைப் பார்த்தாக வேண்டிய ஆசை, மார்பை முட்டிக் கொண்டிருக்கும்போது, மயக்கமாவது வருவதாவது...?

ஆறு பிரசவம் அனுபவித்தவள்... ஏழாவதற்கு நன்றாகவே ஒத்துழைத்தாள்.

மருதாயியும் ராசியானவள். பக்குவமாகக் கர்ப்பவாசல் கடந்து வரும் சிசுவைக் கைகளால் உருவிப் பற்றுகிறாள்.

தலையைக்காட்டி வயிற்றைக்காட்டி ப்ளிக்கென்று பனிக்குடத்து நீர் உசும்ப, வெளியே தொப்புள் கொடித் தொடர்புடன் வந்த அந்த சிசுவின் மர்ம ஸ்தானத்தில் தான் பார்வை முதலில் ஓடுகிறது மருதாயிக்கு.

அவளுக்கும் தெரியும்... ராஜம் ஆணுக்காகப் பறக்கும் பறப்பு! ஊரே பார்க்க, பாதயாத்திரை போனவள் அல்லவா?

ஆண்டவன் இதாவது ஆணாக இருந்து, இவள் குறையைத் தீர்க்கட்டும்: என்கிற மருதாயி நினைப்பில் பிறந்துவிட்ட குழந்தையின் பெண் குறி நெஞ்சைக் கிள்ளுகிறது.

'ஐயோ! சொன்னால் இவள் தாங்குவாளா?'

மருதாயி நினைக்கும்முன்பே, ராஜம் அரைக்கண் செருக "என்ன குழந்தை?" என்று கேட்கிறாள்.

"ஆஹா, என்னா அழகு! என்னா ஒரு லட்சணம்!" மருதாயி மளமளவென்று தொப்புள் கொடி அறுக்கிறாள்.

"என்ன குழந்தைன்னு கேட்டேனே? ஐயோ? காட்டேன் பையன்தானே?"

ஏனோ ராஜத்தின் உடம்பு, அந்த நிர்வாண நிலையில் தூக்கி தூக்கிப் போடுகிறது.

"வரக்கூடாதே பதட்டம் வருகிறது. ஐயோ இது வலிப்பில் கொண்டுபோய் விட்டுவிடுமே...?" மருதாயி ஆபத்துக்குப் பாவமில்லை என்கிற துணிவோடு.

"ஆணேதான்... ஆணேதான்! ஆனா நீ இப்ப பார்க்ககூடாது. கொஞ்சம் பொறு கழுவிக் கொண்டுக்கிட்டு வரேன்!" என்று

குழந்தையை வெறுங்கையில் சுமந்தபடி வெளியே வந்து, கோபாலனைத் தனியே அழைத்துக் குமுறத் தொடங்கினாள்.

"என்ன குழந்தை?" பக்கத்து வீட்டு மாமியிடம் கூட ஆர்வத் தொற்றுதல்.

"ஆண் குழந்தை... ஆண் குழந்தை!" சமயோசிதமான கோபாலனின் பேச்சைக் கேட்டு, ஆவலுடன் மாமி வெளியேறுகிறாள். வீதிக்குச் செய்தி போகவேண்டுமே?

"நானும் ஆணுன்னுட்டேன். நீங்களும் ஆணுன்னுட்டிங்க, உள்ளே உங்க தங்கச்சியோ, குழந்தையைப் பாக்கத்துடிக்குது. இது பெண்ணுன்னு தெரிஞ்சா, வலிப்பு வந்து செத்தாலும் செத்துடும்! அத்தனை பதட்டம். இப்ப! என்ன பண்ண?"

என்ன பண்ண?

என்ன பண்ண?

ஒருபக்கம் பெண்தான் வேணும் எனும் பெண் ஒருத்தி! மறுபக்கம் ஆணுக்காக உயிரைக் கையில் பிடித்தப்படி இன்னொருத்தி!

கோபாலன் சில நிமிடம்தான் குழம்புகிறார். சற்றெக்கைல்லாம் பிரமாதமான வழி அகப்பட்டுவிட்ட ஒரு பாவனை முகத்தில் மின்னலடிக்கிறது.

மருதாயியின் காதைக் கடிக்கிறார்.

அவளும் பிரகாசமடைகிறாள்.

ஆனாலும், சற்றுக் குழம்புகிறாள்.

"பயப்படாதே மருதாயி... அது என் பையன்தான்! அங்கே இருந்து அவன் சாகவேண்டாம் இங்கே வந்து நல்ல படி வாழட்டும்! இந்த பெண்ணும் அங்கே ராணி மாதிரி வளரும்..."

"ஐயோ! என்னிக்காவது வெளிய தெரிஞ்சா?"

"நான் பொறுப்பு... நீ எனக்கு இப்ப பயன்படப்போற கருவிதான்... பேசினது போதும், கிளம்பு! மணி ரெண்டாச்சு...."

குழந்தையை இங்க எடுத்துக்கிட்டு வந்து, உடனடியா இடம் மாத்தணும்! இருட்டு நமக்குச் சாதகமாக இருக்கு.. விடிஞ்சுட்டா, எல்லாம் சரியாயிடும்..."

தயங்கித் தயங்கி, குழந்தையுடன் கொல்லை வழியாக மருதாயி கிளம்புகிறாள். இதற்குள், வெளியே போன பக்கத்து வீட்டு மாமி ஆவலாக இரண்டொருவருடன் உள்ளே வருகிறாள்.

"தாயும் சேயும் சௌக்யம்தானே? மாமா ஆயாச்சு போல இருக்கு! ரொம்ப நாளைக்கப்புறம் தீட்சதர் மாமிக்கு ஆண் வாரிசு வந்துருக்கு! மாமி பாதயாத்திரை போனது வீண் போகலை...!"

வருகிறவர்கள் பேச்சை ரசிக்கும் மனநிலை ஏது கோபாலனிடம்?

"போய்ப் பார்க்கலாமா?" அதில் ஒருத்தி கேட்கிறாள்.

"கொஞ்சம் பொறுங்க... மருதாயி ஏதோ பண்ணிண்டிருக்கா."

வெளியே பனியில் மருதாயி ஓடிக் கொண்டிருந்தாள்! கையில் அந்தப் பச்சிளம் பெண் குழந்தை, புதிய உலகின் காற்றுப் பட்டு, குளிர் தாங்காமல் விரைத்துக் கொண்டு அழப்பார்த்தது. மார்போடு அணைத்துக் கொண்டாள்.

"தாயே மகமாயி...!" தன் இஷ்ட தெய்வத்தைக் கூப்பிட்டு மருகினாள் மருதாயி. குரலில் முள் தைத்ததைப் பிடுங்கிக்கூடப் போடாமல் ஓடினாள்.

பெண் குழந்தையுடன் எதிரே வந்து நின்ற மருதாயியைப் பார்த்த உடனேயே, மனோன்மணிக்கு எல்லாம் புரிந்துவிட்டது!.

"தீட்சதர் சம்சாரத்துக்கு பொண்ணு பொறந்திருக்கு...! அது இங்கேயும் இது அங்கேயும் மாறணும் இதுதானே கோபாலனோட பிளான்?"

"ஆமாம் தாயி... அப்படியே மனசுல இருக்கறதைப் படம் பிடிச்ச மாதிரி சொல்லிட்டே...!"

"வேணிக்கு மயக்கம் தெளிஞ்சிடிச்சா?" நுழைந்த வேகத்தில் அவர் கேட்ட கேள்விக்கு இடக்கு மனோன்மணியிடம்!

"தெளியலை... ஆனா இந்த மாற்றத்துக்கு நான் ஒத்துக்க மாட்டேன்."

"ஏன் மணியம்மா?"

"ஆத்திரத்துக்கும் அவசரத்துக்கும் மாத்திட்டு நாளைக்கு விஷயம் தெரிய வந்தா, தீட்சதருக்குப் பதில் சொல்ல என்னால முடியாது! அவருன்னா, மந்திரியே கை கட்டி நிக்க பாத்துருக்கேன். என்னைப் பந்தாட்றது அவருக்கு சுலபம்."

"வெளியே தெரிஞ்சாத்தானே?"

"தெரியாதுங்கறதுக்கு என்ன உத்தரவாதம்?"

"என்ன பண்ணனும்?"

"இந்த மாற்றத்துக்குப் பிறகு, இந்த வீட்டுப்பக்கம் நீங்க தலைவெச்சுக்கூட படுக்கக்கூடாது. வேணியே கூப்பிட்டாலும். அழுது புரண்டாலும். உண்மையை வெளியே சொல்லவோ, அவளோட பழையபடி இழையவோ கூடாது! தொடர்ந்து இந்தக் குழந்தையோட வளர்ச்சிக்குப் பணம் தரணும்... அது, இவ வயசுக்கு வர்ற வரைலையும்தான். இவளை நான் என் இஷ்டத்துக்கு ஆளாக்குவேன்! எதுலேயும் தலையிடக்கூடாது. இதுக்கெல்லாம் சம்மதமா?"

"சம்மதம்... சம்மதம்... சம்மதம்!..."

"வெத்துப் பத்திரத்துல கையெழுத்துப் போட்டுத் தர முடியுமா?"

"தாராளமாகத் தரேன்! அங்க ராஜம் குழந்தைக்குத் தவிச்சுண்டிருக்கா. எங்கே குழந்தை?"

"பறக்க வேண்டாம் கோபாலன்! பதட்டத்தும்போது ஒரு முடிவு தெளிஞ்ச பிறகு இன்னொரு முடிவுங்கிறது ஆண்களுக்கு ரொம்ப சகஜம். முதல்ல கையெழுத்து அப்புறம்தான் மத்ததெல்லாம்..."

அடுத்த விநாடியே கோபாலன் அவள் காலில் விழுந்தார்.

"மணியம்மா... நான் வாக்கு மாறமாட்டேன். இது என்னைச் சோதிக்கிற நேரமில்ல. தயவுசெய்து குழந்தையைக் கொடுங்க."

அதற்குமேல் மனோன்மணியாலும் அவரைச் சோதிக்க முடியாமல் போனது! குழந்தை அவசரம் அவசரமாக இடம் மாறியது...!

இரவும், புழக்கடையும் மிகவும் உதவியது.

ராஜம், வீட்டில் குழந்தை எங்கே என்று எழுந்து அறையை விட்டே வெளியே வந்துவிட்டாள்.

நல்லவேளை...

மருதாயி மூச்சிறைக்க உள்ளே நுழைந்து, அவள் முன் வேணியின் உதிரத் தொடர்பை தூக்கிக் காட்டவும், முத்தமாகப் பொழிந்து மூர்ச்சித்தே விழுந்துவிட்டாள் ராஜம்!

பாலுக்காகத் தொண்டை வரள அலறிக்கொண்டேயிருந்தது அந்தப் பெண் சிசு! பக்கத்தில் பிரக்ஞையற்றுப் போய் உட்கார்ந்திருந்தாள் வேணி. விழிகளில் கண்ணீரின் படையெடுப்பு.

"பாலைக் கொடுடி... ஆணாப் பொறந்து, உன்னைத் தூக்கி நிறுத்துவான்னு பகல் கனவு கண்டியாக்கும்? ஆணைவிட, பெண்ணுக்குத்தாண்டி எதிர்காலம்! பாத்துக்கிட்டே இரு! என் பேத்தி இந்த நாட்டையே கலக்கற நாள் வரத்தான் போகுது...!" என்கிறாள் மனோன்மணி.

"தாயி, உன் வருத்தத்தை, பிறந்த இந்தப் பிஞ்சுகிட்ட காட்டலாமா? இது என்ன பாவம் பண்ணிச்சு...? அழ விடாதே தாயி! ஆணா இருந்தாலும், பெண்ணா இருந்தாலும் தலை எழுத்துன்னு ஒண்ணு இருக்குல்ல...?"

சின்னய்யாவும் ஆறுதலுக்கு மல்லுக் கட்டுகிறான் வேணி, பொக்கை வாயைப் பிளந்து அழும் அந்தப் பெண்ணைப் பார்க்கிறாள்.

"உன்மேல் எனக்கு வெறுப்பில்லை... பெண்ணாக என் வயிற்றில் பிறந்ததற்குத்தான் வருந்துகிறேன். உன்னை எப்படி வளர்த்து ஆளாக்கப்போகிறேனோ, தெரியலையே? ஒரு விபசாரச் சிலுவையை நான் சுமப்பது போதாதா? அதில் பங்கு வாங்க நீயும் வந்துவிட்டாயா?"

குமுறியபடி குழந்தையை வாரி எடுத்து மார்பு ரவிக்கையை விலக்கி, பாலுக்காக தனங்களில் அதன் உதட்டைப் பிரிக்கிறாள்.

பிறந்தது ஓரிடமாக இருந்தாலும், சுரந்து வந்ததைச் சுவைக்க அந்தப் பிஞ்சு மறுக்கவில்லை...! பேதம் எங்களுக்கு ஏது என்பதுபோல், அது பசியாற உறிஞ்ச ஆரம்பித்தது. காம்பை நிமிண்டிப் பாலை அது உள்வாங்கிய விதத்தில், அதன் நாவண்ணங்களில், தனது தனங்களுக்கு ஏற்பட்ட நிரடலால் வேணியிடம் பரவசக் குவியல்.

"ஆணோ, பெண்ணோ தாயானேன்! இணையில்லாத இந்த இன்பம் அதனால்தானே?"

நெகிழ்ந்து உச்சி மோந்தாள்...

சிலநாள் வரை, இந்த மாறுதலை ஒட்டிய பதட்டம் கோபாலனிடமும், மருதாயிடமும் இருந்தது. பிறகு, மெல்ல அதுவும் குறைந்து போனது!

மருதாயியின் உதவிக்கு சன்மானமாக சில ஆயிரங்களை கோபாலன் தந்தபோது, வாங்க மறுத்த மருதாயி மானுடத்தின் உச்சிக்கே போய்விட்டாள்! என் உயிர் உள்ளவரை விஷயத்தை வெளியே விடமாட்டேன் என்று அவள் சொன்னபோது, கோபாலன் அந்தக் கிழவியை தாயாகவே கருதிக் காலில் விழுந்துவிட்டார்.

மனோன்மணியிடம் கொடுத்த வாக்குறுதிப்படி வேணியைப் பார்க்கவோ, பேசவோ அவர் முயற்சி செய்யவே இல்லை.

வேணியே சின்னைய்யாவை தூதனுப்பிய கட்டங்களில் மட்டும் சந்திப்பைத் தவிர்க்க முடியவில்லை.

என்ன...?

"அப்பா" என்றழைக்க வேண்டியவன், "மாமா" என்று அழைத்தப்படி வளர்ந்து வருகிறான் கேட்க சங்கடமாக இருந்தாலும், வேணியிடம் வளர்ந்தால் கூட, இத்தனை

கண்காணிப்புடன் வளருவானா என்பது சந்தேகம்தான்...! அதையெல்லாம் நினைத்து ஆறுதல் கொள்கிறார் கோபாலன்.

நடுவில் மருதாயியையும் காலம் ஒருநாள் கொண்டு போய்விட்டது.

ஆகக்கூடி, இந்த மாற்றத்தை இனி வெளியே சொன்னாலும், கேட்பவர்கள் நம்புவார்களா? என்கிற நிலை...!

அத்தியாயம்

21

"குட்டித் தொட்டிகளில் குறுகும்
கட்டாயத்தில் காய்க்கும் மர இனங்கள்
கண்ணுக்குள் கவர்ச்சியென்று
கலையாய் வளர்க்கும் சில மரங்கள்
வேகமாய் ஓடும் வேருக்குத்
துளைத்துச் செல்ல நிலமில்லை;
தொட்டி விளிம்பே அதனெல்லை;
தொடர்ந்து செல்ல இடமில்லை!"

- 'இன்னும் வரும்' கவிதைத் தொகுப்பில்,
பத்மினி பட்டாபிராமன்.

மாந்தோப்பு...!

இரவின் பிடியில் காற்றின் குதூகலத்தில், கூடவே பறவைகளின் "கீச்சு மூச்சு" சப்தத்தில் அலமலந்து கிடக்கிறது. கல்மண்டபத்தில் கோபாலன் கூறிவரும் கதையைக் கேட்டு ஊஹிற்ும் நிஜங்களைக் கேட்டுச் சிலைபோல் என்றில்லாதபடி, சிலையாகவே ஆகிவிட்டான் சுந்தரேசன்.

ஏதோ பண்டமாற்று செய்கின்றமாதிரி, பழைய பேப்பருக்குப் பேரீச்சம்பழும் வாங்குகிற மாதிரி, இரண்டு உயிர்களை

ஒன்றையொன்று மாற்றிப் போட்ட அந்த வரலாற்றினைக் கேட்டு, சுந்தரேசன் உடைந்தும் போகிறான்.

நடந்து முடிந்தவற்றில், யாரிடம் தவறிருக்கிறது? யார் துரோகம் செய்தது? என்றெல்லாம் பட்டியலிட முடியாத நிலை... அவரவர்கள் இடத்தில் சரியாகத்தான் செயல்பட்டிருக்கிறார்கள். விதி என்பதாக நாம் அடிக்கடி கூறும் ஒன்று மட்டும், அனைவருக்கும் நடுவில் ராஜநடை போட்டுவிட்டது நன்கு தெரிகிறது.

"இப்படி உங்களை மாத்தினது வேணிக்கும் தெரியாது... ராஜத்துக்கும் தெரியாது. எனக்கும் அந்த மனோன்மணிக்கும், விட்டா, மூணாவதா அந்த மருத்துவச்சிக்கும் தெரியும்: மருத்துவச்சியும் இப்போது உயிரோட இல்ல, நடுவுல, சிந்தாம சிதறாம நீங்க வளர்ந்த மாதிரி, உங்க ரகசியமும் வளர்ந்துடுத்து! அதோட பத்திரத்துக்கு இந்த நிமிஷம் வரை குந்தகம் வந்துடலை! இனி எப்படியோ?"

முகத்தைத் துடைத்தபடி கோபாலன் தொடர்வதில், அவன் கவனம் திரும்பவும் பதறுகிறது.

"பாவம் வேணி! பையன் பையன்னுதவமிருந்தா... பையனா நீ பிறந்தும் அவளுக்கு உன் பாசமோ ஆதரவோ கிடைக்க நான் விடலை! என் தங்கை செத்துட்டா என்ன பண்றதுங்கற சுயநலமும், நீ என் கண் எதிரே என் பாதுகாப்பிலே கௌரவமா வளரணும்கற ஆசையும் என் கண்ணைக் கட்டிடுத்து... உன்னை அந்த மனோன்மணி கொன்னுட்டா என்ன பண்றதுங்கற கவலை வேற எனக்கு... இருந்தாலும் துணிஞ்சு நான் அன்னிக்கு வேணிதான் என் பெண்டாட்டின்னு சொல்லியிருந்தா, இந்த மாதியான குழப்பம் வந்திருக்காதுதான்! ஏனோ அந்த தைரியம் இந்த நிமிஷம் வரை வரமாட்டேங்கறது!"

கோபாலன் சொல்லிவிட்டு, குமுறிக் குமுறி அழுகிறார். சுந்தரேசன் அவர் அழுவதே நல்லது என்கிற மாதிரி அவரைப் பார்க்கும்போது, யாரோ அங்கு வரும் அரவம்!

"யாரோ வரா... வா, நாம கிளம்பலாம்." கோபாலன் பதைத்து எழுந்துகொள்ள, சுந்தரேசன் தடுக்கிறான்.

"இப்படிப் பயந்து பயந்து இத்தனை நாள் வாழ்ந்தது போறாதா? இனியுமா?" அவன் கேள்வி அவரைக் கிள்ளும்போது, அரவம் சமீபத்திலேயே கேட்கிறது.

திரும்பிப் பார்த்தாள் வேணி!

"வேணி. நீயா? இந்த ராத்திரியியோ?"

"நானேதான், உங்களை ஆஸ்பத்திரி வாசல்லேயே நான் பாத்துட்டேன்." அவள் படு நிதானமாகப் பேசியபடி சுந்தரேசனைப் பார்க்கிறாள். பார்வையா அது? பாசமும், பரிவும் அன்பும் அனுசரணையும் ஒன்றுடன் ஒன்று மோதித்தளும்பும் ஜீவ உணர்வின் ஓட்டமாகவே அது தெரிகிறது. சுந்தரேசனும் "தாய்" என்ற உண்மை உணர்ந்த நிலையில் அவளைப் பார்ப்பதால் மெய்சிலிர்த்துப் போகிறான். தன்னையும் அறியாமல் "அம்மா..." என்று கேவியே விடுகிறான்.

"நான் அம்மாதான்... உன் அம்மாதான்! உனக்குத் தெரிஞ்சாச்சா அந்த ரகசியம்?"

"வேணியிடம்! உனக்கு சுந்தரேசன் யாருங்கறது தெரியுமா?" கம்மிக் கதறியபடி கேட்கிறார்.

"தாய்க்குப் பிள்ளையைத் தெரியாதா என்ன?"

"இந்த மாதியெல்லாம் பேசாதே வேணி... எப்படித் தெரியும்? யார் சொன்னது?"

"ஏன் உங்களுக்கு இவ்வளவு பதட்டம்...?"

"பதட்டப்படாம எப்படி இருக்கிறது? நான் பண்ணினது படு பாதகம்னா... அது உனக்குத் தெரிஞ்சிருக்குன்னா நான் எதை வெச்சு நம்பறது? தெரிஞ்சுமா, நீ சும்மா இருந்தே? என்னால் நம்ப முடியலே வேணி?"

"இன்னிக்கு நேத்து இல்ல... பல வருஷம் முன்னாலேயே இந்த ரகசியம் எனக்குத் தெரிஞ்சாச்சு. சாகறதுக்கு முந்தி மனசு

கேக்காம மருத்துவச்சி என்னைக் கூப்பிட்டுவிட்டுச் சொன்ன ரகசியம் இது!"

"எப்படிம்மா அது தெரிஞ்சும், என்னைப் பார்க்கத் துடிக்காம பார்த்தும் துடிக்காம, சாதாரணமா இருந்தீங்க?" இம்முறை சுந்தரேசனின் நுழைவு.

"எல்லாருக்கும் துடிச்சுப் பழக்கம்னா, எனக்குத் துடிப்பை அடக்கித்தான் பழக்கம். காலம் கடந்து நான் துடிக்கிறதால், யாருக்கு என்ன லாபம்? பவித்ரமா வளர்ந்துடிருக்கிற உன் வாழ்க்கைன்னா இருண்டு போகும்...?"

"என் வாழ்க்கையை விடும்மா. மீனாட்சியைப் பத்திக் கொஞ்சமாவது யோசிச்சியா?"

"அவளைப் பத்தி நான் யோசிக்காத நாழி எது? எல்லாமே கைநழுவிப்போன பின்னே, யோசிச்சுதான் என்ன பயன்? மீனாட்சி தீட்சதர் பொண்ணாவே இருந்தாலும், பதினாறு வருஷம் என் மடியில் என் வீட்டிலே வளர்ந்தவ. அப்படியே கழுவ முடிஞ்சாலும். நான் சொல்றதை முதல்ல யார் நம்புவாங்க? பொய் சொல்றதா சத்தியமே செய்வாங்க! மீனாட்சியேகூட "ஏம்மா என்னைக்கரை சேர்க்க உனக்கு இந்த வழிதானா கிடைச்சது? நான் பாரமாயிட்டேனா?"ன்னு திருப்பிக் கேட்பா, ஓர் எல்லைக்கு மேல் போயிட்டா, பொய் உண்மையாயிடறதும், உண்மை பொய்யாயிடறதும் மனித வாழ்க்கையிலே ரொம்ப சகஜம்கறதை நான் நல்லா உணர்ந்தவ..."

அவள் அப்படிச் சொல்லும்போது, கண்ணீரை அவளால் கட்டுப்படுத்த முடியவில்லை. சுந்தரேசன் பதறிப்போய் கண்ணீரைத் துடைத்துவிடுகிறான்.

"இதுக்குத்தான் நான் பிள்ளை பெத்துக்க ஆசைப்பட்டேன். இந்த அன்புக்கும் அனுசரணைக்கும்தான் கர்ப்பம் தரிச்சேன். கண் காணாம எங்கேயாவது போய் பிச்சை எடுத்தாவது என் மகனோடு வாழ்ந்தாப் போதும்னெல்லாம் கனவு கண்டேன். உன்

கனவுக்கு இருபத்தி நாலு வருஷம் நான் காத்திருக்க வேண்டி வந்திருக்குப் பாத்தியா, சுந்தரேசா?"

கோபாலன் தலை சாய்ந்து போகிறது.

"என்னை மன்னிச்சுடு வேணி..." குரலும்கூட உடைந்து போகிறது.

"நீங்க ஒரு தப்பும் பண்ணலை: அன்றைய நிலையிலே உங்களால் அப்படித்தான் நடந்துக்க முடியும். இப்படியெல்லாம் நடக்கணும்கறது விதியாயிட்ட பிறகு, யாராலே என்ன பண்ண முடியும்?"

"அதையெல்லாம் விட்டுத்தள்ளு வேணி, சுந்தரேசனையும மீனாட்சியையும் சேர்த்து வைக்கணும். அதுக்கென்ன வழி? பண்ணின பாவத்துக்குப் பிராயச்சித்தமா அதையாவது நான் செய்ய விரும்பறேன்!"

கோபாலன் கரத்தை ஆதரவாகப் பிடிக்கிறாள் வேணி பலப்பல வருடம் ஓடியபிறகு மீண்டும் அவள் ஸ்பரிசம்!

"எல்லாத்துக்கும் வேளை வந்தாச்சுங்க! இல்லேன்னா, இத்தனை தூரம் விஷயம் வெளியே வந்திருக்குமா?"

"நமக்குள்ளே வெளியே வந்தது பெரிசில்ல வேணி. தீட்சதன் இதை நம்பணும். நடந்ததைவிட நடக்கப்போறதை நினைச்சா, எனக்கு மலைப்பா இருக்கு... மீனாட்சி வேற இந்த உண்மைகள் தெரிஞ்சா என்ன பண்ணுவாளோ?"

"அப்பா, நீங்க கவலைப்பட வேண்டாம். நான் இனி பார்த்துக்கறேன்!" சுந்தரேசனின் அந்தத் தெம்பான முன்வருகை இருவரையும் லேசாக்குகிறது.

"ராஜத்துக்கிட்ட பக்குவமாகச் சொல்லணும். அவ ஒரு ஹார்ட் பேஷண்ட்..." அப்பொழுதுகூட தங்கைப் பாசம் கோபாலனைக் கூவவிடுகிறது.

"என் அம்மா உடம்பைப் பத்தி எனக்குத் தெரியாதா என்ன?"

"நீ எந்த அம்மாவைடா சொல்றே..."

"நான் புண்ணியம் பண்ணினவன்... எனக்கு இரண்டு அம்மா இப்போ!"

நெகிழ்ந்து போகிறான் சுந்தரேசன்.

"வேற பிள்ளையா இருந்தா என்ன பாவம் பண்ணினேனோ? இப்படி வந்து பொறந்துட்டேன்'ன்னுதான் புலம்புவான். நீ புண்ணியம் பண்ணினதாச் சொல்றியே?"

"அம்மா... அப்பா...! எப்பவும் யாரும் பாவம் பண்ணினதால மனுஷப் பிறப்பு எடுக்கறதேயில்லை. அப்படி எடுக்கற பிறப்பில உள்ள பேதங்கள் எல்லாம் மனுஷாளா வகுத்த விஷயங்கள். தெய்வம் தன் கருணையிலே எப்பவும் குறை வைக்கறதேயில்லை. அது குறை வெச்சா, நாம தாங்க முடியுமா? அதோட கருணை இல்லாமலா, எப்பவோ இடம் மாறிப்போன நான், இப்ப ஒண்ணாச் சேர்ந்திருக்கேன்... இவ்வளவு தூரம் நல்லபடி நடந்துட்டுது இனிதானா கெட்டுடும்? கெடணும்னு இருந்தா அருள் இல்லைன்னா, அன்னிக்கே என் பாட்டி எனக்கு நெல்லுப்பால் கொடுத்திருக்கலாம். அதனால் நீ பாதிக்கப்பட்டு உயிரைக்கூட விட்டிருக்கலாம். இதெல்லாம் நடக்கலையே...?"

சுந்தரேசன் பேச்சைக்கேட்டு வாய் பிளக்கின்றனர் இருவரும். அவன் பேச்சில்தான் எத்தனை தெளவு! எத்தனை யதார்த்தம்!

பத்து மணியைச் கடந்துவிட்ட நள்ளிரவில் சுந்தரேசன் வீட்டுக்குள் நுழையயவும், மளாரென்று ஹால் ட்யூப்லைட் எரிகிறது.

ஊஞ்சலில் சரிந்து கிடந்த தீட்சதர் தேகம் நிமிர்கிறது. பக்கத்தில் துணை ஒட்டிக் கண்ணயர்ந்துவிட்ட ராஜமும் விழித்துக் கொள்கிறாள்.

காயாத மருதாணிக் கரங்களோடு சகோதரிகள் படையும் அறைகளிலிருந்து எழுந்து வந்து சூழ்ந்து கொள்கிறது.

"எங்க போயிட்டு இத்தனை நாழி கழிச்சு வரே?"

தீட்சதர் சலிப்புடன் கேட்கிறார்.

"தெரிஞ்சவாளைப் பாத்துட்டு வரேன்..." அப்படிச் சொல்லும்போதே, தீட்சதரை அர்த்த புஷ்டியுடன் வெறிக்கிறான் சுந்தரேசன்.

வேத வித்தாக தெய்வப் பழமாக இருந்தாலும் அவருக்குள்ளும் துளி அறியாமை!

நடப்பதெல்லாம் நாராயணன் செயல் என்று ஊருக்கும் உலகுக்கும் சொன்னாலும், தன் வரையில் பெண்ணாகப் பிறந்ததை மட்டும் ஜீரணக்கமாட்டாமல், "ஆண்", "ஆண்!" என்று இவர் மாய்ந்த மாய்ப்பு எந்த கபடத்துடன் சேர்த்தி?

அவனுக்குள் நினைப்பு ஓட, அவர் கமறுகிறார். "சுந்தரேசா, உன் போக்கு எனக்குப் பிடிபடலை! நீ என் பிள்ளையான்னு எனக்கே சந்தேகமாயிருக்கு..." அவர் அப்படிக் கவலைப்படும்போது ராஜம் குறுக்கிடுகிறாள்.

"உங்க பல்லவி அப்புறம்... சுந்தரேசா காலை அலம்பிண்டு சாப்பிட வா..."

இதுதான் அம்மா! இப்படி முதல் காரியம் பசியாற்றுவது பின்னர்தான் கோபம் தாபம் என்று பிரித்துக் கொள்வது என்கிற இந்தக் கருணை மனசு ஆண் வர்க்கத்துக்கு வருவதேயில்லையே...?

"ஆயினும் அம்மா! நீ ஒரு ஆணுக்காக அப்படி அலைபாய்ந்திருக்க வேண்டாம். செத்த பிறகு மோட்சம் வேண்டும் என்று, உயிருடன் இருக்கும்போதே நீ நரகத்தில் புழுங்கியிருக்க வேண்டாம்!"

ராஜத்தையும் அர்த்தபுஷ்டியுடன் பார்க்கிறான்.

அம்மா இப்போது அத்தையாகத் தெரிகிறாள்! அதை என்னால் தாங்க முடிகிறது. ஆனால் அம்மா, நான் உன் மகனில்லை மருமான் என்பதை உன்னால் தாங்க முடியுமா?

இமை மூடிகளில் அவன் கேள்வியின் படபடப்பு.

"ஆளுக்குப் பேசறோம். ஆனா நீ வாய் திறக்கக் காணோம். கொஞ்சம் முந்தி நம்பாத்துக்கு யார் வந்திருந்தா தெரியுமா?"

மருதாணி விரலை நோட்டமிட்டபடி பெரியவள் அன்னபூரணி கேட்கிறாள்.

"யார் வந்திருந்தா?" அப்பாடா... சுந்தரேசன் உதடு ஒரு வழியாகப் பிரிந்துவிட்டது.

"இரண்டுபேர். இதுல ஒருத்தர் டி.எஸ்.பி. இன்னொருத்தர்..." அன்னபூரணி சஸ்பென்ஸ் வைக்கிறாள்.

சுந்தரேசன் இமைகளில் அரிவாள் சின்னம்.

"நீ செத்த சும்மா இருடி... சந்து, நம்ப அப்பா மேலேயும் உன்மேலேயும் ஒரு லாரிக்காரன் மோதப் பார்த்தானில்லியா?"

இப்படிக் கேட்பவள் அன்னபூரணிக்கு அடுத்தவள் அம்புஜம்.

"ஆமா... அவனுக்கென்ன?"

"அவனைப்பத்தி தெரிஞ்சுக்கதான் டி.எஸ்.பியே வந்தார்."

சுந்தரேசன் அவர்கள் விவரிப்பில் திடுக்கிட்டு, தீட்சதர் பக்கம் திரும்புகிறான்.

"ஆமாண்டா... அவன் யாரு என்ன ஏதுன்னு எனக்குத் தெரிஞ்சாகணும். நான் பாட்டுக்கு ராமாயணம் மகாபாரதம்னு வாழ்ந்திண்டுருக்கற ஒரு லௌகீக சன்யாசி வம்புதும்புகளைப் பத்தி நினைச்சுக்கூடப் பார்க்காத ஆள் நான். இது எல்லாருக்கும் தெரியும். அப்படிப்பட்ட என்மேல் ஒருத்தன் கோவமா இருக்கான்! அதன் காரணமா என்னைக் கொல்லவே பாத்திருக்கான்னா, அதை எப்படி கண்டுக்காம விட முடியும்?"

ஊஞ்சலில் ஆடியபடி தீட்சதர் ஆசுவாசமாய்ப் பேசிவிட்டு வெற்றிலைப் பெட்டியைத் திறக்கிறார்.

"அப்பா, என்ன இது செத்த பாம்பை அடிச்சுண்டு?" சுந்தரேசனின் அந்த வெடுக்கென்ற ஆவேசம் எல்லோருக்கும் ஆச்சரியம்தான்.

"என்னடா இது... எதுடா செத்தபாம்பு? அவனா? இல்லை, அவன் நடத்தப்பார்த்த ஆக்சிடன்டா?"

"ரெண்டும்தான். குடிச்சிப்பிட்டு வண்டி ஓட்டியிருக்கான் நான் அப்பவே சொன்னேனே...?"

"நீ அப்படிச் சொல்றே... ஆனா ஆக்சிடன்டுல டிரைவரோட மார்ச்சுவரிலே அவன் அந்த குடல்ல ஆல்கஹால் ஜட்டமே இல்லைங்கற மாதிரி ரிப்போர்ட் வந்திருக்கு. விஷயம் அப்படியும் இப்படியுமா, எப்படியோ போலீசுக்கு போயாச்சு. போலீஸ் மோப்பம் பிடிச்சு என்கிட்ட வந்தது. வந்தவாகிட்ட நான் எதுக்கு மறைக்கணும்.? நீ ஒழுங்கா வீட்டிலே இருந்திருந்தா இதெல்லாம் தெரிஞ்சிருக்கும். இப்பல்லாம்தான் காவிரிப் பக்கம் போனாலே? நீ காணாமப் போயிடறியே?"

நீண்ட விளக்கத்தில் ஒரு குத்தும் குத்தியவரை சுந்தரேசன் மலங்கப் பார்க்கிறான்.

"சுந்து... எவ்வளவு நடந்திருக்கு, ஏதவாது எங்கிட்ட நீ சொன்னியா? உனக்கு ஏதாவது ஆனா, என் மனசு கேட்குமாடா..."

ராஜம் கேவ ஆரம்பிக்கிறாள்.

"சரி சரி... அதான் டி.எஸ்.பி. பாத்துக்கறேன்னுட்டாரே! அடுத்த விஷயத்துக்கு வருவோம்: நாளைக்கு நாம சிதம்பரம் போறோம். தயாராகு..."

"எதுக்குப்பா? அங்கே உபன்யாசமா?"

"அதான் இல்லை" இது சந்தோஷ சமாச்சாரம்"

"என்னப்பா அது?"

"சிதம்பரத்தில் திருவாளர் நடராஜசுந்தரத்தைத் தெரியும்தானே?"

"தெரியும்... பெரிய ஆடிட்டர் ஆச்சே?"

"அவரோட பிள்ளைகள் ரெண்டுபேருக்கும் நம்ம அன்னபூரணியையும், அம்புஜத்தையும் கேட்டு வந்திருக்கா, அது சம்மந்தமாப் பேசணும்."

சுந்தரேசன் நிஜமாலுமே அதைக் கேட்டுப் பூரித்து, அக்காக்கள் இருவரையும் பார்த்தான். அவர்கள் அப்பொழுதே நாணிக்கோணி நின்று நெளிய ஆரம்பித்துவிட்டனர்.

"உடனே முடிச்சுடணும்பா... உடனே முடிச்சுடணும்" என்கிறான் வேகமாக.

"ஆனா ஒரு இக்கன்னா!"

"என்னப்பா, சீர் வரதட்சணைன்னு ஏதாவது...?"

"அதெல்லாம் எதுவுமில்லை. அவருக்கு ஒரு பொண்ணு இருக்கா. பேர் பாக்கியலட்சுமியாம்! அவளை நீதான் பண்ணிக்கணுமாம்! அப்டின்னாதான், இந்தக் கல்யாணம் நடக்கும்கற மாதிரி பேசினார். நீ இப்ப இருக்கற நிலையில் உனக்கும் ஒரு கால்கட்டு அவசியம்னு தோணித்து, சரின்னுட்டேன்!"

தீட்சதர் அப்படிச் சொல்லவும், சுந்தரேசனுக்கு. நடுமுதுகில் ஊசி ஏறியது!

அத்தியாயம்

22

> "பூத்துவிட்டது செடி!
> என்று சொல்லி புன்னகைத்தார்கள்!
> அம்மா
> இலைகளைக் கோதிக் கொடுத்தாள்.
> அப்பா
> வேலியை விரிவாக்கினார்.
> புயல்கள் பார்வைகளைக்
> கூர்தீட்டினார்கள்
> கண்கள்
> கனவுகளைப் பத்திரப்படுத்தின
> வந்த பெரியவர்கள் மட்டும்
> விலைதரச் சொல்லி
> விசாரித்துக் கொண்டிருக்கிறார்கள்.
> வேருடன் பிடுங்சிப்போக!..."
>
> "ஒரு வானம் இரு சிறகு"- நூலில், மு. மேத்தா.

"**க**ல்யாணத்துக்கு எனக்கென்ப்பா அவசரம்?"

வேதனையை மென்று விழுங்கியபடி தீட்சதரைப் பார்க்கிறான் சந்தரேசன்.

"கல்யாணம்கறது பருவத்துல பண்ண வேண்டிய பயிர். அதிலே அவசரம் தாமதம் எதுக்குமே நம்ம கையில் இடம் கிடையாது. உன் ஜாதகத்திலே குரு பார்வை வரும்போது, இந்த விசேஷம் நடந்தே தீரணும்... இப்ப வந்தாச்சு!"

"ஆமாண்டா நல்ல சம்பந்தம்! மாட்டேன்னு சொல்லிடாதே. கண் காணாத இடத்திலே பொண்ணைக் கொடுத்திட்டு, அவ எப்படி இருக்காளோ என்னவோ இருக்காளோன்னு கொட்டு கொட்டுன்னு கவலைப்படாம, இப்படி ஒண்ணுக்குள்ள ஒண்ணா கொடுத்து வாங்கிண்டா, நமக்குதானேப்பா செளகர்யம்!"

ராஜத்தின் தாய்மை, அவள் பேச்சில் தன்மையாய் இழையோடுகிறது.

"அட இவளுக்குத்தான் தன் பிள்ளையைப் பற்றி என்ன ஒரு கவலை! கல்யாணமானாலும் பெண்கள் அருகிலேயே இருக்க வேண்டும். போய்ப் பார்த்துவர தோது வேண்டும். ஆனால் உரிமை இருந்தும், விருப்பப்படியே ஓர் ஆண் வாரிசைப் பெற்றும், வேணிக்கு மட்டும் இந்த அருகாமை, பாசமோ துளியும் இல்லாமல் போய்விட்டதே..."

ராஜத்தைப் பார்க்கும்போது, கிருஷ்ணவேணியும் முந்துகிறாள். அதன் நிமித்தம், சுந்தரேசன் உதட்டில் ஓர் அர்த்தபுஷ்டியுள்ள விரக்திப் புன்னகை.

"என்ன சுந்து சிரிக்கறே? காலம் எவ்வளவு கஷ்டப்படணும்கறது உனக்குத் தெரியாதா? நான் காலேஜிக்குப் போய்விட்டு வரும்போது பசங்க பண்ற கலாட்டா சகிக்கலை."

"இந்தக் காலத்திலே ஒரு பொண்ணு, ஒரு சரியான ஆண் துணை இல்லாம இருந்தா, அவ எவ்வளவு கஷ்டப்படணும்கறது உனக்குத் தெரியாதா? கன்னிப் பெண்களும் அம்மன் கோவில் தீச்சட்டிகளும் ஒண்ணு சுந்தரேசா! ரொம்ப நாழி வெச்சுண்டிருக்க முடியாது."

ஆளுக்கு ஆள், தங்கள் பக்கத்துக்கு பலம் சேர்க்கிறார்கள். இப்படிப் பேச வேணிக்கு தெரியவில்லையா? இல்லை, பேசியும் யாரு கண்டு கொள்ளவில்லையா?

"இவர்களைப் போலத்தானே மீனாட்சியும்...?"

அவனுக்குள் மௌனம் இறுதிக் கொண்டே போகிறது. அதை நன்றாகவே குறிப்பால் அறிகிறார் தீட்சதர்.

"இப்படி மௌனியா நின்னா எப்படி? என் பேச்சை கேக்கறதா உத்தேசமா? இல்லை, வேற பாதையில போகற நினைப்பா?"

தீட்சதர் அப்படிக் கேட்ட வேளை பார்த்து கோபாலனும் வீட்டுக்குள் காலடி எடுத்து வைக்கிறார்.

"மாமனுக்கு மருமானுக்கும் இப்பல்லாம் ராவு பகல் இல்லாம ஊரைச் சுத்தறது வழக்கமாப் போச்சு!" என்கிற இடக்குடன் தீட்சதர் கோபாலன் முகத்தை எதிர்கொள்ள அவர் முகம் பேயறைந்த மாதிரி வெளிறிக் கிடக்கிறது.

"ஏண்ணா ஒரு மாதிரி இருக்கே? நோக்கு ஒண்ணு தெரியுமோ? அன்னாவையும், அம்புஜாவையும் பெண் கேட்டு வந்துட்டுப் போனா..." ராஜம், உரிமையாகக் கரிசனம் கலந்து பேசுவதை கோபாலன் சர்வ சாதாரணமாகக் கேட்டுத் தலையாட்ட, தீட்சதரின் பார்வை கோபாலனையும் குடைகிறது.

"நீயும் சரியில்லே... சுந்தரேசனும் சரியில்லே. சில நாட்களாக உங்களுக்குள்ளே ஏதோ கசாமுசான்னு நினைக்கிறேன்!" தீட்சதரின் கேள்வி இருவரையுமே இடிக்கிறது.

என்ன பேச?

எதைப் பேச?

அப்போதைக்கு, நழுவுவதுதான் புத்திசாலித்தனமாகப்படுகிறது.

ஓரளவு தேறியிருந்தான் ஜம்புலிங்கம். "லோக்கல்" போலீஸ் வந்து காதைக் கடித்துவிட்டுப் போயிருந்தது.

"அவசரப்பட்டுட்டீங்க... அதான் இப்படியாயிடுச்சு! தீட்சதர், அவர் மகன்லாம் உங்களுக்கு ஒரு பொருட்டா? இவங்களைச்

சாகடிச்சாதான் நிம்மதியாயிருக்க முடியும்னு நினைச்சுட்டிங்களே?"
பக்கத்தில் அவனது பிரதான கைத்தடி ஒருவனின் அன்புப்
பிலாக்கணம்.

ஜம்புலிங்கம் அதைக் கேட்டும் கேட்காத மாதிரி, அந்த அறையில்
சுழலும் ஃபேனையே உற்றுப் பார்த்தப்படி படுத்திருந்தான்.

பக்கத்தில் தலைமாடெல்லாம் ஆப்பிள் ஆரஞ்சுகள், பிரதான
புள்ளியாக இருப்பதால் வந்து போவோர் போட்டுச் சென்ற
குளுகோஸும் ஒரு புரொவிஷன் ஸ்டோர் கொள்ளுமளவு
குவிந்திருந்தன.

அவனது தாலி கட்டிய மனைவி தங்கபாக்கியம், சோர்ந்துபோய்
வெளியே உட்கார்ந்திருந்தாள்.

சற்றுமுன்தான், மனோன்மணி வந்துவிட்டுப் போயிருந்தாள்.
"மீனாட்சி உங்களைக் கட்டிக்க அரைமனசா தயாராயிட்டா.
இனி ஒரு தடையும் இல்லை." என்று வேறு சொல்லிவிட்டுப்
போயிருந்தாள். அது, அவன் நினைப்பில் ஊர்வலம் போகிறது.

வெளியே உட்கார்ந்திருக்கும் தங்கபாக்கியத்துக்கு அவன்
மனநிலை தெளிவாகவே தெரிந்திருக்கிறது.

அவளால் அவனது ஆசையை ஜீரணிக்கவே முடியவில்லை.
ஏற்கனவே குஜிலியம்பாறையிலும், திண்டுக்கல்லிலும் இரண்டு
சக்களத்திகள். இப்பொழுது மூன்றாவதாக ஒருத்தியா?

ஜம்புலிங்கத்தை எதிர்த்தெல்லாம் பேச முடியாது! பேசினால்
புரிந்துகொண்டு செயல்படுகிற ஆளும் இல்லை அவன்.

பேய்க்கு வாழ்க்கைப்பட்ட கதைதான்!

இறுகிப்போய்க் கிடக்கும் அவள் எதிரே, ஜம்புலிங்கத்தின்
பிரதான கொத்தடிமை விக்கிரமராசு பிராந்தி பாட்டிலுடன்
உள்ளே நுழைகிறான்.

படுத்த படுக்கையாய் ரத்தம் எல்லாம் இழந்து கிடக்கும் இந்த
நிலையிலுமா பிராந்தி? பதறுகிறது தங்கபாக்கியத்தின் மனது.

"ஏய் எதுக்குய்யா பிராந்தி?"

"ஐயாவுக்கு இது இல்லாம இருக்க முடியாது தெரியும்ல?"

"இப்பல்லாம் குடிக்ககூடாதுய்யா. டாக்டருக்குத் தெரிஞ்சா திட்டுவாரு."

"தெரிஞ்சாதானே?" பதட்டமேயில்லாமல் பதில் சொன்னபடி, பிராந்தியைக் கண்ணாடி டம்பளருக்கு மாற்றுகிறான்.

ஜம்புலிங்கம் பார்வை அந்த அரக்குத் திரவம் பக்கம் திரும்புகிறது.

"அது குடலுக்குள் விழுந்த வேகத்தில், உடம்பின் எடையைக் குறைத்துவிடும் கால்களின் சுமையை நீக்கிவிடும். முதுகில் இறக்கை முளைக்க, ஆகாயம்... அதன்பின் நம் சொர்க்கம்..."

இந்த மாதிரி சந்தர்ப்பங்களில் மனதுக்குப் பிடித்த பெண் இருந்து அவளுக்கும் ஊத்திக் கொடுத்து அவளோடும் சல்லாபிப்பது என்பதுதான் மனிதப் பிறப்புக்கே மகத்துவமான செயல்! ஏனோ இப்பொழுது முடியாமல் போய்விட்டது. இப்படிச் சிதைந்துபோய்ப்படுத்துக் கிடக்க வேண்டி வந்துவிட்டது. இப்படி ஆகும் என்று கனவிலும் நினைக்கவில்லை.

"நிச்சயம் தீட்சதரும், சுந்தரேசனும் மண்டையைப் போட்டுவிடுவார்கள் ஒரு கல்லில் இரண்டு மாங்காய் அடித்துவிடலாம்..." என்று நினைத்தது பொய்யாகிவிட்டது.

குமைந்தபடி பிராந்தியைப் பருகுகிறான் ஜம்புலிங்கம்.

"அடிபட்டுப் படுத்திருக்கிறதாலையும், ஊர்ல பெரிய மனுஷனா இருக்கறதாலையும், நீங்க இப்ப இங்க இருக்கீங்க! வேற யாரா இருந்தாலும், போலீஸ் ஸ்டேஷன்ல கம்பி எண்ணிக்கிட்டிருக்கணும்! தீட்சதர் டி.எஸ்.பி. வரை பேசியிருக்காராம். என்ன ஆகப்போகுதோ?" கவலைப்படுகிறான் திரும்பவும் கைத்தடி.

ஜம்புலிங்கத்துக்கு அவன் பேச்சு குமட்டலைத் தருகிறது.

"அவங்களை கொல்ற அளவுக்குப் போயிருக்க வேண்டாம்!" என்று தன் பேச்சின் முடிவில் அவன் வருந்துவதைப் கேட்க ஐம்புலிங்கத்துக்கு வலிக்கிறது.

"ஏன்டா நான் ஒரு வேலைல இறங்கினா எவ்வளவு தடவை யோசிப்பேன்னு உனக்குத் தெரியுமில்ல?"

"தெரியும். ஆனா இப்ப நீங்க அப்படி யோசிச்சு இறங்கின மாதிரி தெரியலையே? இப்படி மாட்டிகிட்டீங்களே? கொல்ல முயற்சி செஞ்சது போலீஸ் வரைக்கும் போய், விசாரணையில்ல வரப்போவுது? தீட்சதரே உங்களை நேர்ல பார்த்துப் பேசணுமாம் நான் என்னய்யா உனக்கு துரோகம் பண்ணேன்னு கேக்கணுமாம்!"

"சில விஷயத்தை வெளியே வெச்சுப் பேசி முடிக்க முடியாது விக்கிரமராசு. அது காதும் காதும் வெச்ச ரகசியம்!"

"அட, என்னாங்க பெரிய ரகசியம்? ஒரு ரூட்டு... பொம்பளைக்காக நீங்க இந்த அலட்டு அலட்டிக்கிட்டு... நீங்க கை சொடக்கு போட்டா லட்சம் பொம்பளைய நாங்க கூட்டி வாரோம்."

"ரூட்டு பொம்பளை இல்லடா! என் மீனாட்சி! அவ அந்தக் கோயில் அம்மன்டா!"

"பாக்க வேணா, அப்படி இருக்கலாம்! அதுக்காக ஒரு தாசியை அம்மன் ஆட்டுக்குட்டின்னெல்லாம் ஒசத்தாதீங்க. உங்களுக்கு என்னவோ ஆயிடுச்சு."

"டேய், அவ தாசி இல்லடா... தாசி வயத்துல பொறக்கவும் இல்லே!"

"என்னாங்க இது புதுக்கதை?"

"கதை இல்லடா நிஜம்! இதுக்குமேல என் வாயைப்பிடுங்காதீங்க... வெளிய போங்க..."

அவர்களை அனுப்பிவிட்டு சொச்சம் பிராந்தியையும் முழுங்கிவிட்டு, கண்களை அழுத்தி மூடி யோசிக்கும்போது, உள்ளே மனோன்மணி நிமிருகிறாள்.

அவளோடு சமீபத்தில் ஆக்சிடென்டுக்கு முன் பேசிய பேச்சும் நிமிருகிறது.

"மணி நிஜத்தைச் சொல்லு, மீனாட்சி இவ்வளவு லட்சணமா இருக்குதே? அதோட அப்பன் யாரு?"

"அதான் அன்னிக்கு நீங்களே சொல்லிட்டீங்கல்ல? அவளோட அப்பன் ஒரு மேல் ஜாதிக்காரனாத்தான் இருக்கணும்னு!"

"அதான் யாரு?"

"வேணாங்க அதெல்லாம். தெரிஞ்சு என்னா பண்ணப்போறீங்க?"

"தெரிஞ்சு என்ன பண்ணப்போறேனா? உன் வம்சத்துப் பொண்ணுகளைப் பொண்டாட்டியாக்கிக்க நான் என்ன கேனையனா? நீ எப்படியோ? ஆனா உன் பொண்ணு வேணி சுத்தமான பொம்பளை! இந்த மீனாட்சி அதைவிட சுத்தம்! உன் கறையைத்தான் இந்த இரண்டு பெண்களும் சுமக்கறாங்க. மொத்தத்துல அதுங்க இரண்டும் தங்கம்!"

"நெஜம்தான். அதான் தங்கத்தையே கட்டிக்கப் போறீங்கல்ல!"

"எனக்கு மீனாட்சி அப்பன் யாருங்கறது தெரிஞ்சாகணும் என் அந்தஸ்துக்கு, நாளை பின்ன? ஒரு மாக்கான் வந்து 'நான்தான் உன் மாமனார்'னு என் எதிர்க்க நின்னா, என் மானம் மரியாதை என்னாவது?"

"அப்படியெல்லாம் நடக்காது. நீங்க கவலையே பட வேண்டாம்."

"அதுசரி... நான் இவ்வளவு கேட்டும், என்கிட்ட அந்த ரகசியத்தை சொல்லமாட்டேங்கறே, பாத்தியா? நான்லாம் எந்த நம்பிக்கையில் உன்னை மாமியார் பாட்டியா ஏத்துக்கறது?"

"விடமாட்டீங்களா ராசா? சத்யம் பண்ணா, அந்த ரகசியத்தைச் சொல்றேன். ஏன்னா, விஷயம் அவ்வளவு சூடானது?"

அவள் அப்படிக் கேட்கவும், ஜம்புலிங்கம் சத்தியம் செய்யவும் தெறித்து விழுந்த அந்த ரகசியத்தில் ஜம்புலிங்கம் ஆடிப்போகிறான்.

"என்னது? மீனாட்சி, தீட்சதர் பொண்ணா?"

"ஆமா... அவர் மகனா இருக்கற சுந்தரேசன்தான் வேணியோட பையன் அதாவது என் பேரன்!"

"இது யாருக்குமே தெரியாதா?"

"எனக்கும் அந்தக் கோபாலனுக்கும்தான் தெரியும்!"

"தப்பித் தவறி வெளியே தெரிய வந்தா?"

"வந்தா சிக்கல்தான். அதுக்குத்தான் சத்தியம் பண்ணச் சொன்னேன்!"

"தீட்சதர்லாம் என்னைப் பாத்துட்டாலே, உடனே போய் காவேரிலே குளிப்பாரு. நான்னா அவருக்கு அத்தனை இளக்காரம்! இன்னிக்கு அவரே எனக்கு மாமனார் ஆகப் போறாரா?"

"அது செத்த உறவு. அதைப் போய் பெரிசா நினைச்சுப் பேசிக்கிட்டு..."

"எது செத்த உறவு? அந்த கோபாலனுக்கு ரகசியம் தெரியும்னு சொன்னீல்ல? அவன் வெளிய போட்டு உடைச்சிட்டா?"

"உடைச்சிட்டா? அந்த ஆள் மானமுல்ல போகும்?"

"மானரோஷமெல்லாம் குறிப்பிட்ட நேரம் வரைதான் மணி. அதுக்குப் பிறகு, பாசம் வேலை செய்ய ஆரம்பிச்சுடும். அப்படி நடந்துட்டா அப்புறம் சிக்கல். அந்த சுந்தரேசன், வீட்டுக்கு வந்து போறதே மொதல்லே நல்லா இல்லை! அவள் மனசுல இருக்கறதுனாலதான், மீனாட்சி எனக்கு இணங்காம இழுத்தடிக்கறா...!"

"அதுக்கு என்னா பண்ண முடியும்? அவங்களைக் கழுத்தை நெறிச்சா கொல்ல முடியும்?"

மனோன்மணி இப்படி எடுத்துக் கொடுத்த விஷயம்தான், நிஜமாலுமே கொலை முயற்சி வரை போய் விட்டது...!

போயும் கூட பிரயோஜனமில்லை. இப்பொழுது போனது தெரிந்துபோய், போலீஸ் வந்து சொதப்பப் போகிறது!

இந்த போலீசை சமாளிப்பதும் பெரிய விஷயமில்லை.

ஆனால் சுந்தரேசனோ, தீட்சதரோ அப்படி இல்லையே?

"டேய் விக்கிரமராசு! இந்தப் போலீஸ் வந்து என்னைக் குடையறது ஒரு பக்கம் இருக்கட்டும். அந்த தீட்சதரும் சுந்தரேசனும் இன்னும் இருபத்திநாலு மணி நேரத்துல செத்தாகணும்டா..."

அப்படிச் சொல்லும் ஜம்புலிங்கத்தை விக்கிரமராசு, வெளிறப் போய்ப் பார்க்கிறான்.

"அட, எதுக்குங்க...? அதான் அந்தப் பொண்ணு உங்களைப் கட்டிக்கச் சம்மதிச்சிடிச்சில்ல?"

"அதோட அரை மணி மனச சம்மதம், என்னிக்கு இருந்தாலும், எனக்கு ஆபத்துதான்! சொல்றதைக் கேளு நான் நடமாட ஆறு மாசம் ஆகும். அதுக்குள்ள ஆயிரம் தடவை அதோட புத்தியை அந்த சுந்தரேசன் மாத்திடுவான்! அவன் உயிரோடு இருக்கக்கூடாதுன்னா, இருக்கக்கூடாது!"

"ஏற்கனவே உங்க பேர்ல போலீசுக்கு சந்தேகம். இப்ப போய் திரும்ப முயற்சி பண்ணிக் கொலை செஞ்சா, அது வலுப்படாதா?"

"அதுக்கு ஒரு வழி இருக்கு. காதைக் கொண்டா சொல்றேன்."

விக்கிரமராஜி காதைக் கொடுக்க ஜம்புலிங்கம் ரகசியம் பேச விக்கரமராஜியின் முகத்தில் கண்கள், காதுவரை விரிகின்றன...!

அத்தியாயம்

23

> "இதயத்தில் என்னென்ன வேட்கை! இது
> இடைவேளை இல்லாத வாழ்க்கை!
> வாழ்வோடு போராட்டம் இங்கே... இதில்
> வாழ்கின்ற நிமிஷங்கள் எங்கே?"
>
> - கவியரசு வைரமுத்து.

ஜம்புலிங்கம், விக்கிரமராஜின் காதில் சொன்ன அந்தச் சேதியால் விக்கிரமராஜின் முகம் பேயறைப்பட்ட மாதிரி வெளிருகிறது.

"வேணாங்க... பாவங்க அந்தப் பையன்...!" விக்கிரமராஜின் கெஞ்சல் ஜம்புலிங்கத்தைத் துளிக்கூட அசைக்கவில்லை.

"சொன்னதைச் செய்..."

இதற்குமேல் ஜம்புலிங்கத்திடம் யாராலும் மறுபேச்சுப் பேச முடியாது. பேசினாலும் பருப்பு வேகாது.

மூர்க்கனுக்கு கொண்டதே பேச்சு என்பதெல்லாம் அனுபவத்தால் சொல்லப்பட்ட வார்த்தையல்லவா?

இப்படி அடாவடியாக சிந்திக்கத் தெரியாவிட்டாலும், கடல் போன்ற சொத்தைக் காபந்து பண்ண முடியாதுதான்.

சினிமா தியேட்டரிலும், பிராந்திக்கடையிலும்தான் எத்தனை தில்லு முல்லுகள்...? இங்கெல்லாம் எத்தனையோ பேரைச் சத்தாய்த்து அவர்கள் வாழ்க்கை எப்படியெல்லாமோ ஆகிவிட்டது.

நியாய அநியாயாம் பார்த்தால், நிதானமாக மூச்சுகூட விட முடியாது என்பது ஜம்புலிங்கத்தின் தீர்மானமான கொள்கை ஆயிற்றே...?

"ஆமா, அந்தக் கைத்தடிகிட்ட என்னா சொல்லி அனுப்பினீங்க?"

அவன் மனைவி உள்ளே வந்து பொறும ஆரம்பிக்கிறாள்.

"இதெல்லாம் என் தொழில் சமாசாரம். இதுல தலையிட்டா, என்னா நடக்கும்னு தெரியுமா உனக்கு...?" ஜம்புலிங்கத்தின் பதில் உறுமல்.

"ஒரு பொண்ணு வாழ்க்கைல பூந்து குழப்பம் பண்றது தான் உங்க தொழிலா?"

"அதிகம் பேசறே நீ. மரியாதை கெட்டா, உன்னை நான் தள்ளி வைக்க ரொம்ப நேரம் ஆவாது...!"

"இப்ப என்ன பெரிசா ஒட்டி உறவாடிகிட்டு இருக்கோம்?"

"வேணாம்டி... என்னைப் பத்தி நல்லாத் தெரியும் உனக்கு...!"

"அதனாலதான் சொல்றேன். பண்ணின அக்கிரமம் போதும்! இனியும் பண்ணி அழிஞ்சு போகாதே..."

"யார் அழியறாங்க... யார் வாழப் போறாங்கன்னு பார்க்கத்தான் போறே..."

"தீட்சதர் மகன் ஒரு தங்கமான புள்ளே. யார் வம்புதும்புக்கும் போகாத ஆளு. தீட்சதரும் அந்தச் சாமியும் ஒண்ணு. இவங்க ரெண்டுபேரையும் கொல்லப் பார்த்தே! இப்படி ஆயிட்டே! காலம் உனக்கு எச்சரிக்கை பண்ணி உயிரோட விட்டிருக்கு. இதைப் புரிஞ்சுக்காம, மேலும் அவங்களை சீண்டப்போத்து அழிஞ்சு போகாதய்யா...!"

"தீட்சதர் மகன் தங்கமான புள்ளையா? தீட்சதருக்கு ஏதுடி புள்ளை... உனக்கு உள்கதையெல்லாம் எதுவும் தெரியாது! போய் வேலையப் பாரு..."

பொடி வைத்த ஐம்புலிங்கம் பேச்சு, அவளுக்குப் புரியவில்லை. "இந்த ஆள் என்ன சொல்கிறான்?" அவளுக்குள் குழப்பம்.

அந்த போலீஸ் ஜீப், வேணி வீட்டு வாசலில் நின்ற போது, நல்ல மாலை நேரம்.

ஜீப்பிலிருந்து இன்ஸ்பெக்டர் ஒருவரும் சிவில் டிரெஸ்ஸில் ஒருவரும் இறங்குகின்றனர்.

அக்கம் பக்கம், ஆச்சரியமாக இதைப் பார்க்கின்றது.

"மணி என்னா பகிரங்கமாவே தொழில் பண்ண ஆரம்பிச்சுட்டாளா? போலீஸ் நேராகவே வர ஆரம்பிச்சிருச்சே...?" பெட்டிக் கடை ஒன்றின் அருகில் ஒருவர் சிலாகிப்புடன் வாய் பிளக்கிறார்.

"மாமூல் ஒழுங்கா வெட்டியிருக்க மாட்டாங்க... அதான் நேர்லயே வசூலுக்கு வந்துட்டாங்க. ஆட்டைக் கடிச்சு, மாட்டைக் கடிச்சு, மனுஷனையே கடிச்ச கதையா, நம்ப தீட்சதர் மகனே இங்க வந்து போற அளவுக்கு நிலைமை போயிடிச்சுல்ல..."

வெளியே விவாதம் தலை தூக்கத் தொடங்குகிறது. உள்ளே மனோன்மணி, போலீசின் திடீர் விஜயம் அவள் எதிர்பார்க்காத ஒன்று. வாரிச் சுருட்டிக் கொண்டு எழுந்திருக்கிறாள். தையல் மிஷனோடு மல்லாடும் வேணிக்கு பகீர் என்கிறது. பாரதியார் கவிதைகளில் இருந்து முகத்தை உயர்த்துகிறாள் மீனாட்சி. அவ்வளவாய் பதட்டமில்லை அவளிடம் இனி பதட்ப்பட ஒன்றுமேயில்லை என்கிற மாதிரி ஒரு பக்குவம்! உள்ளே நுழைந்தவனிடம் அவள்தான் கேள்வி கேட்கத் தொடங்குகிறாள்.

"உங்களுக்கு என்ன வேணும்?"

"சில தகவல்கள். நாங்கள் எஸ்.பி. ஆபீஸ்ல இருந்து வாரோம்."

"என்ன தகவல்? உக்காந்துகூட கேக்கலாம்."

"தேங்க்யூ. கணபதிராம் தீட்சதர் மேலேயும், அவர் மகன் சுந்தரேசன் மேலேயும் லாரி ஏத்திக் கொல்ல மிஸ்டர் ஜம்புலிங்கம் முயற்சி பண்ணினதா நாங்க நினைக்கிறோம். அந்தக் கொலை முயற்சிக்குப் பின்னால, உங்களுக்கு சம்பந்தம் இருக்கறதாகத் தகவல்..."

இன்ஸ்பெக்டரின் பேச்சைக் கேட்டு, அதுவரை கவலைப்படாத மீனாட்சி, பாம்புக்கடி பட்டமாதிரி விதிர்க்கிறாள். மனோன்மணி முகத்திலோ குபீர் இருட்டு.

"என்ன சார் சொல்றீங்க... கொலை முயற்சி... அது இதுன்னு...?"

"யெஸ்... தீட்சதர் அப்படித்தான் ஃபீல் பண்றாரு. விட்னஸும் அதை புரூவ் பண்ணுது. ஜம்புலிங்கம் எப்படிப்பட்ட ஆள்னு எங்களுக்கு நல்லா தெரியும். எங்க டிபார்ட்மெண்ட்ல சிலர் அவனோட காசுக்கு மசியலாம். ஆனா நாங்க அப்படியில்ல. உண்மையைக் கண்டுபிடிக்காம விடமாட்டோம்.

இன்ஸ்பெக்டர், நீங்க பேசறதே புரியலை..." ஓங்கலாகவே பேச ஆரம்பிக்கிறாள் மீனாட்சி.

"உங்களுக்கும், மிஸ்டர் ஜம்புலிங்கத்திற்கும் என்ன தொடர்பு?"

"உங்களுக்கும், தீட்சதர் குடும்பத்துக்கும் என்ன தொடர்பு?" முதல்ல அதைச் சொல்லுங்க...!

"மிஸ்டர் ஜம்புலிங்கம் என்னைக் கல்யாணம் பண்ணிக்கப் போறார். அது இனி ஏற்படப் போகிற தொடர்பு. தீட்சதர் குடும்பத்துக்கும் எங்களுக்கும் எந்தச் சம்பந்தமும் கிடையாது..."

"அப்படின்னா, அவர் மகன் சுந்தரேசன் எதுக்கு உங்க வீட்டுக்கு அடிக்கடி வரணும்."

அந்த மடக்கலில் மீனாட்சி மிரள ஆரம்பிக்கிறாள். மனோன்மணி வியர்வை ஊற்றுக்கு மூழ்குகிறாள். அவளிடம்தான் அதிகப் பதட்டம்.

"நான் ஒரு தடவை ஆடிவெள்ளத்திலே போகத் தெரிஞ்சேன். சுந்தரேசன்தான் காப்பாத்தினார். அதன் பிறகு நான் எப்படி இருக்கேன். குணமாயிட்டேனான்னு பாக்க வந்தார்.

ஆடி வெள்ளத்துல நீங்களா போக நினைச்சீங்களா? இல்ல, வெள்ளமா இழுத்ததா?"

"எப்படி வேணா வெச்சுக்குங்க..."

"மேடம்... சின்சியரா பதில் சொல்லுங்க. தீட்சதர் விஷயம் இது. அவருக்கு ஒண்ணுன்னா, சீஃப் மினிஸ்டரே என்னன்னு கேட்பார். என்கொயரிகே இந்த விஷயத்துல இடமில்லை. நாங்க பூகங்களை வெச்சு இந்த என்கொயரிக்கு வரல்லே. இந்த வீட்டைச் சார்ந்த ஒருத்தர்தான் ஜம்புலிங்கத்தை பலமா தூண்டிவிட்டு அவங்களைக் கொல்ல முயற்சி செய்துருக்காங்க. இங்க யாருக்கோ அவங்க மேல கொலை செய்யற அளவுக்கு காட்டம் இருக்கு..."

"ஒரு காட்டமும் இல்லே. நாங்க பாட்டுக்கு சிவனேன்னு இருக்கோம். தொழில்கூட என் காலத்தோட முடிஞ்சிபோச்சு. என் மகளும், பேத்தியும் உழைச்சிப் பிழைக்கத்தான் ஆசைப்படறாங்க. ஏதோ அந்த மகராசன் ஜம்புலிங்கம் தயவுல வயித்தைக் கழுவிக்கிட்டு இருக்கோம். நடுவில இந்த கொலைகிலை எல்லாம் எங்களுக்கு எதுக்கு? அதுலேயும், வாயில்லாப் பூச்சியான அந்த சுந்தரேசனைக் கொன்னு எங்களுக்கு ஆகப்போறதென்ன? பொறாமை பிடிச்சவங்க ஆயிரம் சொல்வாங்க. அவங்க பேச்சை நம்பாதீங்க..."

இப்படி பிலுபிலுவென்று புலம்புவது மனோன்மணிதான்.

இன்ஸ்பெக்டரும், அந்த மஃப்டி மனிதரும் உடனேயே எழுந்துகொள்கின்றனர். கிளம்பிவிட்டனர். சீற்றமாக திரும்ப அவர்களிடம்,

ஜீப்பில் ஏறும்போது சிவில் டிரெஸ் போலீஸ்காரர் இன்ஸ்பெக்டரிடம் சொல்கிறார்:

"அந்தக் கிழவிதான் சம்திங்... ஏதோ பண்ணியிருக்கா. அனேகமா இப்ப அவ பயத்தோட ஜம்புலிங்கத்தைப் பார்க்க ஓடலாம். அவனைப் போய் எச்சரிக்கை பண்ணலாம். ஆஸ்பத்திரியில நம்ம விஜிலென்ஸ் இருக்காங்களா...?"

"ஒருத்தருக்கு இரண்டு பேர் இருங்காங்க...!"

போலீசின் எதிர்ப்பார்ப்பு துளியும் பிசகாதபடி, மனோன்மணி புயல் வேகத்தில் ஆஸ்பத்திரிக்குள் நுழைந்து கொண்டிருந்தாள். பதட்டமான பதட்டம் அவளிடம்.

நேராக ஜம்புலிங்கம் எதிரே போய் நின்றவளை ஜம்புலிங்கம் வெறிக்கிறான்.

"என்னங்க இப்படி பண்ணிட்டீங்க? போலீஸ் வீட்டுக்கே வந்து குடைய ஆரம்பிச்சுட்டாங்க..." முந்தானையால் முகத்தை ஒத்தியபடி ஈனசுரத்தில் பேசுபவளை முடிந்த அளவு விழி விரித்துப் பார்க்கிறான் ஜம்புலிங்கம்.

"என்ன சொல்றே மணி...?"

"காதும் காதும் வெச்சமாதிரி முடியும்னு நினைச்சா விவகாரம் எங்கெல்லாமோ போய்க்கிட்டு இருக்கு! நான் அப்பவே சொன்னேன் கொலையெல்லாம் வேண்டாம்னு நீங்ககேக்கலை..."

"நடந்ததை சொல்லிவிட்டு, அப்புறம் பிலாக்கணம் பாடு."

"நாம கொலை செய்யத்தான் லாரியை ஓட்டுனோங்கறது போலீஸ் நம்பிக்கை. அவங்க தப்பிச்சுட்டாலும் விவகாரத்தை விடத் தயாரா இல்லை. மேல்மட்ட பிரஷர் போலத் தெரியுது!"

"இதுக்கு என்ன ஆதாரம்?"

"அதை நம்பகிட்ட சொன்னா, நாம கலைச்சிடமாட்டோமா? ஓசைப்படாம வேலை நடந்துகிட்டிருக்கு. உங்ககிட்ட நான் மீனாட்சி யாரு, சுந்தரேசன் யாருன்னு சொன்னதெல்லாம் மகா தப்பு! அதனாலதானே அவ்வளவு குழப்பம்?"

"நீ சொல்லலேன்னா, இதைவிடக் குழப்பமெல்லாம் வந்திருக்கும்!"

"பதட்டப்படாம இரு. யாரும் ஒண்ணும் புடுங்கக்கூட முடியாது. எனக்கும் நடக்கறதெல்லாம் தெரியும்..."

"எனக்குப் பயமா இருக்கு. போலீஸ் வந்துட்டுப் போன வேகம் எனக்குத்தான் தெரியும்!"

"இதைவிட பெரிய கேசையெல்லாம் பார்த்தவன் நான். பத்துக் கொலை பண்ணினவன். பஜார்ல துணிக் கடை வெச்சு இப்ப ஒஹோன்னு பிழைக்கிற காலம் இது. பயப்படாத மணி!"

"எல்லாம் நேரங்காலத்தை பொறுத்துதான் இருக்கு. நீங்க கொலைக்கு அவசரப்பட்டிருக்க வேண்டாம்..."

"தும்பை விட்டுட்டு வாலைப் பிடிக்கற ஆளில்லை நான். மீனாட்சி தன் மகள்ங்கற விஷயம் தீட்சதருக்குத் தெரிய வரும்போது, அவர் என் கூட எல்லாம் தன் மகளை விடமாட்டாரு. இவளும் அப்பான்னு அவங்ககிட்டதான் ஓடப்பாப்பா. அப்ப என் தாலியைவிட, பாசம்தான் ஜெயிக்கும். சுந்தரேசனும் சும்மா இருக்கமாட்டான்.

தீட்சதர் மகனா கௌரவமா வாழ்ந்தவன் வேசியோட மகன்கற நிஜத்தை எப்படித் தாங்குவான்? அப்படியே தாங்கினாலும், கௌரவமா வாழறதுக்குதான் எல்லா முயற்சியும் செய்வான்! மீனாட்சியை நான் எப்படி வெச்சுக்கிட்டிருக்கேன்னு நோட்டம் போடுவான். எனக்கு என்னை நோட்டம் போடறவங்களை எல்லாம் கண்டாலே பிடிக்காது...!"

"நீங்க தேவைக்கதிகமாகவே கற்பனை பண்றீங்க. நீங்க நினைக்கற மாதிரியெல்லாம் நடக்கவே நடக்காது!"

"உனக்கு உலக அனுபவம் குறைச்சல் மணி. சர்வ சாதாரணமா அன்னிக்குக் குழந்தைகளை இடம் மாத்தி இவ்வளவு நாளும் ரகசியத்தையும் காப்பாத்தி, அவங்களை வளர்த்திட்டீங்க. அந்த ரகசியம் வெடிச்சா, நடக்கக் கூடாததெல்லாம் நடக்கும்! குழந்தைகளை மாத்தின செயல் எவ்வளவு பெரிய கிரிமினல் குற்றம், தெரியுமா? ஒரு மகனுக்காகத்தான் வேணி அந்த

கோபாலன் பக்கத்திலேபடுத்தா... எனக்கு என் மகன் வேணும்னு அவ கோர்ட்டுக்கு போனா, நடக்கக்கூடாதெல்லாம் நடக்கும். உன்னையும் கோபாலனையும் பிடிச்சு உள்ள போட்டுடுவாங்க. மீனாட்சிக்கு நீ பண்ணிவெச்ச கல்யாணம் செல்லாதுன்னும் சொல்லலாம். இப்பல்லாம் கோர்ட்டுல புரட்சியான தீர்ப்பு சொல்றது சர்வசாதாரணமாயிடிச்சு... எதுக்கு இந்த வில்லங்கம்? அவங்களையே அறவே இல்லாம, பண்ணிட்டா...?"

"பண்ணியிருந்தா சரி... பண்ண முடியாமப் போய் இப்ப நாமல்ல சிக்கப் போறோம்...?"

"நீ சிக்கினாலும், நான் ஒருபோதும் சிக்கமாட்டேன்!"

"ஐயோ! என்ன இது பயமுறுத்தறீங்க? நான் உங்களைத் தானே மலைபோல நம்பியிருக்கேன். உங்களை கொண்டு என்னைக் கெடுத்துக் குட்டிச்சுவராக்கின மேலூர் ராஜமாணிக்கத்தைப் பழி வாங்கணும்ன்னு எல்லாம் கனவு கண்டுகிட்டு இருக்கேனே...?"

"கவலையே படாதே. உன் கனவு ஈடேறும். நம்ப வாழ்க்கைல குறுக்கே வந்தவங்க. இனி எப்பவும் குறுக்கே வரமாட்டாங்க. கடந்த கொலை முயற்சி தோத்திருக்கலாம். ஆனா நடக்கப்போற கொலை முயற்சி தோக்கவே தோக்காது...!"

"என்னது திரும்பவும் கொலை முயற்சியா?"

"ஆமா... இப்ப நான் பண்ணப் போறதில்ல! எனக்காக இன்னொரு பார்ட்டி பண்ணப்போகுது! அந்தப் பார்ட்டிக்குக் கொலை பண்றது, ஜெயிலுக்குப் போறதெல்லாம் சர்வ சாதாரணமான விஷயம்..."

"ஐய்யய்யோ... ஏற்கனவே போலீஸ் சந்தேகப்பட்டிருக்கு. இப்ப கொலை நடந்தா, ஊர்ஜிதம்னா பண்ணும்?"

"ஊர்ஜிதம் பண்ணாது. பண்ண விடமாட்டேன். தீட்சதரோட கடைக்குட்டி லெக்சரரா காலேஜுக்கு வேலைக்கு போறாள்ளே...?"

"ஆமாம்..."

"அவளை அந்தப் பார்ட்டி ஆள் ஒருத்தன் சீண்டுவான் அவ பதிலுக்கு செருப்பைக் கையிலே எடுப்பா? மானமுள்ள குடும்பப் பொண்ணு இல்லியா? அந்த அவமானம் தாங்காம அவளை ரேப் பண்ண முயற்சி செய்வாங்க. எல்லாம் ஒரு பாய்லாதான். அது கொலைவரை போயிடும்...!"

ஜம்புலிங்கம் பேசப் பேச மனோன்மணி நடுங்க ஆரம்பித்துவிட்டாள்! இவ்வளவு மோசமான மனிதனா இவன்? எதையும் அத்தனை லேசில் விடமாட்டேன் என்கிறானே? இது எதில் போய் முடியுமோ, தெரியவில்லையே...?

"என்னங்க, இது விஷயத்தை எப்படியெல்லாமோ பெரிசுபடுத்தறீங்க..."

"படுத்தினாத்தான் நாமளும் வெளியே வர முடியும். அவங்களும் சாக முடியும்!"

"வேண்டாம். கேக்கவே எனக்குப் பயமா இருக்கு? மீனாட்சி உங்களுக்குன்னு முடிவாயாச்சு. நீங்க தாலிகட்டிட்டா, யார் என்ன பண்ண முடியும்? அத்தோட அவ யாருங்கற ரகசியம் நிச்சயம் வெளிவராது. நான் மூச்சுகூட விடமாட்டேன். வந்துட்டா என்ன பண்றதுன்னு நீங்க இவ்ளோ தூரம் போறது சுத்தமா சரியில்லே...!"

"எனக்கு முன் வெச்ச காலை பின் வெச்சுப்பழக்கமில்லே. நான் ஏற்பாடு பண்ணியிருக்கிற நபர்கள் ஜெயில்ல இருந்து தப்பி தலைமறைவா வாழறாங்க. போலீஸ்ல பிடிபட்டாலும் அதுக்காகக் கவலைப்படாதவங்க. அவங்களுக்கு வாழறவரை சந்தோஷமாக இருக்கணும்..."

"ஒரு கொலை பண்ணாலும் ஒரு தடவைதான் தூக்கு பத்து கொலை பண்ணினாலும் அதே தூக்குதான் அவங்களுக்கு நான் எவ்வளவோ சகாயம் பண்ணியிருக்கேன். பதிலுக்கு அவங்க எனக்குப் பண்ணப் போற சகாயம் இது...! அவங்க களத்துல இறங்கிட்ட பின்னால போலீசுக்கு உம்மேலையும் என்மேலையும் இருக்கற சந்தேகம் போயிடும்... நானும் நிம்மதியா மீனாட்சி கழுத்தின் தாலியக் கட்டுவேன்!"

"அவங்க கொலை பண்ணதாகவே இருக்கட்டும். அவங்க கொலை பண்ண முயற்சி செஞ்ச லாரியில் நீங்க எப்படி வந்தீங்கன்னு கேட்பாங்களே...?"

"என் கார் ரிப்பேர். எதார்த்தமா அந்த லாரியில ஏறி நான் போக நினைச்ச இடத்துக்கு போக ஆசைப்பட்டேன். என்னை வெச்சுகிட்டே அந்த லாரிக்காரன் கொலை பண்ணப் பார்த்துட்டான்னு சொல்லி வெளியே வந்துடுவேன்..."

"நீங்க நினைக்கிற மாதிரியே நடக்குமா? பிசகிட்டா...?"

"இனி பிசகவே பிசகாது நீ தைரியமாப்போ."

மனோன்மணி அதற்குமேல் அவனிடம் விவாதிக்காமல், வெளிறிய முகத்தில் பூத்த வியர்வைப் பொட்டுகளை முந்தானையில் ஒத்தியபடி வெளியேறத் தொடங்கினாள்.

"சிலந்தி வலையில் அகப்பட்ட பூச்சி தப்பிக்க நினைத்தாலும் முடியாதே...? அப்படி, தானும் அகப்பட்டுக் கொண்ட மாதிரி ஆகிவிட்டதே... இனி எது எப்படிப் போகும்? புரியவில்லையே...?"

விஜிலென்ஸ் போலீஸ் அவள் வருகையை மோப்பம் பிடித்து மேலிடத்துக்குத் தகவல் தந்து கொண்டிருந்தது.

"ரகசியமா பேசிக்கிட்டாங்க. கொஞ்சம் காரசாரமான வாக்குவாதம் தான். என்னன்னு தெரியலை...?" என்றது அதன் ரிப்போர்ட்!

அதனால், போலீஸிடம் முடுக்கிவிட்ட மாதிரி விறைப்பு!

பளபளவென்று காரைத் துடைத்து உள்ளே தசாங்கம் எல்லாம் கொளுத்தி வைத்து சிதம்பரத்துக்குக் கிளம்பத் தயாராக இருந்தான் டிரைவர் ருத்ரமூர்த்தி.

உள்ளே எல்லோரும் கல்யாண சந்தோஷத்தில் மிதந்து கொண்டிருந்தனர்!

தீட்சதர், நல்ல சேலம் பட்டாக எடுத்து கச்சம் உடுத்திக் கம்பீரமாகக் காட்சி தந்து கொண்டிருந்தார். ராஜமும் காஞ்சிபுரம் பட்டில் தெய்வீக லட்சணம் காட்டினாள்.

சுந்தரேசனிடம் இறுகிப்போன மௌனம். அவன் அக்காக்களோ கல்யாணம் நிச்சயமே ஆகிவிட்ட மாதிரி மதர்ப்பில் குதூகலமாய் வீட்டுக்குள் நடமாடுவதைப் பார்க்க அவனுக்கு என்னவோ போலாகிறது.

இப்பொழுது தன்னைப் பற்றிய உண்மையைச் சொன்னால் இந்தக் கல்யாணத்திலிருந்து சகலமும் கெட்டுக் குட்டிச்சுவராகி இவர்கள் குதூகலம் காற்றோடு கரைந்து போகுமே...?"

மனத்திற்குள் விம்முகிறான். திருவிழாவில் தொலைந்து போன குழந்தை கூட்டத்தில் தவிக்கிற மாதிரி, மனத்தில் தவிப்பு. கோபாலனுக்கு, எல்லாமே புரிகிறது. லேசாக காய்ச்சலே வந்துவிட்டது அவருக்கு.

"உண்மை வெளியே வரப்போகிறது. ஒரு அணு குண்டைப் போல அது இந்தக் குடும்பத்தையே நாசமாக்கலாம்..."

இனி நடக்கப் போகும் எதையும் நினைத்துப் பார்க்கவே அவருக்குப் பிடிக்கவில்லை. பார்க்காமல் இருக்கவும் முடியவில்லை.

ஆனாலும் சந்தோஷத்தில் உள்ள மற்றவர்கள் இருவரையும் அத்தனை வித்தியாசமாக நினைக்கவில்லை.

இந்த நேரமாகப் பார்த்து கடைக்குட்டி வருகிறாள்.

அவனைப் பற்றிச் சிந்திக்கவே அவகாசம் இதுவரை வாய்க்கவில்லை.

கௌரி என்கிற புராதனப் பெயரைக் கொண்டிருந்தாலும், பார்க்க சற்று நவநாகரிகமாகத் தெரிகிறாள்.

படித்த படிப்புக்கு பங்கம் வைக்காதபடி காலேஜில் லெக்சரர் உத்தியோகம்!

"அப்பா, நீங்கள்ளாம் சிதம்பரம் போய் நல்லபடி எல்லாத்தையும் முடிச்சுண்டு வாங்கோ, எனக்கு லீவ் கிடையாது. நான் காலேஜ் கிளம்பறேன்..."

கௌரி கிளம்பிவிட்டாள். சகோதரிகளைப் பார்த்து, "ஆல் தி பெஸ்ட்!" சொல்கிறாள்.

சுந்தரேசனை நெருங்கி, "அண்ணா மன்னியை நான் ரொம்ப கேட்டதாச் சொல்!" என்கிறாள்.

தீட்சதரிடம் பலத்த உற்சாகம்.

கௌரியும் தெருவில் இறங்கி நடக்கிறாள். கொஞ்ச தூரத்தில்தான் பஸ் ஸ்டாப். சுத்தமாக அங்கு கூட்டம் இல்லை.

பஸ் ஸ்டாப்பில் கௌரிக்காகவே நாலு பேர்... அவர்களிடம் ஐ.எஸ்.ஐ ரவுடி முத்திரைகள்!

அத்தியாயம்

24

> நூல் கண்டாம் வாழ்வினிலே விழுந்த சிக்கல்
> நுண்மையுடன் ஒவ்வொன்றாய் கழற்றும்போது
> நூல் சிக்கி, பல முடிச்சு புதியதாக
> நமக்கிங்கே தெரியாமல் விழுந்திருக்கும்!
> நூல்விழுந்த சிக்கலினை முயற்சியோடு
> நமக்கிங்கே சோர்வின்றிக் கழற்றுகின்றோம்!
> நூல்கண்டின் முடிச்சுக்களைக் கழற்றி நிற்கும்.
> நூலோடு வாழ்விங்கு முடிந்தே போகும்
>
> — 'மகர விளக்கு' நூலில், பாபா.

வெற்றிலை பாக்கு, பழம், பிளாஸ்க் நிறைய காப்பி என்று ஒவ்வொன்றாக பின்சீட்டில் ஏற்றி ஓர் ஓரமாக ஒடுங்கி ராஜம் காருக்குள் ஏறி அமர்கிறாள். அவனைத் தொடர்ந்து தீட்சதர்!

முன்னால் ஏறிக் கொள்கிறான் சுந்தரேசன்.

கோபாலன், காய்ச்சல் என்று நழுவி மொட்டை மாடியில் வானம் பார்த்தபடி...

டிரைவர் ருத்ரமூர்த்தி காரை ஸ்டார்ட் செய்தபோது, வீதியில் பலரிடமும் தீர்க்கமான பார்வை.

"சிதம்பரம் வரை போறேன். எல்லாம் அலையன்ஸ் விஷயமா!"

வீதியில் ஊன்றிப் பார்த்த பரிச்சயமான முகத்திடம் தீட்சதர் உற்சாகமாகச் சொல்வதை எல்லோருமே கேட்கின்றனர்.

"உங்களுக்கென்னன்னா எல்லாம் அமோகமா நடக்கும்!" இது அவர்.

காரும் கிளம்பிவிட்டது. வீதி முக்கைக்கூட தாண்டியிருக்காது.

எதிரே கெளரி! தலை தெறிக்கும் வேகத்தில் வீடு திரும்பி ஓடிவந்து கொண்டிருக்கிறாள். அவள் பின்னால் சிலர்!

"ருத்ரா, காரை நிறுத்து, கெளரி ஏன் ஓடி வர்றா?"

தீட்சதரின் கட்டளைக்கு ஏற்ப, கார் கிரீச்சிட...

"அப்ப...ப்பா..." காரின் மேல் வந்து விழுகிறாள், கெளரி.

"என்னம்மா, என்ன ஆச்சு? பதட்டத்துடன் காரை விட்டு சுந்தரேசன் இறங்க..."

"நம்ப ஊர்ல ரவுடிப் பசங்க தொல்லை ஜாஸ்தியாயிடிச்சு. நம்ப கெளரியைக் கிண்டலடிச்சுக் கலாட்டா பண்ணி, கையையே இழுக்கப் பார்த்தாங்க..."

இது ஊர்க்காரர்.

"தெய்வமே! என்ன இதெல்லாம் சோதனை?" ராஜமும் இறங்கியபடி வீறிடுகிறாள்.

"கவலைப்படாதீங்க... அவனுங்களை செமத்தியாப் பின்னிட்டோம். நல்ல வேளை, நம்பாளுங்க பார்த்தாங்க இல்லேன்னா மோசமாகி இருக்கும் நிலைமை!"

"இப்ப எங்கே அவனுங்க?" இது தீட்சதர்.

"ஓடிட்டாங்க... ஒருத்தன் மட்டும் மாட்டியிருக்கான் கட்டி வெச்சிருக்கோம்."

கார் உடனே கெளரியோடு அங்கே கிளம்ப ஆயத்தமானது.

காருக்குள் அத்தனை பேரும் உணர்ச்சிவசப்பட்ட நிலையில்...

ஏறத்தாழ அவன் அரை நிர்வாண நிலையில்!

"ஏன்டா, எங்க சாமி மகளையே கையப் பிடிச்சு இழுக்கற அளவுக்கு வந்துட்டிங்களா? இந்த ஊர்ல இதுவரை ஒரு தப்புத் தண்டா நடந்தது கிடையாதுடா. சாமியால எங்க ஊருக்கு பேரு. இங்கே வந்தா கைவரிசையைக் காட்றீங்க...!"

ஒருவர் தாம்புக் கயிற்றை சவுக்காக நினைத்து வீறுவீறு என்று வீறிக் கொண்டிருந்தார் அவனை.

"நிறுத்தப்பா... நிறுத்தப்பா..." காரிலிருந்து இறங்கிய தீட்சதர் தடுத்தபடி ஓடி வந்தார். பின்னாலேயே சுந்தரேசன்.

அடி வாங்கிய அந்த ரவுடிக்கு தலை தொங்கிப் போயிருந்தது.

தீட்சதர் அவனை உற்றுப் பார்க்கிறார்.

"ஏண்டாப்பா, வயசுக் காலத்துல உங்க புத்தி ஏன் இப்படியெல்லாம் போறது?"

"என்னா சாமி இவன்கிட்டப் போய் ஆதங்கப்பட்டுக்கிட்டு...? இவனை போலீஸ்ல ஒப்படைப்போம்..." ஒருவர் கத்த, இன்னொருவர் சரியாக இடை வெட்டுகிறார்.

"மன்னிச்சு விட்டுங்க சாமி. இனிமே அப்படிச் செய்யமாட்டாங்க..."

காருக்குள் ராஜமும் கெளரியும் அவனை வெறிக்கின்றனர். கெளரியிடம் இன்னமும்கூடப் பதட்டம். ராஜம் உள்ளே இருந்தே கத்துகிறாள்.

"விஷயத்தைப் பெரிசுபடுத்த வேண்டாம். நமக்கு ஏகப்பட்ட நல்ல காரியங்கள் இருக்கு. அவனை பகவான் பாத்துப்பான் நீங்க வாங்கோ..." என்கிறாள்.

தீட்சதருக்கும் அதுதான் சரி என்று படுகிறது. ஆனால் சுந்தரேசன் மட்டும் வேறுமாதிரி நினைக்கிறான். அவனுக்குள் கச்சிதமான ஊகம்.

அடிபட்ட அந்த ரவுடியின் காதருகில் போய்க் கேட்கிறான்.

"உன்னை யாரோ ஏவிவிட்டிருக்காங்க. அவங்ககிட்ட போய் சொல்லு, சாது மிரண்டா காடு கொள்ளாதுன்னு..."

"அவளண்ட என்ன பேச்சு சுந்தரரேசா வா வா...!"

ராஜம் காருக்குள்ளிலிருந்து கதறுகிறாள்.

ஒரு வழியாக அவனை அவிழ்த்துவிட, அவன் கடூரமாக சுந்தரேசனை முறைத்துப் பார்த்துக்கொண்டே தள்ளாடி நடக்க ஆரம்பித்தான்.

ஜம்புலிங்கம் போட்ட திட்ப்ப்டி முதல் கட்டம் திணறலின்றி ஓ.கே! காரும் சிதம்பரத்துக்குக் கிளம்ப ஆரம்பித்தது. ஆனால்...?

அதிசயமாக மிக அதிசயமாக மனோன்மணி அழுது கொண்டிருந்தாள். வீட்டில் யாரும் பார்க்காதபடி முகத்தை மூடி மறைத்துக்கொண்டு அழுது கொண்டிருந்தாள்.

ஏனோ அவளால் அழாமல் இருக்க முடியவில்லை செய்யக்கூடாத பெரிய தப்பைச் செய்தவிட்ட மாதிரி, குமறல் அவளுக்குள்.

எந்த ஜம்புலிங்கத்தை ஆபத்பாந்தவனாக நினைத்தாளோ, அவனை இப்போது நெஞ்சில் கரித்தாள்...!

திரும்பவும் கொலை என்றெல்லாம் அவன் குமறியதில் புத்திசாலித்தனத்தை விட வக்ரமே அதிகமாக இருப்பதாக அவளாலும் உணர முடிந்ததுதான் ஆச்சரியம்!

"நிச்சயமா... மீனாட்சி ஒரு மேல் சாதிக்காரன் பெண்ணாகத்தான் இருக்கணும்!" என்ற அனுமானிப்பை மெச்சி, அதற்காக அவனிடம் உண்மையை உளறிக்கொட்டப்போய், அது இப்படி சுழன்றடிக்கும் விஷயமாகும் என்று அவள் எதிர்பார்க்கவில்லை.

அழுகை பீறிட்டதில், சேலை முந்தானையில் ஈரம் கட்டி, முகமெல்லாம்கூட இலேசான வீக்கம்.

மீனாட்சி இதை ஜாடைமாடையாக கவனித்துவிட்டு வேணியிடம் போய் கிசுகிசுக்க, வேணிக்கு சுருக்கென்றது.

"அம்மா அழறாளா?"

"ஆமாம்... பாட்டி அழுது நான் இப்பதான் பாக்கறேன்..."

"அம்மா மனசு பாறையாச்சே? அழமாட்டாளே அவ. என்னவோ நடக்கக்கூடாதது நடந்துருக்கு..."

வேணி, மனோன்மணியை நெருங்குகிறாள்.

"அம்மா, என்ன இது அதிசயமா அழுதுகிட்டு..." திடுக்கிட்டுத் திரும்புகிறாள் மனோன்மணி.

"அதெல்லாம் ஒண்ணுமில்லே..." அவளிடம் சுதாரிப்பு.

"பொய் சொல்லாதே. அந்த மேலூர்க்காரன் உன்னை நடுத்தெருவில் நிறுத்தினப்பகூட நீ அழல"... வேணி விடுவதாக இல்லை. மனோன்மணியுமம் மனம் திறப்பதாக இல்லை.

"போலீஸ் வந்துட்டுப் போனதுல இருந்தே பாட்டி முகம் சரியில்லை. தீட்சதரையும், சுந்தரேசனையும் அநேகமா கொலை செய்யும்படி பாட்டிதான் தூண்டிவிட்டிருக்கணும். அதான் உண்மை வெளியாயிட்டா என்ன பண்றது கம்பி என்ன வேண்டி வந்துடுமேன்னு பயப்படறா போல இருக்கு...?"

மீனாட்சி நறுக்கு தெறித்த மாதிரி கூறிய விஷயத்தால். மனோன்மணி ஆடியே போய்விட்டாள். மயக்கம்கூட வரப் பார்க்கிறது.

"அம்மா... எனன நடந்தது? உண்மையைச் சொல்லு. மீனாட்சிதான் அந்த ஜம்புலிங்கத்தைக் கல்யாணம் பண்ணிக்க சம்மதிச்சட்டாளே?"

இந்த வேளை பார்த்து உள்ளே நுழைகிறான் சின்னைய்யா.

"தாயி, காலம் ரொம்பவும் கெட்டுப்போச்சு. நம்ப தீட்சதர் சாமியோட கடைசி மகளையே கையப் பிடிச்சு இழுத்து கலாட்டா பண்ற அளவுக்கு, நம்ம ஊர் கெட்டுப் போச்சு..." என்கிறான்.

"என்னது...? தீட்சசர் மகளை கலாட்டா பண்ணாங்களா?" மனோன்மணியிடம் தீப்பிடிக்கிறது.

"ஏம் பாட்டி! நீ இதை எதிர்பார்த்தியா? அப்படித்தானே இருக்கு உன் கேள்வி?"

"ஐயோ! நான் என்னனு சொல்வேன். என்னத்த சொல்லுவேன்?" மெல்ல வெடிக்க ஆரம்பித்த மனோன்மணி, வாய்விட்டு, நடந்த நடக்கப் போகிற விஷயங்களை வரிசைப்படுத்தியபோது வேணி நெஞ்சைக் கையில் பிடித்துக் கொள்கிறாள். மீனாட்சி அவளைத் தாங்கிப் பிடிக்கிறாள்.

"அடிப்பாவி உன் சொந்த ரத்தத்தைக் கொல்லவே வழிகாட்டியிருக்கியே? உனக்கு எப்படி மனசு வந்தது. விடமாட்டேன் என் மகனை சாவு நெருங்க ஒருபோதும் நான் விடமாட்டேன்!"

அலறிக்கொண்டு கிளம்ப பார்த்த வேணியை சின்னைய்யா தடுக்கிறான்.

"மகனா? யாரும்மா?" இது மீனாட்சி.

"அந்த சுந்தரேசன் நான் பத்து மாசம் சுமந்து பெத்த என் பிள்ளைடி என் பிள்ளை..."

"அப்ப, நான்...?"

"நீ அந்த தீட்சதர் பொண்ணு!"

மீனாட்சிக்கு நிஜமாலுமே இந்த முறை மயக்கம் வந்துவிட்டது!

தன் வீட்டில் சின்னைய்யாவை கோபாலன் துளிக்கூட எதிர்பார்க்கவில்லை. வீட்டில் உள்ள மற்றப் பெண்களுக்கெல்லாம் கூட அதிர்ச்சி.

இவன் என்ன வீட்டுக்குள்ளேயே நுழைந்துவிட்டான்?

"சாமி, விஷயம் விபரீதமாயிடிச்சு. அந்தக் கிழவி உங்க ரகசியத்தை ஜம்புலிங்கத்துகிட்ட சொல்லப் போய், அவன் சுந்தரேசனையும், தீட்சதர் சாமியையும் கொல்ற வரைக்குமே போயிட்டான். கிழவி மனோன்மணியே, அதை இப்பதான் போட்டு உடைச்சா. எந்த நேரமும், எதுவும் நடக்கலாம்! அங்க வேணி

பதறிக்கிட்டிருக்கு. என்னால சமாதானப்படுத்த முடியலை... நீங்க உடனே..."

அடுத்த கணமே துண்டை உதறிப் போட்டுக் கொண்டு கிளம்பிய கோபாலனை வீடே அதிர்ச்சியோடு வெறிக்கிறது.

"மாமா, என்ன ரகசியம் என்ன சொல்றான் இவன்?" அம்புஜம் மறிக்கிறாள்.

"வந்து சொல்றேன். நான் முதல்ல வேணியைத் தேத்தணும் அத்தோட, போலீசைப் பார்க்கணும்."

கோபாலன் சீறிக்கொண்டு கிளம்பி, வாசற்படியைக்கூடத் தாண்டியிருக்க மாட்டார். வாசலில், தீட்சதர் கிளம்பி போன கார், போன வேகத்தில் திரும்பி கிரீச்சிட்டு நிற்கிறது.

உள்ளிருந்து தலையில் இடி விழுந்த மாதிரியான அவஸ்தையோடு தீட்சதர் இறங்கி உள்ளே நுழைகிறார். பின்னாலேயே ராஜம். அடுத்து கௌரி -சுந்தரேசன்!

உள்ளே நுழைபவர் பார்வையில், சின்னைய்யா படுகிறான். அவரது அதிர்ச்சி பல மடங்காகிறது.

ராஜம் தள்ளாடி நடந்து வருவதிலிருந்து, அவளும் தாளமுடியாத வேதனையில் இருப்பது துல்லிதமாகிறது. உள்ளே வந்தவள், ஊஞ்சலில் உட்கார்ந்துகொண்டு நெஞ்சைக் கையில் பிடித்துக் கொள்கிறாள்.

தீட்சதருக்குப் பதறுகிறது.

"ராஜம். பதட்டப்படாதே... சுந்தரேசன் பேச்சை நம்பி என்னை மோசம் பண்ணிடாதே?" தீட்சதர் ஓடிப் போய் அவள் அருகில் அமர்ந்து அவளைத் தேற்ற முயற்சி செய்கிறார்.

கோபாலன் "சொல்லிவிட்டேன்" என்கிற மாதிரி அவரைப் பார்க்கிறான்.

"எல்லாத்தையும் சொல்லிட்டியா?"

"சொல்லிட்டேன். இனியும் தாமதிச்சா எல்லார் வாழ்க்கையும் நாசமாயிடும். குறிப்பா மீனாட்சி வாழ்க்கை..."

"ஆமா... உங்களைக் கொல்ற அளவுக்கு ஒரு விஷயம் வளர்ந்துவிட்ட பின்னால, வாயை மூடிண்டிருக்க முடியாதுதான்!"

"யாரைக் கொல்ற அளவுக்கு?" தீட்சதரிடம் கடூரம்.

"உங்களையெல்லாம்தான்...?"

"என்னடா இது புதுக்கதை...?"

"கதை இல்ல கணபதி... நிஜம்..."

"யார் சொல்றது நிஜம்? இவன் ஒரு கதை சொல்றான். நீ ஒண்ணு சொல்றே என்ன எல்லாரும் காதுல பூ சுத்தறேளா?"

தீட்சதர் குரல் உடைந்து போகிறது. கண்களில்கூட ஜலப் பிரவாகம்.

"என்னை மன்னிச்சுடுடா கணபதிராமா! எல்லாம் என்னால வந்தது?" கை கூப்புகிறார் கோபாலன்.

"இல்ல... எல்லாரும் ஏதோ நாடகம் போடறே! நீங்க சொல்ற எதையும் நான் நம்பமாட்டேன். சுந்தரேசா, நான் உனக்கு என்னடா குறை வெச்சேன்? என்னையே உன் அப்பா இல்லைங்கறியே...? உனக்கு அந்த மீனாட்சி மேல ஆசை இருக்கலாம். அதுக்காக உறவை மாத்தி அவ என் பொண்ணு... நீ என் மருமான்'னு ஏதேதோ சொல்லாதே. நாங்க தவமிருந்து பெத்த பிள்ளை நீ டேய் நான் சொன்னதெல்லாம் பொய்யின்னு சொல்லி என் வயித்தில பாலை வாருடா. இந்தக் குலத்துக்கே நீ ஒருத்தன் தாண்டா வாரிசு. ஒரு பொண்ணுக்காக இப்படிக் குளறுபடி பண்ணாதோடா! வேணும்னா அவளையே கூட கல்யாணம் பண்ணக்கோ. ஆனா என்னை உன் தகப்பன் இல்லேன்னோ ராஜத்தை உன் தாய் இல்லேன்னோ சொல்லிடாதே?"

"ஒரு வேசியை உன் தாய்னு சொல்ல உனக்கு எப்படிடா மனசு வந்தது? இப்படியெல்லாம் சொன்னாத்தான், நான் உங்க காதலுக்குக் கல்யாண சம்மதம் தருவேன்னு யாராவது சொன்னாளா? பேசுடா சுந்தரேசா பேசு...?"

தீட்சதர் பதறினார். ராஜம் அவர் மார்பில் சரிந்து விழுகிறாள். உடம்பிலும் வேகமான ஜில்லிப்பின் பரவல்.

"ஐய்யய்யோ ராஜம்!" தீட்சதர் அவளைத் தாங்கியபடி துடிக்க எல்லோரும் சுற்றி வளைந்து, அம்மா என்றபடி அலறும்பொது வாசல் பக்கம் கிருஷ்ணவேணி! பின்னாலேயே மீனாட்சி.

"சுந்தரேசன் சொன்ன அவ்வளவும் பொய்...! சுந்தரேசன் உங்க பிள்ளைதான்!"

உள்ளே அவள் நுழையும் முன்பே அவள் குரல் நுழைந்துவிடுகிறது அது ராஜத்தை மெல்ல நிமிர்தவும் செய்கிறது!

அத்தியாயம்

25

ஜாதிகள் மதங்கள் இனங்கள் மொழிகள்
இவையெல்லாம் வரப்புகளே வெறும் வரப்புகளே...!
பல நூற்றாண்டுகளாய் நாம்
வரப்புத் தகராறில் நின்று
வயல்களைத் தரிசு போட்டோம்...!
நம் அரைஞாண் கயிறுகளை அறுத்து, எதிரிகள்
கொடியேற்றியது அவர்கள் பலத்தால் அல்ல நம்
பலவீனத்தால்!
மெல்லிய ரோமம்தான்!
கம்பளியை உங்களால் அறுக்க முடியுமா?
கம்பளி என்பது ரோமங்களின் ஒற்றுமை!
சின்ன சின்னத் துளிகள் தாம்
கடலை உங்களால் இறைக்க முடியுமா?
கடல் என்பது தண்ணீரின் ஒற்றுமை!

    – 'சிகரங்களை நோக்கி' நூலில், கவியரசு வைரமுத்து.

"பொய்...! கோபாலன் முதல் சுந்தரேசன் வரை அத்தனைபேர் சொல்வதும், பொய்...! சுந்தரேசன் உங்கள் மகன்தான்...!"

கிருஷ்ணவேணி இப்படித்தான் சொல்லிக்கொண்டு தீட்சதர் வீட்டில் காலடி எடுத்து வைத்திருந்தாள்... வேறு சமயமாக இருந்திருந்தால் அவள் நுழைந்ததால், அந்த நிமிஷம் வீட்டையே கழுவிவிட்டு சுத்தப்படுத்தும் அளவுக்குப் போய்விடும் தீட்சதரிடம், இப்போது மட்டும் உறைந்த நிலை!

ராஜத்துக்கு போன உயிர்த் திரும்பி வந்த மாதிரி இருந்தாலும் இன்னமும் முழுவதுமாய்ப் பதட்டம் விலகின மாதிரி தெரியவில்லை.

அந்த வீட்டுக் கூடத்தில், ஒரு காலங்கடந்த ரகசியத்தின் கண்ணாமூச்சி விளையாட்டை, அந்த வீட்டின் வாரிசுச் செல்வங்களான ஆறு பெண்களும்கூட அதிர்ந்துபோய் அனுபவிக்கும் ஒருவிதமான மந்தகாச நிலை...!

"வேணி, என்ன இது...? வெண்ணெய் திரண்டு வரும்போது தாழியை உடைக்கிற மாதிரி! உனக்குப் பைத்தியம் பிடிச்சிடுத்தா?" கோபாலனின் அலறலை அழுத்தமான விரக்திச் சிரிப்புடன் புறந்தள்ளுகிறாள் வேணி.

"இப்படியெல்லாம் பொய்ய சொல்லி ஏன் சுந்தரேசனைக் கீழ இழுக்கறீங்க...? உங்க சதிக்கு இனியும் என்னால ஒத்து ஊத முடியாது!" என்கிறாள்.

"எது பொய் வேணி...? பிள்ளை வேணும்னு நீ உருகித் தவிச்சதா...? அந்தப் பிள்ளையை நான் இடம் மாத்தினதா...? எத்தனை யுகம் போனாலும். எவ்வளவு உயரத்திலே ஏறி நின்னு கத்தினாலும், உண்மை, உண்மைதான்! பொய், பொய்தான்! எல்லாத் துணிஞ்சு சொல்றச்சே, நீ ஏன் இப்படி, எடக்கு மொடக்குப் பண்றே? நீ காத்திருந்த நல்ல காலம் உனக்கு வந்திருக்கும்போது? ஏன் கதவைச் சாத்திக்கறே வேணி... தீட்சதர் நம்பமாட்டாங்கற தீர்மானத்தில இப்படியெல்லாம் பண்றியா? இனி இவா நம்பினா எனக்கென்ன, நம்பலேன்னா எனக்கென்ன...? சுந்தரேசன் என் பிள்ளை...! அவன் என் அசல் ரத்தம்! இதை நிரூபிக்க எந்தக் கோவில்ல வேணும்னாலும், வந்து நான் சத்தியம் பண்றேன்! நீ இல்லே... இனி யார் தடுத்தாலும் நான் கேக்கப் போறதில்லே...!"

கோபாலனிடம் ஆவேசம் சமுத்திர அலைக்கு சவால் விடுகிறது. ஊழியாய் பொருமுகிறார்.

அவர் பேச்சு ராஜத்தைத் திரும்பவும் நெஞ்சைக் கைகளில் பிடிக்க விடுகிறது.

"அண்ணா, என்ன சொல்றே நீ? என் சுந்து என் சுந்து என் வயித்தில பொறக்கலையா?" திக்கத் தினறிக் கேட்கிறாள்.

சுந்தரேசன் ஓடிப்போய் அவளைத் தாங்குகிறான். "அம்மா, என்னம்மா இது... இப்படி கவலைப்பட்டுண்டு உன் வயிற்றில் பொறக்கலைன்னாலும் நான் உன் பிள்ளைதாம்மா..." என்கிறான்.

தீட்சதரிடம் அந்த உறைந்த நிலை தொடருகிறது. நடப்பதை எல்லாம் கழுகுபோல் கவனிக்கும் சலனமற்ற விழிகளோடு அவர் அமர்ந்திருக்கும் தோரணையில் ஆயிரம் அர்த்தங்கள்!

இதுவரை எதுவும் பேசாமல் மௌனமாக இருந்த மீனாட்சி, இப்பொழுது வாய் திறக்கிறாள்.

"என் அம்மா சொல்றதுதான் நிஜம்! சமீபகாலமாக சுந்தரேசன் என்னைக் காவேரியிலே காப்பாத்தினதில இருந்தே அடுக்கடுக்கா சலனங்கள்தான்! சஞ்சலங்கள்தான்! இது இப்படி இந்த அளவுக்கு வரும்னு நான் எதிர் பார்க்கலே. எல்லாரும் எங்களை மன்னிக்கணும்! என் வாழ்க்கையை எப்படி அமைச்சுக்கணும்னு எனக்குத் தெரியும். உங்க வாழ்க்கைப் போக்கு, இனி எந்தச் சலனமும் இல்லாம அதன் போக்குல போகட்டும், நானோ, அம்மாவோ மறந்தும் குறுக்கே வரமாட்டோம். நாங்க இந்த ஊரைவிட்டே போகப் போறோம்..."

பேசிவிட்டு வேணியை இழுத்துக்கொண்டு மளமளவென்று வெறியேறத் தொடங்கினாள் மீனாட்சி.

"வேணி நில்லு... மீனாட்சி நில்லு..." கோபாலன் கத்தக் கத்தக் சட்டையே செய்யாமல், போய்விட்டனர் அவர்கள்.

தீட்சதரிடம் துளிக்கூட சலனமில்லை.

"டேய் கணபதிராமா நான் சொல்றதைக் கேளுடா! இந்த மீனாட்சி உன் பொண்ணுடா! வேணியும் அவளுமா எதுக்குப் போராடணும்னு இந்த முடிவுக்கு வந்திருக்கா! அவா பண்ணியிருக்கறது பெரிய தியாகம்! நீ வேசின்னும் கால் தூசின்னும் வெறுத்து ஒதுக்கறவாளுக்கு? இவ்வளவு மனசு இருந்தா, உனக்கு எவ்வளவு பெரிசு இருக்கணும்? நான் சொல்றதை நம்பு. அந்தப் பொண்ணைப் போய் அழைச்சிண்டு வாடா..." கதறலுடன் ராஜம் பக்கமும் திரும்புகிறார்.

"ராஜம். சுந்தரேசனைப் பிரிஞ்சுடுவோம்கற அதிர்ச்சியில இப்படி நெஞ்சை கைல பிடிக்கண்டு சாஞ்சுட்டியே? ஆசையாப் பெத்து அள்ளிக் கொடுத்துட்டு இத்தனை வருஷமா பெத்த பையனைவிட, அம்மாங்கற உறவே இல்லாமப் பிரிஞ்சு இருந்த அவளுக்கு, எவ்வளவு வலிச்சிருக்கும்னு யோசிக்கப்பாத்தியா? உனக்குத்தான் பாசமா? மத்தவாளுக்கு இது இல்லியா? நீ அதிர்ச்சி தாங்காம செத்து வெச்சா, என்ன பண்றதுன்னுகூட அவா இப்படி நடந்துண்டிருக்கலாம்! அவாளோட பெருந்தன்மைக்கு உன்னோடது. சளைச்சதில்லேன்னு காட்டு ராஜம்! நீ பெத்த பிள்ளை உனக்குத் கொள்ளி போட்டாதான், சாஸ்திரப்படி அது நல்ல கர்மம். யாரோ பெத்த பிள்ளை போட்டா அது போலி கர்மம். செத்தும் பாவியாகாமல், உயிரோட இருக்கும்போதே பரிகாரம் தேடு ராஜம்! ஆண் இனம் எந்த வகையிலேயும் உங்களைவிட ஓசத்தி கிடையாது!" அவர் அப்படிச் சொல்லவும் ராஜம் மட்டுமில்லாமல் சுந்தரேசனும் அதைக் கேட்டு ஆச்சரியப்படுகிறான்.

"உன் ஆத்துக்காரனைப் பார்த்தியா? வாயே திறக்காம அழிச்சாட்டியம் பண்றான்! நானோ அன்னிக்கு பாவம் பண்ணிட்டு, இன்னிக்குப் புலம்பறேன். நல்ல பிள்ளையா இருந்தும், சுந்தரேசனால் மீனாட்சிபோல துணிச்சலா சுயநலக் கலப்பில்லாம முடிவெடுக்க முடியலே! ஆனா வேணி, வேசி முத்திரை இருந்தும், இந்தச் சிலுவையைச் சுமந்துண்டே இந்த நிமிஷமும் நல்லது நினைக்கிறா! அவ வளத்ததாலேயே மீனாட்சி,

தான் ஒரு கௌரவமான குடும்பத்துப் பிரைஜன்னு உறுதிப்படத் தெரிஞ்சும், உங்க போலிக் கௌரவம் கெட்டுக்கூடாதுன்னு, தன் வாழ்க்கையைத் தானே அமைச்சுப்பேங்கறா!"

"உடம்பால வலுவோட இருந்துட்டாப் போதுமா? உள்ளம் வலுவா இருக்கணும். ஆணைவிடப் பொண்ணுக்குத்தான் இந்த மாதிரி துணிச்சல்கள் சாத்தியம்! ஒரு பொண்ணா இருந்தும், உனக்கே உன் இனம் பத்தித் தெரியலையே..."

கோபாலன் புலம்பிக் கதறுகிறார். அதிசயமாக தீட்சதரிடம் அசைவு, மெல்ல எழுந்து கோபாலனின் தோளைத் தொட்டு ஆதரவாகப் பற்றுகின்றன அவர் கரங்கள்.

"நன்னாப் பேசினே கோபாலா...! நன்னாப் பேசினே! அற்புதமான சிந்தனை! உன்னதமான கேள்விகள்! ஆயிரம் புத்தகம் வாசிச்சும், ஆயிரம் மேடையை ஏறிக் கடந்தும் எனக்குள்ள எனது ஆங்காரத்தால அகப்படாமல் போயிட்ட உண்மைகளை, உன் பேச்சு எனக்கு எடுத்துக்காட்டிடுத்து பெண்ணுங்கற தியாக சொரூபம் முன்னால, ஆண் வெறும் உணர்ச்சி ரூபம் மட்டுமே!" தீட்சதரின் அந்த தீர்க்கமான பேச்சால் கோபாலனிடம திக்குமுக்காடல் ஆரம்பமாகிறது.

"சுந்தரேசன் என் பிள்ளை இல்லைங்கற விஷயம் எனக்கு பல வருஷத்துக்கு முன்னாலேயே தெரியும்! தெரிஞ்சும், வாயைத் திறக்காம, வேணியைப் பத்தி துளியும் கவலைப்படாம நான் இருந்துட்டேன்னா, அதுக்கு என் வரட்டுக் கௌரவம் நான் சுந்து மேல் வெச்சுட்ட பாசமும் தான் காரணம்...!" தீட்சதர் இப்படிச் சொல்லவும் அத்தனை பேருக்குமே இப்பொழுது அதிர்ச்சி, வேதனை!

"இத்தனை பெரிய சுயநலவாதியான என்னை வேணியும் மீனாட்சியும் தங்கள் பெருந்தன்மையான போக்கால, தியாகத்தால வெட்கப்படும்படி பண்ணிட்டா! என்னிக்காவது ஒருநாள் எங்க வேணி வந்து என் பிள்ளையை ஒப்படைன்னு சொல்லி நியாயம் பேசுவாளோன்னு பயந்துண்டு இருந்தேன். ஆனா, இப்படி எங்க

சந்தோஷத்துக்காக, ஒரு பொய்யையே நிஜம்னு சொல்லிட்டு தன் வழியே போவான்னு நான் துளிக்கூட எதிர்பார்க்கலே! கதை சொல்ற என்கிட்ட இல்லாத தெய்வத்தன்மை, என் கதையை கேட்ட அவகிட்ட இருக்கறதை நினைச்சா, எனக்கு அவ கால்ல விழணும் போல இருக்கு!"

தீட்சதரின் பேச்சைக் கேட்டு எல்லோரிடமும் இப்பொழுது ஸ்தம்பிப்பு. கோபாலனுக்கு நம்பவே முடியயவில்லை.

"கணபதி நீயா பேசறே! இப்பப் பேசினதெல்லாம் நீயேதானா?"

"ஆமாண்டா கோபாலா! நானேதான்! போய் முதல்ல அவாளை அழைச்சுண்டு வா. அவ கால்ல நான் விழுந்து சேவிக்கணும்!"

"கணபதி... உனக்கு எப்படிடா சுந்தரேசன் உன் பிள்ளை இல்லைங்கற நிஜம் தெரியும்?"

"மரணப் படுக்கை இருக்கே? அது விசித்திரமான களம்! பீஷ்மரோட மரணப் படுக்கையை நினைச்சு பார் வாழ்வோட தப்பு சரிகளையெல்லாம் அசை போட்டு மனசு அப்ப துடிக்கிற துடிப்பு இருக்க, அதை வார்த்தையாலே விவரிக்க முடியாது கோபாலா. மருத்துவச்சி மருதாயிக்கும், அவளோட மரணப் படுக்கையிலே இதே தவிப்பு! என்னை ரகசியமா சந்திக்கணும்னு சொல்லி அழைப்பு அனுப்பினா, என் நெஞ்சு நல்லப்படி வேகும்னு சொல்லிண்டே செத்தா! ஆனா என் நெஞ்சாலதான் அதைத் தாங்கிண்டு நல்ல விதமா நடந்துக்க முடியாமப் போயிடுத்து! நீ சொன்ன மாதிரி எந்த வேதஞானமும் இல்லாத சராசரி மனுஷான்னு நாம நினைக்கற எல்லோருமே பெரிய பெரிய தியாகங்களை சுலபமாப் பண்ணிப்பிட்றா! ஆனா சகலமும் தெரிஞ்ச மேதாவிகளுக்கு அது முடியாமப் போயிடறது. காரணம் அகங்காரம் மட்டுமல்ல சுயநலமும் தான். இதை ஜெயிக்க முடியாதவன் எதை ஜெயிச்சு என்ன பலன்?"

தீட்சதர் பேசி முடித்த மறுவிநாடியே சுந்தரேசன் புதுக் தெம்போடு வெளியே பாய்ந்தான். "நானும்..." என்று கோபாலன்

பின்தொடர இனி தானும் தொடராவிட்டால் அதைவிடப் பெரிய பாவம் எதுவும் இருக்க முடியாது என்று தீட்சதரும் காலை வெளியில் வைக்கிறார்.

அதிசயமாக ராஜத்திடம் சுதாரிப்பு தெரிகிறது. "வரும்போது என் பொண்ணோட வாங்கோ. என் வயித்துல பிறந்த தங்கத்தை நான் வாரித் தழுவிக்கணும் போல இருக்கு! என் சந்தோஷத்துக்காகத் தன்னையே அடகு வெச்ச அவளோட சந்தோஷம்தான் இனி என் சந்தோஷம்!" என்கிறாள்.

சகோதரிகளின் படையும் அதை ஆமோதிப்பது போல "சீக்கிரம்பா..." என்கின்றனர்.

என்றுமில்லாத லேசான மனநிலை தீட்சதரிடம்.

ஆனால் வேணியையோ, மீனாட்சியையோ, அவள் வீட்டில் காணவில்லை. மாறாக பூட்டு ஒன்று தொங்கிக் கொண்டிருந்தது.

"ஆமா எங்கே போனாங்க இவங்க...?"

"யாருக்குத் தெரியும்? அந்த மைனர் ஜம்புலிங்கம் கார் வந்த மாதிரி தெரிஞ்சுச்சு. கிளம்பிட்டாங்க போல தெரியுது!"

அவள் வீட்டுக்கருகில் கிடைத்த தகவலோடு திரும்பினான் சுந்தரேசன். எதிரே கோபாலன் பின்னாலேயே காரில் தீட்சதர்!

"வா, நம்ப கார்லையே போய் இந்த ஜம்புலிங்கத்தைப் பார்ப்போம்ட!"

தீட்சதர்தான் அழைக்கிறார். பதட்டத்துக்கு நடுவிலும் இருவரும் பரவசம் காட்டிக் காருக்குள் பாய்ந்தனர்.

"கால் எலும்பு முறிஞ்ச இடத்துல ஒரு ஆபரேஷன்! தியேட்டர்கொரரு மயக்கமாகி இத்தோட மூணு மணி நேரமாகப் போது. எப்ப கண்ணு முழிப்பாரோ தெரியலே?"

நர்ஸ் சொல்லிக் கொண்டிருந்தாள். "இந்த ஆள் கண் முழிக்க வேண்டாம். அப்படியே மேல போயிடலாம். போழைச்சு வந்து இன்னும் எத்தனைபேர் குடியைக் கெடுக்கப்போறானே...?"

இப்படிப் புலம்புவது அவனது தாலி கட்டிய மனைவிதான்.

சற்று தள்ளி அமர்ந்திருக்கிறாள் மனோன்மணி. அவள் முகத்தில் சொல்ல முடியாத சோகம் கூடவே கோபமும் இழையோடுகிறது.

"கண்ட கண்ட நாயுங்களாம் என் புருஷன் காசுக்கு ஆசைப்பட்டு, என் வாழ்க்கையை நாசமாக்கறதுக்கு... பேசாம நாண்டுகிட்டு சாகலாம்!" இதுவும் ஜம்புலிங்கம் மனைவிதான்.

பிறன் மனை நோக்கும் ஆண் பிடியில் சிக்கிய இந்திய பெண்களின் அச்சு அசல் பொருமலும், புலம்பலும் அவளிடம் தளும்புகிறது.

மனோன்மணிக்கு அது புரியாமல் இல்லை.

பழைய மணியாக இருந்திருந்தால், இந்நேரம் உண்டு இல்லை என்று குதித்திருப்பாள். இப்பொழுது ஏனோ வெள்ளாவியில் அவிந்த துணிபோல் மனம் வெளுத்துக் கிடக்கிறாள்.

ஜம்புலிங்கம் ஆடு மாடு போல் மனிதர்களைக் கொலை செய்யத் துணிந்துவிட்ட அந்த அசாதாரணம், அவள் வயிற்றில் அமிலத்தை கவிழ்த்ததால்கூட இந்த மாற்றம் எனலாம்.

"பேசும் வரை பேசு... உன் புருஷன் கண் விழிக்கட்டும் பிறகு பார்!" என்பது போன்ற மௌனம் அவளிடம்.

இப்பொழுது அங்கே வேணியும் மீனாட்சியும் நுழைக்கின்றனர்.

"இங்க எங்க வந்தீங்க?"

"இங்க வராம, வேறு எங்கே போக?"

"ஐயோ... இவன் சகவாசமே இனி உங்களுக்கு வேண்டாம்! நீங்க வீட்டுக்குப் போங்க... இவன்கிட்ட பட்ட கடனுக்கு வாங்கின காசுக்கும் இந்த வீட்டுப் பத்திரத்தை இவன் மூஞ்சிலே விட்டெறிஞ்சுட்டு வந்துடறேன். நாம கண்காணாத இடத்துக்குப் போய் கல் உடைச்சாவது பிழைப்போம்..."

பேசுவது மனோன்மணி தானா?

மீனாட்சிக்கு ஆச்சரியம் மண்டையைப் பிளந்தாலும், சிரிப்பும் கூடவே வருகிறது.

"பாட்டி! உனக்கு இப்பவாவது நல்ல புத்தி வந்ததுக்காக நான் சந்தோஷப்படறேன். ஆனா அதுக்காக, இந்த ஜம்புலிங்கத்துக்கு துரோகம் செய்யறதை நான் அனுமதிக்கமாட்டேன்!"

"எதுடி துரோகம்? பைத்தியம் மாதிரி பேசாதே மீனாட்சி! நீ நல்லடி வாழ வேண்டிய பொண்ணு. நீ யார் தெரியும்ல..."

"நான் தீட்சதர் பொண்ணு கௌரவமானவ அப்படி இப்படின்னுதானே சொல்லப் போறே? எனக்கு இனி எந்தக் கௌரவமும் வேண்டாம். ஒரு நல்ல தாய் மகன் உறவைப் பிரிச்சு, நான் எதையும் அடையத் தேவையில்லை!"

"தாய் மக உறவைப் பிரிச்சது அந்த கோபாலன்! அந்த உறவு இப்ப நேர்ப்படப் போகுது. இது என்ன பித்துக் குளித்தனமான பேச்சு?"

"உறவுங்கறது, பிறந்துட்டதனால் மட்டும் வர்றதில்ல... வளர்ப்பும் சேரணும் அதோட விதியில்லாமப் போயிடுச்சு எனக்கு!"

"இப்பதான் எல்லாம் சரியாகப்போகுதே!"

"டூ லேட் பாட்டி! என் வரையில சரியானா போதுமா? எல்லார் மட்டத்துலேயும் சரியாகணும்! அது முடியுமா? இருபது வருஷத்துக்கும் மேலா என்மேல ஊர் குத்தியிருக்கிற இந்த வேசி முத்திரை, என்ன சாதாரணமானமதா? நான் தீக்குளிச்சாக்கூட நீங்காதே? இப்படிப்பட்ட என்னையும் நேசிச்சு, என்னைத் தாலி கட்டி, மனைவியாகவே ஆக்கிக்கறேன்னு சொன்ன முதல் நபரே இந்த ஜம்புலிங்கம்தானே? அவர் எந்த அர்த்தத்திலே சொல்லியிருந்தாலும், என்வரையில அது மிக உயர்ந்த மதிக்கப்பட வேண்டிய விஷயம். என் அம்மா ஒருவனுக்கு மட்டும் முந்தி விரிச்சு, இத்தனை நாள் கௌரவமா வாழ்ந்ததும் என்னை வளர்த்ததும் உண்மைன்னா நல்லவனோ கெட்டவனோ, நான் ஜம்புலிங்கத்துக்கு அளிச்ச சம்மதப்படிதான் நடக்கணும்."

"நீ நடுவுல நுழைஞ்ச எதையும் குழப்பாதே போட்டி என்னைப் பத்தி கவலைப்படாதே!"

மீனாட்சியின் பேச்சை ஐம்புலிங்கத்தின் மனைவியும் கேட்டுக் கொண்டுதானிருந்தாள்.

மனோன்மணி முதன்முறையாக அழ ஆரம்பித்தாள்.

"மீனாட்சி, உன் பேச்சைக் கேட்க எனக்கே மலைப்பா இருக்கு... நியாயமாவும் தோனுது. ஆனாலும் மனசு கேக்கமாட்டேங்குதும்மா... நீ கோபுரம்! இவன் குப்பை மேடு வேண்டாம்டா கண்ணு அந்த உறவு! மனசை மாத்திக்கோ!"

ஊஹூம்! மீனாட்சி அசைந்து கொடுக்கவில்லை. வேணிக்கு அவள் பேசப் பேச செருமாந்து போகிறது மனம்.

"அம்மாடி! நீ என் வயிற்றில் பொறக்கலேன்னாலும், என் வளர்ப்புக்கே பெருமை சேர்த்துட்டேன் உன் முடிவை என்னால் கூட ஜீரணிக்க முடியலை. என் உயிரைக் கொடுத்தாவது உனக்கும், சுந்தரேசனுக்கும் கல்யாணத்தைப் பண்ணிவைக்கத் துணிஞ்ச என்னையும் தடுத்து, இப்ப என் அம்மாவையும் தடுத்து, விஸ்பவருபம் எடுத்துக்கிட்டேபோறே... என் தியாகத்தையெல்லாம்கூட ஒரு சின்னப் புள்ளியாக்கிட்டே நீ!"

"நம்மோட செயலின் அர்த்தங்களையும், நியாயங்களையும் எல்லாராலேயும் புரிஞ்சுக்க முடியாது. கடவுள் இருக்கிறது சத்தியம்னா, நமக்கு இதோட பிறப்பு முடிஞ்சுடட்டும். என் மகன் எனக்குக் கொள்ளி போட்டுத்தான் மோட்சம் எனக்குக் கிடைக்கணும்னு இல்லே! உன்னை வளர்த்த புண்ணியம் ஒண்ணுக்கே அது எனக்கு சித்தியாயிடும்!"

வேணியின் பேச்சுக்கு மெலிதான ஒரு கைதட்டல் பதிலாக வந்தது! ஐம்புலிங்கம்தான் மயக்கம் நீங்கி கை தட்டிக் கொண்டிருந்தான். திரும்பிப் பார்த்தவர்களைக் கண்சாடை காட்டி, பக்கமாக அழைத்தான். வேணியையும் வாஞ்சையாகப் பார்த்தான். "நான் கிண்டலுக்குக் கைதட்டலே! நிஜமாலுமே மனசு நெகிழ்ந்துதான் தட்டினேன்!" என்றான்.

அவர்களிடம் ஆச்சரியப் புனல்!

"ஆமா... இன்னுமா மீனாட்சியைப் பத்தின உண்மை தீட்சதருக்குத் தெரியலே?" ஈனசுரத்தில் கேட்ட அவன் கேள்விக்கு என்ன பதிலைச் சொல்ல?

"நீங்க என்ன கேக்கறீங்க?" இது ஜம்புலிங்கத்தின் மனைவி.

"அடியாட்களை ஏவி கிண்டல் கேலி கொலை முயற்சிங்கற தூரமெல்லாம் போய் நான் படுத்தின பாடெல்லாம் வீண் போயிடிச்சா?"

"நீங்க என்னவெல்லாமோ சொல்றீங்க... யாருக்கும் புரியலே..."

"நான் என்ன புரியாத பாஷையிலேயா பேசறேன்? தமிழ்லதானே பேசறேன்."

"அதுசரி... ஆனா பேச்சோட உள்நோக்கம்?"

"தெளிவாய்ப் புரியலையா உங்களுக்கு...? சொல்றேன்? புரியும்படி சொல்றேன்!"

பேசின ஜம்புலிங்கத்திடம் நீண்ட பெருமூச்சு.

"நீங்க இப்படி ஸ்ட்ரெய்ன் பண்ணிக்கக்கூடாது!" இது நர்ஸ்.

"ஒண்ணும் ஆயிடாதுங்க. நான் இப்ப ஸ்ட்ரெய்ன் பண்ணாட்டி? ரொம்ப பேர் வாழ்க்கை ஸ்ட்ரெய்ன்லேயே எப்பவும் இருந்துடும்! என்னடா தத்துவமா பேசறேன்னு பாக்கறீங்களா? எல்லாம் மனிதாபிமானத்தோட சுந்தரேசன் என்னைக் காப்பாற்றி ஆஸ்பத்திரியிலே சேர்த்த முகூர்த்தம்!"

ஒரு நீண்ட பீடிகையுடன் தொடங்குகிறான்.

"நான் நிஜமாலுமே அவனைக் கொலை செய்ய முயற்சி செய்தேன். ஆனா என்னை இந்த சுந்தரேசன் காப்பாத்திக் கரை சேர்த்திருக்கான். என் தொழில்ல எப்பவுமே பழிக்குப் பழிதான்...! பழிக்கு அன்பை முதல் தடவையா சுந்தரேசன்கிட்டதான் பார்த்தேன்! டாக்டர் என்கிட்ட சுந்தரேசன் பத்தி சொன்னப்ப, என்னையும் அறியாம எனக்குள்ள ஏற்பட்ட சிலிர்ப்பு எனக்குதான்

தெரியும். அப்பவே அவனுக்கும் மீனாட்சிக்கும் நல்லது செய்ய நான் சபதம் எடுத்துட்டேன். படுத்த படுக்கையா இருக்கற என்னால எப்படி அதை வேகமாக செய்ய முடியும்?

அதுக்காகத்தான், தொடர்ந்து கொலைங்கற ஆயுதத்தைப் பக்குவமாகக் கையாண்டேன்!" ஜம்புலிங்கம் பேச்சில் திகைப்பூட்டும் நிஜங்களின் அணிவகுப்பு!

"தொடர்ந்து தன்னை நோக்கிக் கொலை செய்ய முயற்சின்னா? தீட்சதர் சலனப்படுவோர்.... காரணம் தேடுவார்... இந்த விஷயம் தெரிஞ்சா, வேணியும் மகனைக் காப்பாற்ற தன் கூட்டை விட்டு வெளியே வருவா. தீட்சதர் கால்ல விழுந்தாவது மீனாட்சி சுந்தரேசன் கல்யாணத்துக்கு ஏற்பாடு செய்வாங்கங்கறது என் கணிப்பு! நான் தான் டி.எஸ்பியைக் கூப்பிட்டு விசாரணையை முடுக்கி தீட்சதரைச் சலனப்பட வைத்தேன். மீனாட்சி தன் மகள்ங்கறது தெரிஞ்ச நிலையிலே, தீட்சதர் எனக்கெல்லாம் நிச்சயம் பெண்ணைக் கல்யாணம் பண்ணிக் கொடுக்கமாட்டார்... அதுக்கு தான் வளர்த்த சுந்தரேசன் லட்சம் மடங்கு மேல்னு நினைப்பார். இவங்க கல்யாணமும் நான் குணமாகி வெளிய வர்றதுக்குள்ள, வேகமும், சூடுமா நடந்துடும்கறதும் என் எண்ணம்!"

"ஆனா மீனாட்சி இப்ப பேசிக்கிட்டிருந்ததையெல்லாம் கேட்டுக்கிட்டுதான் இருந்தேன். அப்படியெல்லாம் நடக்கலை! ரகசியம் அம்பலமான பிறகு கூட, ஒரு நல்ல வாழ்க்கை அமைச்சுக்க முயற்சிக்காம அது என்னை நம்பி வந்ததை, நான் என்னன்னு சொல்ல?" ஜம்புலிங்கம் உதட்டில் கேவலான அழுகை...

"சுந்தரேசன் ஒரு விதத்துல எனக்கு உதவி செஞ்சு, வாழ்க்கை தந்தா, மீனாட்சி இன்னொரு விதத்துல எனக்கு வாழ்க்கை தர முன் வந்திருக்கா. இந்தச் சின்னஞ் சிறிசுகளுக்கு இவ்வளவு பெருந்தன்மையும் பெரும் புத்தியும் இருந்தா, எனக்கெல்லாம் எவ்வளவு இருக்கணும்? இனி நானே அந்த தீட்சதர்கிட்ட

பேசுவேன். தீட்சதர் சண்டித்தனம் பண்ணினா, வறட்டு கௌரவம் பார்த்தா, சொத்தை பூரா மீனாட்சி பேருக்கு எழுதிட்டு, நான் ஊரை விட்டுப் போனாலும் போவேன்... ஆனா மீனாட்சி கழுத்துல தாலியைக் கட்டி, அவ ஆசைக்கு சமாதி மட்டும் கட்ட மாட்டேன்!"

ஜம்புலிங்கம் இளைப்பெடுக்கப் பேசின பேச்சின் அர்த்தச் செறிவில், இவன் மனைவிதான் அதிகம் சிலிர்த்துக் போயிருந்தாள்.

வேணியின் கண்களில் ஆனந்தக் கண்ணீரின் பிரவாகம்.

"நாங்களும் மீனாட்சியோட ஆசைக்குச் சமாதி கட்டப்போறதில்ல!" குரல் வந்த திக்கில் தீட்சதர் பின்னாலேயே கோபாலன், சுந்தரேசன்!

"ஐயா, என்ன சொல்றீங்க?" நாத் தழுதகழுக்க, விடைத்தெழுத்து கேட்கிறாள் மனோன்மணி.

"மீனாட்சிக்கு சுந்தரேசன்! சுந்தரேசனுக்கு மீனாட்சின்னு சொல்ல வந்தேன் மனோன்மணி. அதைவிட முக்கியம், வேணிக்கு கோபாலனும், கோபாலனுக்கு வேணிங்கறதும்தான்!"

"இந்தக் கல்யாணம் தேகத்துக்கு தேகம் நடக்கப் போற கல்யாணமில்லை தியாகத்துக்கு தியாகம் நடக்கப்போகிற கல்யாணம்! நடத்தி வைக்கிற யோக்கியதை, என்னைவிட ஜம்புலிங்கத்துக்குத்தான் அதிகம்! ஒரு முரட்டு மனுஷனா இருந்தும், சரியான நேரத்திலே அவன் மனசு மாறி, படுத்த படுக்கையா இருந்தும். மனோதிடத்தோட போட்ட திட்டத்தாலேதானே இத்தனை பலன்கள்?" உள்ளே நுழைந்த வேகத்தில் தீட்சதர் பேசிய பேச்சு ஜம்புலிங்கத்தை எழுந்து உட்கார வைத்ததோடு, தீட்சதர் காலிலும் சரியவிட்டது. கூடவே, மீனாட்சியும் சுந்தரேசனும் கூட அவர் காலில் ஆசீர்வாதம் பெற விழுந்தனர்.

"வேணி, இங்க வா... வந்து இவாளை ஆசீர்வாதம் பண்ணு, என்னைவிட உனக்குத்தான் யோக்யதை அதிகம். உன் ஆசிக்கும் அசுரபலம் உண்டு!"

தீட்சதர், தான் நகர்ந்துகொண்டு, வேணியை முன் இழுத்து நிறுத்துகிறார். அவள் கண்களில் ஆனந்தக் கண்ணீரின் பிரவாகம்.

வெளியே சிலுசிலுவென்ற மழை!

வானமே நெகிழ்ந்து உருகி வாழ்த்த விழைந்த இந்தக் கோலத்தில், காத்திருந்த பவித்ரமான பெண்மைகள் இரண்டும் ஆண் வர்க்கம் எதிரில் இமயமாய் உயிர்த் தெழுந்து நிற்க, ஆண் வர்க்கத்தால் கைகூப்ப மட்டுமே முடிந்தது, முடிகிறது, முடியும்...!

——— முற்றும் ———